स्वकथन स्वत:च्या जीवनाचं सम्यक आकलन लोकांसमोर मांडत असतं. आपण जे जगलं, अनुभवलं, जी दाहकता वाट्याला आली आणि ज्या प्रसंगातून समोर जावे लागले त्याच जाणिवेतून माणसाच्या जगण्याचा प्रवास होत जातो. दारिद्र्य, बकालपणा, अगतिकता हा त्याच्या जीवनाचा भाग आहे. त्यातून उभारी घेऊन स्वत:ला सिद्ध करत जाणं खूप अवघड असतं. अवघड आणि विदीर्ण करणारा प्रवास देविदास तारु यांनी 'आता मव्हं काय!', या स्वकथनात मांडला आहे.

बालपण नाजूक असतं. त्या काळात लागलेली वळणं जीवनाला आकार देणारी किंवा उद्ध्वस्त करणारी असतात. या टप्प्यावर लेखक देविदास तारु सैरभर होतो. भटकतो. पुन्हा स्थिर होतो आणि डॉ. बाबासाहेब आंबेडकर यांचा ऊर्जास्रोत घेऊन त्या जाणिवांतून शिक्षक बनतो. शिक्षकी पेशातही तो नवनवीन प्रयोग करीत राहतो. शैक्षणिक परिप्रेक्षात तो स्वत:चे नाव उज्वल करतो. सतत संवादी राहतो. देविदास तारु यांचा स्वत:ला उभं करण्याचा प्रवास विलक्षण प्रत्ययकारी आहे. हे स्वकथन मराठीतील दर्जेदार आणि प्रेरक ठरणारे आहे. डॉ. देविदास तारु यांच्या समग्र लेखन कार्यास माझ्या शुभेच्छा.

– वर्षा ठाकूर-घुगे (भा.प्र.से.)

मुख्यकार्यकारी अधिकारी जिल्हा परिषद, नांदेड

श्री देविदास तारु या प्रतिभासंपन्न लेखक, कवी, विचारवंत असलेल्या एका तरुणाचे 'आता मव्हं काय!' हे स्वकथन म्हणजे धगधगत्या अंगारातून उमलेले विलक्षण प्रेरणादायी कमलपुष्प आहे. लेखकाच्या पूर्वायुष्यातील बावनकशी दु:ख, दैन्य ज्वालामुखीतून बाहेर पडणाऱ्या लाव्हारसाच्या धगधगत्या ठिणग्या वाचकांना होरपळीचा दाहक अनुभव देतात. चोऱ्यामाऱ्या दारू, अफू, जुगार या भयंकर गुन्हेगारी प्रवृत्तीचे रूपांतर आज सृजनशील आदर्श शिक्षकात झालेले आहे.

डॉ. बाबासाहेब आंबेडकरांच्या प्रेरक दीप्तीमान प्रकाशाने एका खलकानायकाचे रूपांतर धैर्यधुरंदर, साहसी नायकात झालेले आहे. व्यसनाधीनता, आळस, गुन्हेगारी आणि दुर्गुणांच्या गर्तेत होरपळणाऱ्या कुणालाही सर्वोत्तम महानता प्राप्त करणारा व प्रेरणा देणारा हा ग्रंथ मराठी साहित्यातील पहिला ग्रंथ ठरावा या अद्वितीय साहित्यकृतीस शुभकामना.

– डॉ. गोविंद नांदेडे
पूर्व शिक्षण संचालक पुणे

शिक्षणाची अजिबात पार्श्वभूमी नसलेल्या कुटुंबात वाढलेल्या देविदास तारु यांच्या संघर्षाची 'आता मव्हं काय!' ही प्रांजळ आत्मकथनात्मक कहाणी असून, विविध प्रसंगातून विषयाचा गाभा, आशय आणि त्यातील दृश्यमयता इतकी प्रभावीपणे मांडली आहे की, वाचताना हे प्रसंग एखाद्या चित्रपटाप्रमाणे डोळ्यासमोर उभे राहतात. पत्ते खेळणे, चोऱ्यामाऱ्या करणे, दारू पिणे, गांजा ओढणे, रेल्वेच्या डब्यावरून पळणे या सर्व वाईट विचारांना मूठमाती देऊन 'आता मव्हं काय!' या एका प्रश्नाच्या शोधात निघालेल्या देविदास तारु यांचा संघर्ष हा मुळापासून वाचण्यासारखा आहे.

आशावादाची नवी पेरणी करणारा आहे. वाया गेलेला पोरगा पुढे पीएचडी तथा उच्च शिक्षित होऊन राज्य, राष्ट्रीय व आंतरराष्ट्रीय परितोषिकांचा मानकरी कसा होतो हे प्रत्येकाने वाचायलाच हवे.

– किरण केंद्रे
कार्यकारी संपादक किशोर, बालभारती, पुणे.

आपल्या स्नेहीजनांना पुस्तके भेट द्या

होरपळलेल्या बालमनाचे आत्मकथन

आता मव्हं काय!

डॉ. देविदास तारु

मेहता पब्लिशिंग हाऊस

Please contact us at **Mehta Publishing House Pvt. Ltd.**
✆ +91 020-24476924 / 24460313 / Mob. No. 9545000513
Email : production@mehtapublishinghouse.com
Website : www.mehtapublishinghouse.com

- *या पुस्तकातील लेखकाची मते, घटना, वर्णने ही त्या लेखकाची असून त्याच्याशी प्रकाशक सहमत असतीलच असे नाही.*

AATA MAVHA KAY! by Dr. DEVIDAS TARU

आता मव्हं काय! : डॉ. देविदास तारु / आत्मकथन

Email : author@mehtapublishinghouse.com

संस्थापक : सुनील अनिल मेहता

प्रकाशक : मेहता पब्लिशिंग हाऊस प्रा. लि.
१९४१ सदाशिव पेठ, माडीवाले कॉलनी, पुणे – ४११०३०.

मुद्रक : पार्कसन्स ग्राफिक्स

मुखपृष्ठ : संतोष घोंगडे

प्रथमावृत्ती : २१ जून, २०२३

किंमत : ₹ ३००

P Book ISBN 9789357200486
E Book ISBN 9789357200554
E Books available on: amazonkindle Apple Books Google Play Books

---

संघर्षमय जीवनाची
वाटचाल करणारा
माझा नाजूक व अष्टपैलू मुलगा,
मन *यास समर्पित.*

विस्तवावरून चालत फुलणारं फूल...

१.

कुठं आणि कोणत्या परिस्थितीत जन्माला यायचं, हे काही कोण्या माणसाच्या हातात नसतं हे जरी खरं असलं तरी ज्या परिस्थितीत माणूस जन्माला येतो, ती घडवण्याचा प्रयत्न मात्र तो करू शकतो. अर्थात, सर्वांकडेच ती क्षमता असत नाही. खूप कमी लोकांकडे ती असते. बऱ्याच वेळेला परिस्थितीही माणसाला घडवण्याचा प्रयत्न करत असते. शेवटी माणूस मातेबरोबरच परिस्थितीचंही अपत्य असतो. परिस्थिती जेव्हा माणसाला घडवते, तेव्हा तिला माणसाचा प्रतिसाद कसा असतो, हेही महत्त्वाचं असतंच. परस्परांच्या प्रतिसादातून हा जडणघडणीचा खेळ चालू असतो. माणूस परिस्थितीचं, समाजाचंही अपत्य असेल तर या गोष्टी कशा असतात, यावरही माणसाची जडणघडण अवलंबून असते. काही वेळा माणूस परिस्थितीवर मात करतो, तर काही वेळा परिस्थिती माणसावर मात करते. हा जो सततचा खेळ चालू असतो, त्याचा अर्थ आणि अन्वयार्थ माणसालाच लावावा लागतो. गर्द अंधाऱ्या रात्रीतला प्रवास कसा असतो आणि टिपूर चांदण्यांत अंघोळ करत करावयाचा प्रवास कसा असतो... रस्त्यावर वळण कधी येतं, मुळात ते येतं की नाही आणि आलंच तर ते कसं पकडायचं आणि प्रसंगी कसं चुकवायचं याचाही विचार माणसालाच करावा लागतो. अंधारातली सगळीच वळणं उजेडाकडं जातीलच असं नाही. सगळीच झाडं सावली देणारी असतील असंही नाही. काही वेळा वळणं आपोआपच येतात, तर काही वेळा आपल्यालाच ती शोधावी लागतात. परिस्थिती अनेकदा धगीचे, होरपळीचे, अंधाराचे, दुःखाचे थरथरवून टाकणारे पट्टे तयार करते. अशा पट्ट्यांवर जेव्हा एखादा जन्माला येतो, तेव्हा तो या पट्ट्यांचा इतिहास-भूगोल आणि अर्थ समजावून न घेता, एखाद्या प्रश्नाला गर्भाशयापासून बाहेर न काढता जे वाट्याला आलं ते स्वीकारून जगू लागतो. परिस्थितीशी तो आंधळेपणानं इमान ठेवतो. परिस्थितीनुसार जगू लागतो. तिच्या बोटात बोट गुंतवून प्रवासाला

निघतो. प्रवास धगीचा आहे, होरपळ करणारा आहे, हेही तो विसरून बसतो. ओॲसिसच्या शोधात तो निघत नाही. परिस्थितीही त्याला तसं करू देत नाही. बालपणाच्या काळात हे अधिक घडतं. आपण कोणत्या परिस्थितीत जन्माला आलो, जबाबदार कोण, काटेरी दुनिया बदलते काय किंवा बदलता येते काय यापैकी कशाचंही आकलन होण्याचं वय नसतं किंवा त्यासाठी मदत करणारी व्यवस्था घरात किंवा बाहेर, मनात किंवा मनाबाहेर तयार होत नाही. पायाखाली धग किंवा होरपळ, डोळ्यांवर धग, रंध्रारंध्रात धगीचा प्रवेश असतानाही अनेक जण जीवनाचं, त्यातील ताण्याबाण्यांचं, ऊनसावलीचं, धग-गारव्याचं द्वंद्व समजून न घेता बिनधास्तपणे जगण्याचा प्रयत्न करतात. त्यालाच जगणं मानतात. त्यालाच वाटा मानतात. त्यालाच नशिबाचे भोग मानतात. पण असं खूप अपवादात्मक घडतं, की एखाद्याला चऱ्हाट झालेल्या आयुष्यातल्या एका धाग्याची चित्तरकथा समजते. या गुंता होऊन सापडलेल्या धाग्याचा प्रारंभ आणि शेवट कळतो, तेव्हा माणूस स्वयंप्रेरणेनेच बंड करतो. तुडवलेल्या वाटेशी बेइमानी करतो, विद्रोह करतो. काळोखाकडं जाणारे रस्ते उद्‌ध्वस्त करतो, आपल्या पंखांचा, त्यातल्या ऊर्जेचा अंदाज घेतो, डोळ्यांवर व्यवस्थेनं चिकटवलेल्या अंधारभरल्या चिकटपट्ट्या काढून फेकतो आणि खरंच स्वत:ला आता आतून-बाहेरून बदलता येतं या हिमतीनं बाहेर पडतो. नवे रस्ते तयार करू लागतो. त्यासाठी स्वत:च खोदकाम, बांधकाम करू लागतो. बालपणाला चिकटलेली होरपळ खरडून काढतो. एक नवा माणूस बनण्याचा प्रयत्न करतो. अर्थात, यातल्या अनेक गोष्टी कल्पनेतच चांगल्या वाटतात. त्या वास्तवात येण्यासाठी 'रात्रंदिन आम्हां युद्धाचा प्रसंग' या भावनेनं लढावं लागतं... नवी दाहकता, नवे जय-विजय पचवावे लागतात. मागं न वळण्याची शपथ घ्यावी लागते आणि आयुष्य उभारणीचा नवा आराखडा, नवं आर्किटेक्चर तयार करावं लागतं. अर्थात, हेही अपवादात्मकच घडतं. स्वप्न आणि सत्य, कल्पना आणि वास्तव यामध्ये पुन्हा होरपळ वाढवणारी, जखमा तयार करणारी, त्या वाहत्या ठेवणारी व्यवस्थाही काटेरी रूप घेऊन उगवतच असते. या उगवतीवर पाय ठेवून जेव्हा एखादा उभा राहतो, तेव्हा जन्माला येतं एक अस्सल आत्मकथन म्हणजेच 'आता मव्हं काय?' 'मव्हं' म्हणजे माझं. 'माझं काय' हा प्रश्न देवीदास तारु याला जगण्याच्या होरपळीत म्हणजे अगदीच बालपणी होत असलेल्या होरपळीत कोणीतरी विचारला होता. त्या वेळी त्याच्याकडं काहीच उत्तर नव्हतं. सगळी उत्तरं होरपळीत खाक झालेली होती. 'मी कोण' हा तसा प्रत्येक जिवाला त्याच्या जन्माबरोबरच पडणारा प्रश्न असतो. जन्माला आल्यावर त्याच्या पहिल्याच टॅहँ या आवाजात हा प्रश्न असतो. मी कोण... कोहम्... who am I, मैं कौन हूँ ...

गंमत अशी असते की, या प्रश्नाला तयार उत्तर नसतं. माणूस त्याच्या कर्तबगारीतून ते तयार करतो. ज्याला हे जमत नाही, तो निनावीच वाहून जातो प्रवाहात... पण ज्याला उत्तर सापडतं, म्हणजे एक दीर्घ लढाई करून सापडतं, तो उत्तर देतो- 'होय, मी आहे... मी आहेच...' हे उत्तर त्याची ओळख असते. पृथ्वीवरच्या त्याच्या अस्तित्वाचंही चिन्ह असतं. खूण असते. माणूस म्हणत अस्तित्व आणि चेहरा धारण करून जगत असल्याचं चिन्ह असतं. देविदास तारुनंही हे चिन्ह समाजासमोर आणलंय. एका दीर्घ लढाईनंतर स्वकथनाच्या रूपानं. 'आता माझं काय?' या होरपळीत जळणाऱ्या, करपण्याच्या अवस्थेत पडलेल्या प्रश्नाचं उत्तर त्यानं लढाई करून मिळवलं आणि आता मी आहेच, आता माझ्या पायाखाली वाट आहे, मुक्कामाला पोहोचण्याचं ठिकाण आहे, माझ्या ओंजळीत बुद्ध, बाबासाहेबांच्या विचारांचा उजेड आहे, असं सांगितलं. हे उत्तर म्हणजेच जाणीवपूर्वक केलेली कष्टाची पेरणी आणि तिला फुटलेली पालवी होय. अंधारानं बंद केलेला आपला जबडा होय. उत्तरायण वगैरे... अर्थात, हे गाइडातलं उत्तर नाहीये. लोहार भट्टीत लोहाला म्हणजे लोखंडाला जसं तापवून, बडवून, आघात करून हवा तसा आकार देतो, तसं हे तारुचं उत्तर आहे. वाळवंटातून हिरवळीकडे जाणारं हे उत्तर आहे.

२.

मराठीत स्वकथनांचा जेवढा सुकाळ आहे, तेवढा अन्य कोणत्या भाषेत नसावा. एकेकाळी या स्वकथनांनी आवर्तात सापडलेल्या मराठी साहित्याचा चेहरामोहरा बदलून टाकला होता. पण हा काळ फार टिकला नाही. स्वकथनं लिहिण्याची जणू लाटच आली होती. पूर्वसुरींनी लिहिलेल्या आणि गाजलेल्या स्वकथनांच्या प्रभावामुळे, अनुकरणामुळे ही लाट आली. ती अजूनही टिकून आहे. वर्षाला पाच-पंचवीस स्वकथनं येत असतात. स्वकथन लिहिणं म्हणजेच लेखक होणं, साहित्यिक होणं असे भ्रमही तयार होत आहेत आणि ते जोपासलेही जात आहेत. मान्यताप्राप्त केले जात आहेत. स्वकथनांचा इतका मारा आहे, की कोणी कधी आणि काय लिहिलं हेही आता लोकांच्या लक्षात राहत नाही. तसं घडायला स्वकथनं परिणामकारक असावी लागतात. पण त्याचा अभाव आहे. अनेकांची स्वकथनानंतर दुसरी कलाकृती टिकली नाही, असेही लेखक आपल्याकडे आहेत आणि स्वकथनानंतर दुसरं काहीच लिहिलं नाही, असेही आहेत. स्वकथनाला जणूकाही पवित्र गाय समजून त्याची चिकित्साही कोणी करत नाही. केलीच तर तिची दखल घ्यायलाही कोणी असत नाही. अशा एका संभ्रमित पार्श्वभूमीवर देविदासचं स्वकथन आलं आहे. त्यातील बहुतेक भाग संघर्षावर आणि चक्रव्यूह भेदण्यावर आहे. बालपणाच्या कल्पना रम्य केल्या जातात. ते खरंही असतं. पण

कोणत्या परिस्थितीत कोण जन्माला येतो यावरही त्याचं बालपण कसं दिसणार, हे ठरत असतं. देविदासच्या जन्माचा त्याच्या आईला आनंद होतो. तसा तो प्रत्येक माता-पित्याला होतच असतो; पण इथं होणाऱ्या अतिआनंदाला वेगळं परिमाण आहे. लग्नानंतर पहिली दहा वर्षं तिला मूलबाळ झालं नव्हतं. भारतीय समाज आणि कुटुंबव्यवस्थेत जोपर्यंत महिलेला मातृत्व प्राप्त होत नाही, तोपर्यंत तिच्या कुटुंबाला पूर्णत्व प्राप्त होत नाही. एवढंच काय, मेल्यावर तिचा आत्मा भरकटत राहतो. स्वर्ग-नरकाची दारं तिच्यासाठी बंद होतात. एक माणूस, एक स्त्री म्हणून असणारी मान्यता तिला मिळत नाही. उलट 'वांझोटी बाई' असा एक शिक्का तिच्या कपाळावरच्या कुंकवाभोवतीच गडद केला जातो. कुंकवाचं महत्त्व कमी कमी व्हायला लागतं आणि हा शिक्का तिचा सर्व प्रकारचा छळ करण्याची मान्यता देतो. समाजमान्यता आणि कुटुंबमान्यता देतो. जमनाबाईचं अगदी तस्संच झालं. तिच्या पदरात सासरनं सुख-समाधान टाकण्याऐवजी ओंजळभर वांझपण टाकलं. वंशाचा दिवा टिकवण्यासाठी तिच्या छातीवर बसायला सवत आली. सवतीला लवकर अपत्य झालं आणि हिच्या छळाचा पसारा वाढला. शेवटी लग्नानंतर दहाव्या वर्षी तिचा देविदास जन्माला आला. एका पोराच्या जन्मानं तिला वांझपणातून मुक्त केलं. आई नावाची पदवी दिली. वंशाच्या दिव्याचा उजेड तिच्या काळजात पसरला. एका माणसाचा जन्म काय करतो, हे पुन्हा एकदा सिद्ध झालं होतं. अर्थात, व्यवस्थेनं महिलांभोवती बनवलेले हे सापळेच असतात. पण या सापळ्याच्या बाहेर ती पडली. सवतीच्या जुलमामुळे लेकराला काखोटीला मारून घराबाहेरही पडली. नाथपणाची नाती असूनही हे माय-लेकरू एका अर्थानं अनाथच झालं होतं. लेकरू जगवण्यासाठी आई रात्रंदिवस भाकरीची शिकार करण्यात गुंतलेली आणि लेकरू डोक्यावर फाटकं आभाळ आणि पायाखाली नाकतुटली जमीन घेऊन फिरत होतं. त्याला फिरण्यासाठी रस्ता नव्हता. सावलीसाठी रस्त्यावर झाड नव्हतं. 'बाळा, असं करू नकोस आणि तसं कर', असं सांगणारा हात डोक्यावर नव्हता. बालपण घडवणारी, त्याला आकार आणि आशय देणारी व्यवस्था नव्हती. शिल्लक होती ती होरपळ! ही होरपळच त्याचं अंथरूण, पांघरूण झाली. त्यावरच छोटा देविदास वाढत गेला. या वाढण्याला आकार नव्हता. कारण व्यवस्था तो बनू देत नव्हती. मग जगायचं कसं? तर जसं जगता येईल तसं जगायचं! देविदास ज्या पर्यावरणात जगण्यासाठी पावलं टाकण्याचा प्रयत्न करत होता, तिथं अंधार जास्त, उजेड कमी होता. वाटा कमी, खड्डे जास्त होते. प्रवाह नव्हते. डबकी होती. हाता-तोंडाची गाठभेट होणं यालाच लोक जगणं म्हणत होते. या जगण्याच्या नाना तऱ्हा होत्या. पडेल त्या मार्गानं भाकरीच्या मागं धावत राहायचं. भाकरी सहज मिळेल याची खात्री नव्हती.

मुळातच भाकरीसाठी कोणती निर्मितीची तारीख किंवा कोणती एक्स्पायरी डेट नव्हतीच. इथं माणूस परिस्थितीला ओढत नव्हता, तर परिस्थिती माणसाला ओढत होती. तिची म्हणून एक मगरमिठी होती. देविदास या परिस्थितीत अडकत होता. ही परिस्थिती माणसाला स्थिर राहून जगू देत नव्हती. एकसारखं धावायला लावत होती. या धावण्याच्या स्पर्धेत नको ती स्टेशनं येऊ लागली. ती देविदासला तिकडं ओढू लागली. अतिशय लहानपणी त्याची आई त्याला पाटीत घालून कामाच्या ठिकाणी न्यायची. तो रडू नये म्हणून त्याला अफू द्यायची. नंतर अफू दूर झाली; पण धावण्याची आणि कुठंही धावण्यातून नवी झिंग सुरू केली. ज्यानं मार्गानं गुन्हेगारी असं बोलं जातं, त्या वाटेवरून छोटा देविदास धावू लागला. दंगामस्ती, जुगार, चोऱ्या, शाळेला दांडी मारणं, खोटं बोलणं, झटपट काही मिळवण्याचा प्रयत्न करणं, विनातिकीट प्रवास करणं, मारामाऱ्या करणं, पैसे घेऊन पळणं, वाहनांच्या काचा चोरणं वगैरे गोष्टी सुरू झाल्या. या सर्व गोष्टी गुन्हेगारी मार्गाकडे जाणाऱ्या होत्या. एकदा का तो मार्ग पकडला, की परतीचा प्रवास बंद होतो. या मार्गावर ठिकठिकाणी सुरुंग पेरलेले असतात. अनेकदा हे सुरुंग चुकवण्यात देवीदासला यशही येत होतं. अनेकदा ही गोष्ट पुन्हा नाही करायची, असं ठरवून तो दुसरा रस्ता पकडायचा; पण तिथंही असेच सुरुंग पेरलेले. तारेवरचा खेळ करायचा आहे. थोडा तोल गेला की डोकं फुटणार आहे आणि त्यातली स्वप्नंही फुटणार आहेत. कायम धगीत जगणं हीसुद्धा एक जोखीमच असते. सततची धग घेऊन त्वचा करपते आणि तिथं रक्त घेऊन जाणाऱ्या वाहिन्याही करपतात. काळोख दाटायला लागतो. आत आणि बाहेर एक धुम्मस सुरू होते आणि याच ठिकाणी एखादा माणूसपण गमावून बसतो. जगण्याचं कारण काय, श्वासांचा उपयोग कशासाठी, आपल्या हालचालींचं प्रयोजन काय, हे सारं माणूस गमावून बसतो. पण याही परिस्थितीत आपण आपला तोल सांभाळावा अशा काही गोष्टी घडत असतात. त्यांची चाहूल लागत असते. प्रश्न असतो तो आपलं दार कोणती संधी, कोणतं वळण किंवा कोणता हात ठोठावतो आहे हे समजून घेण्याचा. ही संधीही दुर्मिळ असते. ती घेतली नाही तर ती पुन्हा कधी आपल्या आयुष्याच्या दारात एटीएमचं कार्ड घेऊन उभी राहत नाही. अशीच एक संधी एका प्रश्नाच्या रूपानं देविदासकडं आली. विहारात कोणीतरी शहाण्यानं छोट्या देविदासला विचारलेला एक साधा प्रश्न. 'कोण आहेस तू? कोण होणार आहेस तू?' अतिशय साधा प्रश्न होता; पण उत्तर नव्हतं. त्याचा मेंदू रिता होता. उत्तर काय द्यायचं? बाकीच्यांनी दिलंय. आपलं उत्तर काय? अन् देविदास उत्तराच्या शोधात निघाला. एक दीर्घ लढाई करण्याच्या निर्धारानं...

३.

खरंतर चोहोबाजूंनी दाटून येणाऱ्या अंधाराचं आणि धगीचं उत्तर महात्मा फुले आणि डॉ. बाबासाहेब यांनी कधीच देऊन ठेवलं होतं. शिक्षणच दुःखमुक्तीचा मार्ग आहे. शिक्षणच वाघिणीचं दूध असतं, हे बाबासाहेबांनी सांगून ठेवलं होतं. शिक्षण घेण्यासाठी, ज्ञान घेण्यासाठी तशी वयाची अट असत नाही. पण परंपरेनं अशा काही अटी तयार केलेल्या आहेत. बालपणातल्या चुकीच्या गोष्टींनी देविदासचं वय गट्टम केलं होतं. पण तो डगमगला नाही. तो पुन्हा शाळेत जाता झाला. आपल्या वयावर होणारी टीका दुर्लक्षित करून तो शिकू लागला. इतका शिकला की बी.ए.,बी.एड्.,एम.ए.,पीएच.डी. झाला. एक दुर्दम्य इच्छाशक्ती आणि 'मी कोण' या व्यवस्थेनं विचारलेल्या प्रश्नाला द्यायचं उत्तर म्हणून अतिशय प्रतिकूल परिस्थितीत तो शिकू लागला. विद्येविना मती जाते, विद्येविना माणूस गुलाम होतो, पशू होतो हे सगळं त्याला पटत होतं. शिका, संघर्ष करा, संघटित व्हा, विकास करा ही क्रांतिसूत्रं तो आपल्या काळजावर कोरत होता. कुठं पोहोचायचं, हेही त्यानं पक्कं केलं. अशा ठिकाणी की जिथं पाय गच्च रोवून आणि मस्तक आकाशाकडे करून मोठ्या आत्मविश्वासानं सांगता येतं की, 'अरे, मी आहे, मी आहे कुणी, मीही आहेच...' जणूकाही हा त्याच्या काळजातील क्रांतिघोष होता. दोन्ही हातांच्या मुठी आवळून त्यानं तो अनेकदा केला आणि सांगितलं, 'भाऊ, जग बदलता येतं, स्वतःलाही बदलता येतं, व्यवस्थेनं ओरबाडून घेतलेला चेहरा पुन्हा मिळवता येतो. आपल्या अस्तित्वाचं चिन्ह तयार करता येतं, लौकिक पावता येतं, स्वतःच्या संघर्षाचं रूपांतर एका आंदोलनात करता येतं, विजय-पराभवाचा अर्थ समजून घेता येतो...'

देविदासचं स्वकथन म्हणजे स्वतःला घडवत घडवत व्यवस्थेच्या विषमतेतून बाहेर पडण्यासाठी केलेली एक गंभीर लढाईच आहे. लढाईचं एक सुंदर प्रारूप आहे. असं प्रारूप की जे अनेकांना मोठ्या विश्वासानं वापरता येईल. या मॉडेलला निर्मितीचा काळ आहे; पण एक्स्पायरी डेट नाही. कारण हे मॉडेल कालबाह्य होणारं नाही. ते सतत प्रेरणा देणारं आहे. श्वास कोंडून ठेवणाऱ्या आणि अपंग करणाऱ्या व्यवस्थेतून बाहेर पडून देविदासनं एका मोठ्या हिमतीनं केलेला संघर्ष केवळ अचंबित करणारा आहे. या संघर्षात स्वत्व, सत्त्व, तत्त्व आणि महाऊर्जा आहे. जी फुले-आंबेडकरी विचारांतून येते. वर्गात थोराड म्हणून हसणाऱ्या विद्यार्थ्यांचा तो शिक्षक होतो. त्यांच्यासाठी तयार करावयाच्या पुस्तकनिर्मिती मंडळात जातो. बरंच काही तो करतो आणि करवून घेतो. आत्मकथनामध्ये 'स्व'ला मांडत असतानाच तो भोवतालही मांडत राहतो. त्यातले ताणेबाणे तो मांडतो. त्यातले चढ-उतार मांडतो आणि सातत्यानं एक गोष्ट सांगत राहतो-

'माणूस महाशक्तिमान आहे, ज्ञान महाशक्तिमान आहे, जिद्द महाशक्तिमान आहे आणि हे सगळं घडवणारं ज्ञान आणि महालढाईही शक्तिमानच आहे. या साऱ्या गोष्टी माणूस आणि त्याचं पर्यावरण बदलू शकतात.' भोवताल कसा आहे, हेही देविदासनं निर्भीडपणे मांडलं आहे. एकूणच, विद्यार्थी आणि तरुणाईला प्रेरणा देणारं, काही कारणानं ज्यांच्या रथाचं चाक रुतून बसलं आहे त्या चाकांना वंगण देणारं, भरारी घेऊ पाहणाऱ्यांना नवी ऊर्जा देऊ पाहणारं हे स्वकथन वेगळं आहे. थोडक्यात सांगायचं झालं तर माणूस बनण्यासाठी प्रेरणा देणारं आहे.

देविदास तारु म्हणजे उत्तर उत्तर आधुनिकतेमधील आंबेडकरी पिढी आहे. त्याचे पाय आगोदरच्या दोन तीन पिढ्यांच्या खांद्यावर आहेत म्हणून स्वाभाविकच त्याला खूप पुढचं दिसतं. त्याचं आकाश विस्तीर्ण झालं आहे. माथा वरवर, आणखी वर अभिमानानं सरकतो आहे. येणाऱ्या पिढीसाठी तो प्रेरणा देतो आहे आणि समकालीन पिढीलाही आपल्या संघर्षमय अनुभवांचं भांडार खुलं करून देतो आहे. तारुच्या काळात जातीचे प्रश्न किंचित सौम्य झाले असले, तरी नव्या भांडवलशाहीनं जगण्याचे प्रश्न तीव्र केले आहेत. श्वासासाठीही आता स्पर्धा करावी लागते आणि ती जिंकावी लागते. याच स्पर्धेत तारुही धावत राहिला, अगदी तोंडातून फेस बाहेर पडेपर्यंत धावत राहिला आणि विजेताही झाला. हे आत्मकथन धावून आयुष्य जिंकणाऱ्या तरुणाची यशोगाथा ठरलं आहे. सर्वांनाच अभिमान वाटावी अशी ही यशोगाथा आहे.

– **उत्तम कांबळे,** पूर्वाध्यक्ष,
अ.भा.मराठी साहित्य संमेलन
'चार्वाकाशय',
डॉ.देवधर शाळेसमोर,
दिंडोरी रोड, म्हसरूळ, नाशिक ४२२००४
मो. ९८८१०९९१४३
uttamkamble56@gmail.com

पुस्तक लिहिण्याचा उद्देश

ज्यांना वाटते माझे प्रगतीचे सर्व मार्ग बंद झाले आहेत, आता आपण एखाद्या वाईट परिस्थितीतून बाहेर पडूच शकत नाही, किंबहुना संकटाचा सामना करू शकत नाही; परंतु मनात आणले तर जिद्दीने प्रगतीचा, उन्नतीचा मार्ग खुला करण्याचे सामर्थ्य स्वतःमध्ये निर्माण करू शकतो.

जेव्हा एखाद्याला वाटते की आपण गर्तेत किंवा वाईट कृतीत सापडलो आहोत त्या वेळी आपल्यातील सर्व सामर्थ्य एकवटून, मनात-त्यातून बाहेर पडण्याची अंतिम इच्छा व्यक्त केल्यास त्यांना नक्कीच मार्ग सापडेल. आता आपण संपलो, आपले अस्तित्व संपले असा विचार मनात घोळत असेल त्याचवेळी फक्त एकवेळ तुमच्यातील अंतिम ध्येय एकत्र करून त्या संकटाच्या समोर पाय रोवून उभे रहा. संकटे तुम्हाला घाबरून मार्ग बदलतील किंवा तुम्हाला सॅल्युट ठोकतील हा विचार या पुस्तकाचा आत्मा आहे.

मलाही असेच वाटायचे मी आता काहीही करू शकत नाही. आपले जीवन रोजंदारी करून किंवा चोऱ्यामाऱ्या करून व्यतीत केल्याशिवाय पर्याय नाही. किडामुंग्याप्रमाणे आपणही एक दिवस कुणाच्या तरी पायाखाली चिरडले जाऊ.

लहाणपणी शाळेचा तिरस्कार वाटायचा. पण त्याच शाळेने मला माणूसपण दिले. जगण्याचे सामर्थ्य दिले. खरेखोटे अस्तित्व जाणण्याचे कौशल्य प्रदान केले. स्वविचाराची पेरणी करण्याचे अन् व्यक्त होण्याचे धाडस दिले. शाळेनेच मला माझी ओळख दिली. आणि या शाळेतील शिक्षणामुळेच आज माझ्या रोजीरोटीचा मार्ग प्रशस्त केला. मला मानसन्मान मिळवून दिला. पुढे मी सर्व परिस्थितीवर मात करून बी.ए., बीएड्., एम. ए., एम.एड., पीएच.डी. अशा पदव्या घेऊन उच्चशिक्षित झालो. महाराष्ट्र शासनाच्या आदर्श शिक्षक या पुरस्काराबरोबरच अनेक राष्ट्रीय व आंतरराष्ट्रीय पारितोषिके, गोल्डमेडल, सिल्व्हरमेडल, ब्रान्झमेडल इ. मिळवून मानसन्मान प्राप्त केला. तसेच बालभारतीच्या मराठी विषयाच्या अभ्यासक्रमाची पंधरा पुस्तके लिहून त्यात आपले नाव समाविष्ट

केले. महाराष्ट्रातील निवडक वीस ते पंचवीस अधिकारी व शिक्षक ज्यांनी शैक्षणिक क्षेत्रात नावीन्यपूर्ण अध्ययन-अध्यापन पद्धती निर्माण करून शैक्षणिक कार्यात योगदान दिले अशा अधिकारी व शिक्षकांच्या कार्याविषयी महाराष्ट्राचे तत्कालीन शिक्षण आयुक्त आदरणीय डॉ. पुरुषोत्तम भापकर यांनी 'गुणवत्तेचे शिलेदार' हे पुस्तक लिहून, त्यात माझ्या कार्याचाही गौरव केला हाच माझा मी सर्वांत मोठा विजय मानतो. एका शिक्षकाला यापेक्षा अजून दुसरे काय हवे!

मित्रहो, एखादा माणूस किंवा एखादे पुस्तक, त्या पुस्तकातील अनुभव आपल्या जीवनात परिवर्तन आणू शकतात. आपल्यात शंभर हत्तींचे बळ निर्माण करू शकतात. किंबहुना आपल्या जीवनात सूर्याचे तेज घेऊन येऊ शकतात. असाच एक प्रसंग या ठिकाणी मी नमूद करू इच्छितो. अनेक दिवसांपासून पुस्तक लिहायचे माझ्या मनात होते परंतु प्रकट होऊन ते कागदावर यायचे नाही पण एक दिवस राजमुद्राचे संचालक माझे मित्र मनोहर भोळे यांनी त्यांचे पुस्तक 'आयुष्य घडतांना' मला भेट दिले. ते चाळत असताना, हे पुस्तक मलाही स्वतःबद्दल लिहिण्यास प्रोत्साहित करीत होते. या पुस्तकातील कहाणी वाचताना माझी कहाणी कधी लिहिली गेली हे कळलेच नाही. तू लिहिता हो, तुझ्या बालमनाची व्यथा तू व्यक्त कर, मन मोकळं कर, फुटू दे तुझ्या लेखणीतून शब्दांचे धुमारे, सांग जगाला ओरडून तुझ्या अपयशाचे किस्से, अन् कळू दे तुझ्यातल्या अपयशाला लोळवलेल्या यशाचे सामर्थ्य! हा अनुभव घेऊन 'आता मव्हं काय' या पुस्तकात मी माझे बालपण व तरुणपणातील माणूसपण शब्दांत पकडण्याचा प्रयत्न केला आहे.

माझा हा जीवनानुभव लहानपणी किंवा तरुणपणी भरकटलेल्या व ध्येयहीन झालेल्यांना तसेच जे शिक्षणापासून दूर गेले आहेत, ज्यांनी अर्ध्यावरच आपले शिक्षण सोडून दिले आहे. अशा युवा वर्गाला त्यांच्या जिवनात उत्कर्षासाठी दिशादर्शक ठरेल. याच अपेक्षेने हे पुस्तक आपणांपर्यंत पोचवत आहे. यात कुठलाही भंपकपणा, खोटेपणा किंवा शब्दांची अतशबाजी न करता, जे मी जगलो व अनुभवलो अगदी तेच प्रामाणिकपणे माझ्या शब्दांतून व्यक्त झालो आहे. आपण या पुस्तकाचे स्वागत कराल या अपेक्षेने!

मित्रहो, राष्ट्रीय खेळाडू अरुनिमाच्या पायावरून ४९ रेल्वे गेल्या. तिचे दोन्ही पाय निकामी झाले असता, तिचा निर्धार एव्हरेस्ट शिखर पार करायचा होता आणि ते तिने पारही केले. आपले नाव इतिहासामध्ये सोनेरी अक्षराने लिहिले.

विल्मा रूडाल्फ ही जन्मजात पोलिओग्रस्त असताना सुद्धा मनात दुर्दम्य इच्छाशक्ती घेऊन १९६० च्या ऑलम्पिकमध्ये धावण्याच्या शर्यतीत पोलिओवर मात करून तीन सुवर्णपदके प्राप्त करणारी ती अमेरिकेतील पहिली महिला ठरली.

याचा अर्थ परिस्थिती किंवा व्यंगत्व माणसाला गुलाम करते किंवा त्याची प्रगती रोकते हे पूर्णत: चूकीचे आहे असे मला वाटते. उलट परिस्थितीवर मात करूनच अनेकांनी इतिहास रचला याची वाचकांना कल्पना आहे. माझ्याही जीवनात अशीच शिक्षणामुळे परिवर्तनाची पहाट आली होती. लहानपणी बिडी, गांजा, दारू, हातभट्टीची दारू, चोऱ्यामाऱ्या करत मी अशा वातावरणामध्ये जगलो, की यातून बाहेर पडणे शक्य नव्हते. अंधकारमय जीवनातून मार्गक्रमण करीत असताना मनात दुर्दम्य आशावाद निर्माण करणाऱ्या 'आता मव्हं काय' या एका वाक्याने माझ्या जीवनात परिवर्तन आणले. आणि राज्य, राष्ट्रीय तथा आंतरराष्ट्रीय पारितोषिकांचा धनी ठरून एक आदर्श शिक्षक म्हणून नावारूपाला आलो. मी जीवनात अनेक मोठ्या पदांना गवसणी घातली होती. पण मी माझे ध्येय सुरुवातीलाच शिक्षक होण्याचे ठरवले असल्यामुळे ते कदाचित माझ्या अंतर्मनाच्या मन:पटलावर कोरले गेले असेल. त्यामुळे मी अनेक पदांच्या जवळ जाऊनसुद्धा माझ्यातल्या कायम झालेल्या शिक्षकाने त्या पदांना बाजूला केले असावे, असे मला नेहमी वाटत असते.

मी जर अधिकारी झालो असतो तर मला अनेक अधिकारी घडवण्याचा बहुमान मिळाला नसता. आज प्रत्येक क्षेत्रात माझा एकतरी विद्यार्थी छोट्या-मोठ्या पदांवर कार्यरत आहे हे मी माझे भाग्य समजतो. मी सदैव मुलांमध्ये व कोवळ्या फुलांमध्ये राहतो त्यामुळे माझ्या कार्याला सुगंध प्राप्त झाला आहे.

या पुस्तकाची प्रस्तावना लिहिणारे ज्येष्ठ साहित्यिक आदरणीय उत्तम कांबळे सर यांनी माझ्या पहिल्यावहिल्या पुस्तकाला प्रस्तावना देऊन मला साहित्य जगतात बोटाला धरून मार्गदर्शन करून चालण्यासाठी प्रोत्साहित केले त्यामुळे त्यांचा मी ऋणी आहे. किशोर मासिकाचे संपादक आदरणीय किरण केंद्रे सर यांनी या पुस्तकाला शब्दरूपी शुभेच्छा देऊन साहित्य क्षेत्रातला माझा प्रवास सुकर केला. त्यास्तव त्यांचेही मी ऋण व्यक्त करतो. महाराष्ट्र राज्याचे माजी शिक्षण संचालक आदरणीय गोविंद नांदेडे यांनीही आपल्या शब्दांच्या जादूगिरीने माझ्या पुस्तकाची पाठराखण केली, त्याबद्दल मी त्यांच्याही ऋणातच. नांदेड जिल्हा परिषदेच्या मुख्य कार्यकारी अधिकारी आदरणीय वर्षाताई ठाकूर यांनी 'आता मव्हं काय'ला सहृदयी शुभेच्छा दिल्या यास्तव मी त्यांचाही ऋणी आहे. पुस्तकातील बऱ्याच उणिवा काढून पुस्तक स्वयंसिद्ध करण्यासाठी ज्यांनी मला वेळेची पर्वा न करता सहकार्य केले असे स्वामी रामानंद तीर्थ मराठवाडा विद्यापीठाचे स्कूल ऑफ एज्युकेशनचे संचालक डॉ. चंद्रकांत बाविस्कर यांचेही मी ऋण व्यक्त करतो. वेळोवेळी मार्गदर्शन करून माझा उत्साह वाढवणारे प्रसिद्ध साहित्यिक माझे मित्र डॉ. राम वाघमारे, ज्येष्ठ साहित्यिक देविदास

फुलारी, राजमुद्राचे संचालक मनोहर भोळे, जि.प. नांदेडचे जनसंपर्क अधिकारी माझे मित्र मिलिंद व्यवहारे, जिल्हा परिषदेतील सहायक कार्यक्रमाधिकारी डॉ. विलास ढवळे, यशदाचे संशोधन अधिकारी आदरणीय डॉ. बबन जोगदंड या सर्व मान्यवरांनी मला वेळोवेळी सहकार्य केले त्याबद्दल मी त्यांचे आभार व्यक्त करतो.

हे पुस्तक लिहिताना माझी माय जमनाबाई हिच्याशीही मी खूप चर्चा केली त्यामुळे काही संदर्भ मला पकडता आले. त्यामुळे मायच्याही मी ऋणाईत आहेच. तसेच या पुस्तकाच्या संदर्भाने माझ्या पत्नीचेही मोलाचे सहकार्य लाभले तिच्या सहकार्याशिवाय हे पुस्तकच काय, माझा जीवनप्रवासही सुकर झाला नसता अशी माझी सहचारिणी पल्लवी, माझी मुले– चि. मन, चि. मीत व मुलगी ऋतुजा व जावई माणिक यांनी मुखपृष्ठापासून ते पुस्तकांतील प्रसंग लिहिण्यापर्यंत वेळोवेळी सहकार्य केले त्याबद्दल त्यांच्याही ऋणाईत आहे.

ज्यांनी 'आता मव्हं काय' हे माझे आत्मकथन सत्यात उतरवले व पुस्तकरूपाने छापून वाचकांपर्यंत पोहचवले ते मेहता पब्लिशिंग हाऊस यांचेही मी ऋण व्यक्त करतो. ज्यांनी प्रत्यक्ष-अप्रत्यक्ष "आता मव्हं काय"साठी सहकार्य दिले त्या सर्वांचा मी ऋणी आहे.

शेवटी सुजाण वाचक या आत्मकथनाचे नक्कीच स्वागत करतील अशी अपेक्षा व्यक्त करतो आणि थांबतो.

– डॉ. देविदास तारु

अनुक्रमणिका

जन्मपूर्व पार्श्वभूमी

"दैदास्यावं ऽऽ"

असा आवाज काढून माय मला हाका मारायची "याचं मडं जावू दे, कुठं खपलंय की हे पोरगं," असे म्हणून येणाऱ्या जाणाऱ्या माझ्या दोस्तांना ती विचारायची. "दैदास्या दिसलां का रं तिकडं कुठं?""न्हाय ब्वां आम्हाला न्हायी दिसला त्यो" असं ती मुलं तिला म्हणायची अन् निघून जायची. मोहल्ल्यामध्ये सगळीकडे ओरडून-ओरडून मंदिरापाशी मुख्य रस्त्यावर येऊन पुन्हा एकदा 'दैदास्या'चा नारा लावत. आम्ही पोरं रात्रीला लपना-छपनी, आटाचम्मा किंवा लायटाखाली बसून खेळणारे खेळ खेळायचो. अशा खेळायच्या टायमालाच, माय "भाकर खांय ऽ भाकर खांय ऽ" म्हणून म्हागं लागायची. मी अंधारात लपून गुपचूप तिचा आवाज ऐकायचा; पण बोलायचाच नाही. ती ओरडून-ओरडून तिथूंन निघून गेली की, पुन्हा पोरांसोबत येऊन खेळायचा. म्हणून मी जर रात्री लवकर घरी आलो नाही तर माय अशी माझ्या नावानं ओरडायची. अहो! मी किती तरी वर्षानं, नवसानं, ८-९ वर्षानं झालेला. म्हणजे माझ्या सावत्रमायला करून आणल्यानंतर आणि माझ्या सावत्र भावाचा जन्म झाल्यानंतर दोन वर्षांनी मी जन्मलो होतो. येवढी रेअर केस असूनसुद्धा माय मला 'याचं मडं जाऊ दे' म्हणून घान घान शिव्या द्यायची.

माझ्या जन्माच्या अगोदर माझ्या जन्माचे अनेक किस्से मला मायकडून व मोहल्ल्यातील अनेक लोकांकडून समजले. आमचा मोहल्ला म्हणजे जिल्ह्याच्या ठिकाणापासून पोलीस ठाणे, एस पी ऑफिस, बसस्टेशन, रेल्वेस्टेशन, सरकारी दवाखाना, मुख्य पोस्ट ऑफिस, जिल्हा न्यायालय, नगरपालिका, (सध्याची महानगरपालिका) आणि जिल्हा परिषद अशी सर्व प्रमुख ऑफिसेस पाच ते दहा मिनिटाच्या अंतरावर असलेला भीमघाट होय. भीमघाट एकदम नदीच्या तीरावरच वसलेले. त्यामुळे पाण्याची मुबलक व्यवस्था असलेले. पुराचे पाणी कधी कधी घरावरून जायचे. अहो घर तरी काय? हंगामी चार बांबू, दोन चार मोठे

बाभळीचे लाकडे, पाचट, तुराट्या आणि पाचट बांधण्यासाठी सुतळी किंवा काथ्या हे म्हणजे घर. शहराच्या एवढेजवळ पण प्रगतीपासून कोसो दूर होते.

अशा या मोहल्ल्यामध्ये बापू, नांदेड टेक्सटाइल्स मिलमध्ये मजूर म्हणून कामाला आला होता. इथे घर नसलेल्या लोकांना मिलने तात्पुरती राहायला जागा दिली होती. आज ७० वर्षाच्या वर झाले असतील आम्ही येथेच राहतो पण आजही ही जागा आमच्या नावाने नाही. माझा बापू त्या वेळी पंचवीस एक वर्षाचा असेल. त्या वेळी बापू कामानिमित्ताने नागापूर या नांदेडच्या जवळ असलेल्या खेड्यातून येथे आला होता. ही जागा मिल प्रशासनाने गुरुद्वारा बोर्डाकडून लीजवर घेतली होती. म्हणजे भीमघाटच म्हणून नाही तर देगावचाळ, गंगाचाळ, पथरचाळ, भय्यासाहेब आंबेडकरनगर, नल्लागुटाचाळ, इत्यादी छोटे छोटे वॉर्ड या जागेवर आजही तग धरून आहेत.

अ. माझी माय

तर मी वर सांगितल्याप्रमाणे माझ्या जन्माच्या अनेक कहाण्या आहेत. माझी माय जमनाबाई ही अत्यंत धाडसी, गड्याप्रमाणेच काम करणारी, 'दिसायला गोरी पण तोंडात सुरी' अशी उपाधी मिळालेली. बोलूनबोलून व भांडून किस्स काढणारी. एकंदरीत शक्यतो कुणी खेटायचे नाही. म्हणजे कारण नसतांनाही भांडण उकरून काढणारी म्हणून सहसा कुणी नादी लागणे टाळत असे. पण तिथे कुणी तिच्या तोडीचे न्हवते असेही नाही. कारण या ठिकाणी सर्वच्या सर्व लोक कामानिमित्ताने एकत्र आलेले, पण सर्वजण गुण्यागोविंदाने मिळून मिसळून वागायचे.

ब. माझा बापू

माझा बापू कचरू हा उंच, धिप्पाड, पिळदार मिशी, पहेलवानी छाती, रांगडा, दिसायला देखणा, बोलण्यात जरब बसवणारा, आवाजात खनकपणा व कोणतेही काम अंगमेहनतीने पूर्ण करणारा, अंगात हत्तीचे बळ घेऊन फिरणारा, पण पुढच्या माणसाला मानसन्मान देणारा होता. हातात तंबाखू घेऊन चोळूनचोळून त्या तंबाखूचा बुग्गा झाला की टाळी वाजवल्यागत करून मोठा भाग फेकून द्यायचा व बुकटी बोटाने धरून डाव्या हाताच्या बोटांनी खालचा ओठ समोर ओढून गालाच्या एका भागात दाताच्या पलीकडून टाकायचा व ओठांवर आलेले तंबाखूचे कण जिभेने थूं-थूं करून बाहेर फेकायचा. आणि रोज कामावरून येताना एकतरी पॅक भूमय्याच्या अड्ड्यावरून मारून यायचा.

त्या काळी मिल म्हणजे हजारो लोकांना पोसणारी, त्यांचे संसार चालवणारी,

अनेकांना शहरात आणणारी प्राणवाहिनी तथा अन्नवाहिनी होती. उस्मानशाही मिल म्हणून ही निजामाच्या काळात १९२५ मध्ये सुरू झाली. सहा ते सात रुपये रोजंदारीवर लोक काम करायचे. १९७१-७२ मध्ये ही मील बंद पडली होती. पण काही दिवसांनी ती पुन्हा एकदा सुरू झाली. जवळपास २५ खाते या मिलमध्ये होते. १९७१ मध्ये या मिलचे नांदेड टेक्सटाईल्स मील असे नाव बदलण्यात आले. सुमारे बारा हजार लोकांचे संसार चालवणारी ही अन्नवाहिनी २००५ मध्ये जी बंद पडली ती कायमचीच.

मिलच्या लोकांना त्यावेळी तीन शिफ्टमध्ये काम होते. सकाळी सात ते तीन, दुपारी तीन ते रात्री अकरा आणि रात्री अकरा ते सकाळी सात अशी आठ तासांची कामाची पाळी असायची. मिलपासून हे ठिकाण अगदी जवळ होते. पायी पाच ते दहा मिनिटात जाता येई. म्हणून मिल कर्मचाऱ्यांसाठी ही आजूबाजूची जागा मिल प्रशासनाने गुरुद्वारा बोर्डाकडून ९० वर्षाच्या लीजवर घेतली होती. अशा ठिकाणी माझी जमनामाय व कचरूबापू यांनी संसार थाटला होता. वर्षामागून वर्ष जात होती, पण यांच्या पोटी मुल होत न्हवते. अनेक गंडे झाले, दोरे झाले, वैदू झाले, त्याकाळात मूल व्हावे यासाठी कुणी डॉक्टरांकडे जात नसे. बाहेरचेच उपाय करायचे. त्यातल्यात्यात माय आणि बापू दोघेही निरक्षर. त्यांना लिहिता वाचता येत न्हवते. शिक्षण म्हणजे काय याचा गंधही न्हवता. कारण आमच्या घराण्यात अठराविश्व दारिद्र्य असल्याने कुणी शिक्षण शिकण्याचा प्रश्नच न्हवता.

क. हिरा आजी

माझी आजी हिराबाई, ही अंगाने अतिशय काटक, कणखर, उंच पण शेलाटीसारखी सडपातळ. रोज लाकडाचे भारे आणून विकायची. त्या काळी डंकीन (नदीवरून कारखान्यासाठी पाणी पुरवठा करणारी पाण्याची टाकी) प्रसिद्ध होती. ती आजही भग्न अवस्थेत पहायला मिळते. याच डंकिनीतून मिलसहित आजूबाजूच्या नगरांना पाणी पुरवठा व्हायचा. डंकीनच्या पलीकडे सर्व जंगल होते. काटेरी झुडपेच झुडपे होती. ती जंगलात जातांना सोबत एक कुऱ्हाड, एक विळा व लाकडाचा भारा बांधण्यासाठी दोरी न्यायची. सोबत एखादी बाई असणे आवश्यक होते, कारण भारा उचलून देण्यासाठी कुणीतरी लागत असे. भारा बांधल्यानंतर कुऱ्डाड व विळा ती भाऱ्यात खोचायची आणि एका हाताने ती सोबतिनीचा भारा डोक्यावर ठेवण्यासाठी मदत करायची. त्या वेळी गोदावरी नदीत पलीकडच्या गावातील लोकांना ये-जा करण्यासाठी टोकरा (पाण्यातील नाव, होडी, नौका) होता. कधी कधी आजी नदीच्या पलीकडे

जाऊनसुद्धा लाकडांची मोळी त्या टोकऱ्यात टाकून आणायची.

भारा डोक्यावर आणून ती मिलच्या जवळ चौरस्ता असलेल्या ठिकाणी 'टाकीला', तो भारा विकेपर्यंत बसायची. आलेल्या पाच सहा रुपयामध्ये साखरपत्ती, दाळ, गोडंतेल इत्यादी आणायची. त्या काळी रॉकेलचे स्टोव्ह थोडेफार पैसे असलेल्या लोकांकडेच असायचे. गॅस सिलिंडरचा शोध अजून लागला न्हवता. लाकूड व गोवऱ्या यांच्यावरच स्वयंपाक होत असे. प्रत्येकाच्या घरात चूल असे. झोपड्यातून धूर निघून जात असे. एकदम एअर कंडिशनर झोपडी असायची. धुराने झोपडीची सर्व पाचट व लाकडे काळीभोर होऊन जात. चुलीची उडालेली राख भाकर आणि भाजीत पडत असे. तेव्हा त्या भाकर-भाजीचा वेगळाच गंध यायचा.

माझा जन्म झाला तेव्हा घटं बसले होते आणि भर अमावस्येला माझा जन्म झाला. असे आजीने मला सांगितले होते. हिरा आजीनेच मायचे बाळंतपण केल्याचे माझ्या माय व आत्याकडून मला कळाले. हिरा आजीला नस (तपकीर) ओढायची सवय होती. एका कपड्याच्या पुंजक्यात ती दोनएक रुपयांची नस आणायची. जेव्हा तलफ येई तेव्हा अंगठा व तर्जनीने पुंजक्यातून दोन बोटाच्या चिमटीत नस धरायची व दोन्ही नाकपुड्यात ठेवून जोरात मध्ये ओढायची. कधी कधी तिला इतका जोराचा ठसका लागायचा की, शिंकेबरोबर नाकातून फवारा झोपडीभर पसरायचा.

आजी कधीकधी भाकर करताना मी तिच्या चुलीजवळ बसायचा. ती हातावरच्या भाकरी करायची. चपाती फक्त थोडेफार पैसे असणाऱ्यांकडेच होत असे. आम्हाला मात्र एखादा सणवार असला तरच जाडच्या जाड पुरण घातलेल्या पोळ्या, गुळाचे आळण व चिंच घातलेली अगदी पातळ आमटी मिळायची. एरव्ही भाकर आणि मटन किंवा दाळ असा स्वयंपाक असे. कधी कधी स्वयंपाक करतानांच आजी परसांकडंला जायची व परत येऊन हातावर माती टाकून पाण्याने हात धुवून तशीच भाकरी करायला बसायची. एखाद्या वेळेला चुलीवर भाकर ठेवून तशीच ती ईराकतीला (लघुशंका) जात. ती येईपर्यंत त्या भाकरीचा कोळसा होवून जायचा.

मी आजीला म्हणायचो. "आजी मला लई भूक लागली भाकर दे की" "थोडं थांब रं लई वचवच करू नगस" असे म्हणून ती आपल्या हातातील भाकर तव्यावर धाडकन टाकायची. अन् चुलीला जाळ लावायची. जर भाकरी करताना तिला नस ओढण्याची तलफ आली, तर दोन बोटांच्या चिमटीत कमरेला खोचून असलेल्या पुंजक्यातून नस काढायची आणि नाकाच्या दोन्ही डाव्या आणि उजव्या नाकपुड्यांसमोर नस ठेवून नाकाने जोरात आतमध्ये झुरका

ओढायची. अन् तव्यावरील भाकर ती उल्तनीने पलटायची. जर अशा वेळेला शिंक आली तर ती भाकरीवरच फवारा हाणायची व त्याच नसंच्या हाताने भाजलेली भाकरी दुरडीत टाकायची आणि नाकाला आलेले पाणी बाजूला तोंडकरून शिंकरायची व हात लुगड्याला पुसून दुसरी भाकरी करण्यासाठी पिठात पाणी टाकून पीठ चुरायची. थोड्या वेळाने एका भाकरीचे चार तुकडे करून भाजी ताटात टाकून माझ्यापुढं सरकवून 'गिळ' म्हणायची.

बरेच दिवस आम्ही गुरुद्वारा लंगरचे शिळेपाते पोळ्या, भाज्या खाऊन गुजरान करायचो. आमच्या भीमघाट येथील बऱ्याच घरी हे गुरुद्वाराचे जेवण यायचे. आमच्या एका नातलगाकडून माझी हिराआजी दोन भाज्या, भात, चपाती, कढी इत्यादी आणत असे. गुरुद्वाऱ्याचे हे जेवण आम्ही बरेच दिवस खाल्लेले आहे. गुरुद्वारा लंगरमधून अनेक भुकेल्या लोकांना अन्न दिल्या जायचे. ते आजही अविरतपणे चालू आहे. या ठिकाणी अनेक शीखधर्मीय लोक संपूर्ण देश-विदेशातून येतात. गुरुतागद्दी काळात तर जवळपास एक महिना शहरात विविध ठिकाणी कॅम्प लावून नांदेडच्या सर्व लोकांना अन्नदान देण्याचे महान कार्य गुरुद्वाराकडून झाले आहे.

तख्त सचखंड श्री हुजूर अबचलनगर साहिब नांदेडचे मुख्य गुरुद्वारा आहे. आणि ते शिखांच्या पाच पवित्र स्थळांपैकी एक आहे. हे असे स्थान आहे, जेथे श्री गुरुगोविंद सिंघजींनी आपला शेवटचा श्वास घेतला. नांदेड शहरात मध्यभागी गोदावरी नदीच्या किनाऱ्यावर हा गुरुद्वारा वसला आहे. श्री मनमोहन सिंह हे पंतप्रधान असतांना व अशोकरावजी चव्हाण मुख्यमंत्री असतांना या गुरुद्वाऱ्याचा व नांदेडचा खऱ्या अर्थाने विकास झाला, असे म्हणता येईल. गुरुद्वाऱ्याची निर्मिती पंजाबचे महान शासक महाराज रणजितसिंहजींनी १८३० ते १८९१ दरम्यान केली. गुरुद्वाऱ्याच्या आत दहाव्या गुरूंचे मर्त्य अवशेष व समाधी आहे. येथे अनेक प्रकारची शस्त्रे प्रदर्शित होतात. होळी व दसऱ्याच्या दिवशी नांदेडात शिखांची भव्य मिरवूणक निघते. अशा या गुरुद्वाऱ्याने आम्हाला व आमच्या सारख्यांना बरेच दिवस जगवले आहे.

आमची परिस्थिती चांगली नव्हती. कधीकधी माझी टाळू भरण्यासाठी तेलही नसायचे. तेव्हा माय स्वतःच्या दुधाने किंवा घरात असेल तर गोडतेलाने टाळू भरायची. पुढे मी सहा-सात वर्षांचा असतानासुद्धा माय माझ्या डोक्याला गोडंतेल लावायची. डोक्याला हे तेल लावल्यामुळे केस चिपचिप व्हायचे. दिवसभर मातीत खेळत असल्यांमुळे केसांवर धुळ बसायची. रोज अंघोळ करायचा कंटाळा असल्यामुळे कधी चार दिवसाला तर कधी आठ दिवसालासुद्धा मी अंघोळ करायचा. त्यामुळे केसांमध्ये उवा आणि लिक्का व्हायच्या. दिवसभर

काही वाटायचे नाही. पण रात्री डोके खाजवून खाजवून डोक्यात जखमा व्हायच्या. झोपच यायची नाही. कधीकधी माय वेळ मिळाला तर डोक्यातल्या उवा काढून नखावर मारायची. नखावर उवा मारल्यामुळे तिची नखे नखपॉलीश लावल्यागत दिसायची. एवढ्या उवा त्या रक्त पिऊन बलवान झालेल्या असायच्या.

एखादे दिवशी अंघोळ केली की खूप चांगले वाटायचे. दिवस ताजां तवाना जायचा. भांग काढून मी आज आंघोळ केली आहे. असे प्रत्येकाला जणू दाखवण्याचा केविलवाणा प्रयत्न करायचा. कारण प्रत्येकाला माहीत होते की, मी अंघोळच करीत नाही म्हणून.

स्वच्छता ही माणसाच्या जीवनाला, व्यक्तिमत्त्वाला प्रसन्न ठेवते. घरातील स्वच्छता ही घरातील वातावरण आल्हाददायक ठेवण्यास साह्यभूत ठरते. तशी मनाची स्वच्छता हा आपल्या आजूबाजूचा सामाजिक परिसर, एकमेकांमध्ये प्रेम, जिव्हाळा, स्नेहभाव वृद्धिंगत करण्यास मदत करते. म्हणून माणसाने बाह्य स्वच्छतेबरोबरच अंतर्मनाची स्वच्छताही करावी.

तर मी.. हिराआजीबद्दल सांगत होतो. लाकडाचा भारा घेऊन येताना आजी पुरती वाकून जायची व काळी ठिक्कं पडायची. हिराआजी म्हणजे डोळ्यात भरण्यासारखी मूर्ती. आज्या नसल्यामुळे ती स्वतंत्र होती. एक मुलगी धुरपता, एक मुलगा, सून माझी माय म्हणजे जमनाबाई, असा संसार होता. त्या वेळी मिलमध्ये बदली पाळी असायची. कधी काम लागायचे तर कधी परत घरी यायचे महिन्याकाठी जेवढे दिवस भरले तेवढेच पैसे मिळायचे. महिन्याकाठी जेमतेम नव्वद ते शंभर रुपये भेटायचे. एका दिवसाला सहा ते सात रुपये रोज असायचा. मिलच्या कर्मचाऱ्यांना मिलमध्ये आहे म्हटल्यावर किराणा दुकानदार पाच ते दहा रुपयांपर्यंत उधारी द्यायचा पण पुढच्या महिन्यात काम न लागल्यामुळे ती उधारी वाढतच जायची. कधीकधी तर महिना रिकामाच जायचा. बाप घरात झोपूनच राहायचा पण दुसरे कोणते काम करायचा नाही.

इकडे हिराआजीचा लाकडाचा भारा लोक एवढे पाडून मागायचे की तो भारा ती कंटाळून घरी घेऊन यायची. कारण दिवसभर एवढी गाढव मेहनत करायची की, सर्व अंग काट्यांनी सोलून निघायचे. जागोजागी काटे घुसल्यामुळे रक्तबंबाळ व्हायची. वीस ते पंचवीस जागी रक्त निघालेले असायचे. सोबत फाटलेल्या लुगड्याचे कपडे घेऊन जायची, जेणेकरून एखादेवेळी जास्त रक्त निघत असेल तर त्याला पट्टी करण्यासाठी त्या कपड्याचा उपयोग होई. एवढ्या मेहनतीने आणलेला लाकडांचा भारा भाव पाडून मागल्यामुळे रागारागाने ती तो घरी घेऊन यायची. जर भारा विकला, तर ज्याने लाकडांचा भारा घेतला आहे त्या माणसाच्या घरी तो लाकडांचा भारा नेऊन टाकावा लागे. माझ्या जन्मानंतरही

अनेक वर्षं हा कार्यक्रम चालू होता. हे सर्व मी पाहिलेले आहे. एका लाकडाच्या भाऱ्याने संसार चालत नव्हता. म्हणून मायला पण लाकडे आणण्यासाठी आजी घेऊन जायची.

इकडे बापू काम लागले तर जायचा नाहीतर घरात झोपून राहायचा. घरात काही नसले तरी कुणाकडं मागायला जायचा नाही. सर्व भिस्त मिलच्या बदली कामावर. हे बदली काम म्हणजे जर एखादा कायम कर्मचारी त्या दिवशी कामावर आला नाही तर त्या जागी दुसऱ्या कर्मचाऱ्यास तिथे काम मिळे. अशात दोन दिवस, जेमतेम पाच दिवस, कधीकधी पंधरा दिवस, भरत असत. खरेतर आजीच घराची तारणहार होती.

एक वर्ष, दुसरे वर्ष, तिसरे वर्ष गेले. वर्षामागून वर्षं जात होती; पण मूल होत नाही म्हणून बापू टेन्शनमध्ये असायचा. घरात चिडचिड करायचा. कुठला तरी राग काढून मायला मारायचा. कडाक्याचे भांडण व्हायचे. वातावरण ठीक नसायचे. एकंदरीत घरात जिव्हाळा, प्रेम हे नव्हतेच. मिलमध्ये जाताना वाटेत भूमय्याचे दारूचे दुकान होते. मिल सुटल्यावर भूमय्याच्या अड्ड्यावर लाइन लागायची. दारू पिणाऱ्यांची गर्दीच गर्दी असायची. जणूकाही एखादी जत्राच भरली की काय? असे भूमय्याच्या अड्ड्यावरून लोक दारू पिऊन झिंगत निघायचे. विशेष म्हणजे त्या वेळी रस्त्यावर एकही कुत्रा दिसायचा नाही. एवढे लोक झुलत-डुलत यायचे की, कदाचित कुत्र्यांना पण वाटत असेल की 'ही स्वारी आपल्यावर पडली तर आपलेच काही खरे नाही.' त्यामुळे भूमय्याच्या वारकऱ्यांना रस्ता साफ करून देत असावेत. असे मला वाटे. त्यामुळे हालती झुलती भूमय्याची जत्रा, असे मिश्कीलपणे लोक म्हणायचे. काही लोक तर मी असेही बघितलेत की प्यायची चाराण्याची अन् अभिनय करायचा बाराण्याचा. म्हणजे अड्ड्यातून मस्त निघायचे अन् घर आले की पूर्ण रस्ताभर झुलत-डुलत यायचे. याचे नेमके काय कारण असावे? हे मला आजही कळले नाही. मी बरेचदा अनेक लोकांना विचारत असे, 'असे का?' तर कोणी म्हणायचे की, 'प्रतिष्ठा'. म्हणजे जो दारू पितो तो प्रतिष्ठित असतो. त्याच्याकडे जास्त पैसे असतात. असेही म्हणायचे. पण मला नंतर असे कळले की दारुड्याच्या घरात तर अठराविश्व दारिद्र्य. त्याची चूल कधी कधी पेटायची अन् जो दारू पीत नाही त्याच्या घरी लेकरं बाळं किमान पोटभर तरी जेवण करायची. पण एवढे एक समजले की, दारू ही माणसांच्या व्यक्तिमत्त्वाला, संसाराला मारक आहे. ती पिल्याने माणसांचा राक्षस होतो.

दरम्यान, आत्याचे लग्न झाले किसन वाघमारे यांच्याशी. धुरपताबाई म्हणजे माझी आत्या ही भीमघाटलाच राहायची. तिचाही नवरा मिलमध्येच होता, पण

तो बाज विणणे, किंवा सुतारकीची कामे करीत असल्यामुळे मिलमध्ये बदली काम लागले नाही तरी, उपाशी राहत नव्हते.

ड. गिरजामायची एन्ट्री

इकडे सात वर्षं झाली लग्नाला पण मूल होत नाही म्हणून जवळपास नऊ ते दहा वर्षानंतर कंटाळून बापूने दुसरे लग्न करण्याचे ठरविले. आजी हिराबाई माझे चुलतेमालते यांनी मिळून बापूचे म्होतर (दुसरे लग्न) लावून दिले. म्होतर हे पहिल्या लग्नासारखे नसे तर ते रात्री लावायचे आणि रात्रीलाच नवरीला घरी घेऊन यायचे.. हिमायतनगर येथील पोटा या गावातील गिरजाबाई सोबत म्होतर करून बापू तिला घेऊन आला. तेव्हा मायनं खूप भांडण व आदळआपट केली. भांडे फेकणे, शिव्या देणे, एकंदरीत वातावरण गंभीर झाल्याचे अनेकजण मला आजही सांगतात.

गिरजाबाई म्हणजे माझ्या मायची सवत. अंगाने धिप्पाड, रंग काळा, पण बोलण्यात तरबेज, आठ-दहा दिवसातच नवऱ्याला आपल्या काबूत घेणारी. सुरुवातीला अगदी शांत राहिली. नंतर मात्र घराची सर्व कमांड तिने हातात घेतली. त्यामुळे मायची घालमेल रोजच्या रोज वाढायला लागली. तिला बघितले की आक्रस्ताळेपणाने वागायची. काहीही बोलायची. गिरजाबाई मात्र शांतपणे काही दिवस राहिली. नंतर मात्र तिने पण आपले रौद्ररूप दाखवण्यास सुरुवात केली. दोघी सवतीचे केस धरण्यापर्यंत भांडण व्हायचे. यामुळे बापाची पुरती पंचायत व्हायची. लोक म्हणायचे 'दोन बायका फजिती ऐका' वाघासारखा पहिलवान माणूस दोघींच्या समोर शेळी होऊन राहायचा. त्याशिवाय गत्यंतरही नव्हते.

पहिल्याच वर्षी गिरजाबाईला दिवस गेले आणि माझ्या भावाचा जन्म झाला. त्याचे नाव गंगाधर ठेवण्यात आले. घरात सगळीकडे आनंदी आनंद झाला. सावत्रमाय गिरजाबाईचे आता वजन वाढले. तिचा दरारा वाढला. तिचे भाऊ भावजया नेहमी येत राहायचे. काही धान्य वगैरे देऊन जायचे व आमचे घर कसेबसे चालायचे. म्हणून बापू पण गिरजामाय व तिच्या भावांशी चांगले वागायचा. तिकडे मायच्या मनाची आत्यंतिक घालमेल सुरू व्हायची. ती जोरजोरात बोलायची, "मेलीला दोनच वर्षात पोरगं झालं आणि देवाने मला असं निपुत्रिक ठेवलं" म्हणून देवाला ती बख्खळ शिव्या द्यायची. पण तिच्याही जीवनात आनंदाचा दिवस येणार होता हे तिला माहीत नव्हते. लेकरू होण्याची आशा पार मावळून गेली होती. माझा भाऊ गंगाधर दोन वर्षाचा असताना माय गरोदर असल्याची खबर पसरली. आता मायच्या पोटात आनंद गगनात मावेनासा

झाला. ही वार्ता गिरजामायला कळल्यावर गिरजामाय जोरजोरात रडायला लागली. "मह्या नशिबाचं कसं झालं ऽ मला करून आणण्याच्या अगोदर ह्या व्हायमोकलीला लेकरू झालं असतं तर मी कशाला हिथं भिकारवाडीत आलो असतो. तिला लेकरू होणार नाही म्हणून मी ह्या धबाड्याला करून घेतलो वं माय ऽऽ.." असे म्हणून मोठमोठ्याने सूर आवळून रडायला लागली. तिकडे बापाला दोन पोरं झाले म्हणून आनंद झाला. पण गिरजामाय काही तरी म्हणून भांडण काढेल असे वाटून त्याने आनंद मनातल्या मनात साजरा केला. कारण माझ्या सावत्र मायचा दबदबा जास्त होता. पहिला मुलगा देणारी व झोपडीला वारस देणारी ती होती.

अफूचे सेवन धोक्यात जीवन

अजून एक प्रसंग मला माय व तिच्या सोबत काम करणाऱ्या बायांकडून समजला होता. मी सहा-सात महिन्यांचा असेल, मी खूप रडका होतो. बोरबन फॅक्ट्री (गिरणी) मध्ये मायला सरकी भरण्याचे काम मिळाले होते. पावसाळा आला की हे काम बंद होई. सरकी भरत असताना सकाळी पाच वाजता उठावे लागे. माय पाचलाच उठत असे. माझी झोपमोड झाल्यामुळे मी खूप रडायचा. माय मला दुरडीमध्ये घेऊन गिरणीत कामावर जायची. ही दुरडी जवळच जमिनीवरच ठेवायची आणि सरकी भरण्यासाठी निघून जायची. माझा रडण्याचा आवाज ऐकून अनेकजण काम करताकरता माझ्याजवळ यायचे. मला शांत करायचे आणि कुणीतरी मी रडत असल्याचे पाहून मायला जाऊन सांगायचे. कारण सरकी भरताना मशिनीच्या आवाजामुळे बाहेरचे काहीच ऐकायला यायचे नाही. ती माझ्या दुरडीकडे बघतच सरकी भरत असत. जोरात आवाज आला तरच ती स्वतः माझ्याकडे येत असत किंवा कुणी सांगितले तर ती माझ्याजवळ यायची. मला दूध पाजायची व पुन्हा सरकी भरायला जायची. मी खूप रडका असल्यामुळे माझे रडणे थांबावे व मी शांतपणे झोपावे म्हणून मायला कुणीतरी मला अफू देण्याचा सल्ला दिला होता. जेव्हापासून मायने मला अफूच्या गोळ्या द्यायला सुरुवात केली. तेव्हापासून मी अगदी शांत झोपी जात असत. माझ्या रडण्याचा थोडाही आवाज येत नसे. या प्रयोगाने माय पण खूश झाली, हा नवीन प्रयोग अनेक महिने चालला. परिणामी चार-पाच तास दूध न मिळाल्यामुळे माझी प्रकृती काही दिवसांतच अतिशय खालावली होती. असे मला तिथे काम करणाऱ्या अनेक बायांकडून समजले होते. कारण ते माझा जाता-येता खूप लाड करायचे. माझे बालपण आणि लहानपण याच बोरबन फॅक्ट्रीमध्ये गेले. नंतर नंतर माझी प्रकृती बघून आयाबाया तिला शिव्या देवू लागल्या. "लेकराला अफू

देणे बंद कर नाही तर पोराला मारून टाकशील.'' अशा आयाबायांच्या सांगण्यानुसार मायने मला अफू देणे बंद केले. पण माझी प्रकृती अतिशय किडकिडी झाली होती. कुणी म्हणे 'सोबनी (कुपोषित- हातपाय एकदम बारीक झालेले बालक) झाली' कुणी म्हणे 'बाहेरचे झाले' मला अनेक महाराजांकडून गंडेदोरे बांधण्यात आले. अनेक मांत्रिकांना दाखवण्यात आले. पण माझा इलाजच होत नव्हता. परिणामी माझी प्रकृती खूप ढासळत चालली होती. या बाहेरच्या दाखवण्यामुळे व योग्य इलाज न झाल्यामुळे जवळजवळ मी वाचणारच नाही असे अनेकांनी भाकीत पण केले होते. मायनंसुद्धा आता आशा सोडली होती. एवढ्या वर्षांनंतर झालेलं हे मूल रोज कमकुवत होत असलेलं पाहून मायचं काळीच धडधडायचं.

पण काही जाणकार माणसांनी ''याला दवाखान्यात घेऊन जाय ऽऽ बाई! न्हायी तर पोरगं वाचनां बघ.'' असा सल्ला दिला. त्यामुळे मायनं मलां सरकारी दवाखान्यात ॲडमिट केलं. आठ-दहा दिवसानंतर माझ्या प्रकृतीत सुधारणा व्हायला लागली व मी या अफूच्या दुष्परिणामातून बचावलो गेलो. असे अनेक किस्से मला माय, आजी, आत्या व गिरणीतील बायांकडून ऐकायला मिळत होते.

आता मला बऱ्यापैकी समजत होतं. साधारण मी चौथीला असेल. सर्व मुले शाळेत जायला निघाली. मायने मला अंघोळ घातली. केसाला गोडंतेल लावले. तोंडाला पावडर लावली. आणि हाताला धरून शाळेला सोडायची. त्यावेळी माझी शाळा सिद्धार्थ विद्यालय, नल्लागुट्टाचाळ, पोलीस परेड ग्राउंडजवळ होती. चवथीपर्यंत ही शाळा असेल. घरापासून जवळपास एक ते दीड किलो मीटरपर्यंत चालत जावे लागे. मला शाळेचा अतिशय कंटाळा, किंबहुना मला शाळेची ओढच नव्हती. आजूबाजूला सर्व आलबेल वातावरण. शिक्षणाचा गंध नव्हता. शाळेत जावे असे इथल्या पोरांना वाटतच नव्हते. सर्व लक्ष गोट्या खेळणे, क्रिकेट खेळणे, पत्त्यावर पैसे लावणे, दारू पिणे, सुरपाट्या खेळणे असे खेळ चालत. मलाही शाळेचे बिलकूल आकर्षण नव्हते. शाळेत त्या वेळी वातावरण फार कडक असायचे. मी ज्या शाळेत होतो, त्या शाळेचे शिक्षक शिक्षा फार करायचे. 'छडी लागे छमछम विद्या येई घमघम' असा नारा असल्यामुळे मार खाल्याशिवाय शिक्षण येत नाही, असा समज झालेला. त्यामुळे छडीची भीती वाटायची म्हणून शाळेला शक्यतोवर डुम्मा मारायचा आणि तेव्हा आजच्या सारखी व्यवस्था नव्हती! नापास झाले तरी पुढच्या वर्गात प्रवेश (आरटीई-२००९) असे नव्हते. नापास झाले की नापासच. काही वेळा ढकलपास करीत असत. पण तेही एखाद्या विषयात नापास झाले तरच आणि तेही पाच एक ॲव्हरेज गुण देऊन पास करीत. शाळेत गायकवाड सर, ढेपे सर, केंद्रे सर,

जमदाडे सर, नांदेडकरबाई व इतर दोन शिक्षिका होत्या. आम्ही त्यांना बाई म्हणत, सर फार मारायचे. गृहपाठ आणला नाही अशा विद्यार्थ्यांना एक एक करून शिक्षक उभे राहण्यास सांगायचे. ज्यांनी आणले त्यांची तपासणी होईपर्यंत न आणलेल्यांना तसेच उभे करायचे. नंतर मारही असा होता की, पाठीवर हातावर वळ यायचे. शिक्षकाने मारले म्हटल्यावर कुठे वाच्यता करायची नाहीच. जर घरी सांगितले तर घरी पण धुलाई होत असे. हे सर्व मी यासाठी सांगतोय की माझी सावत्रमाय माझ्या भावाला गंगाधर अण्णाला तयार करायची व शाळेत पाठवायची. त्याकडे बघून माझी मायसुद्धा मला तयार करायची व शाळेला पाठवायची. दोघींची जुगलबंदी असायची. माझी माय थोडी भांडकुदळ, समोरच्याने जे केले त्याच्यापेक्षा जास्त करण्याची सवय. सारासार विचार नव्हता. तिला वाटायचे हिला करून आणले नसते आणि तिच्या आगोदर मला मूल झाले असते तर ही सवतपणाची वेळच आली नसती. रोज काही ना काही विषय निघून दोघीत भांडण व्हायचे. झोपडीत वातावरण गंभीर रहायचे. बाप आला की मायलाच मारायचा. मग तर माय गळा काढून आरडाओरडा करायची ''या रांडचं ऐकून मला यानं मारलं ये मायं ऽ'' असे सर्वांना सांगायची.

मामाचा गाव लई बेरका – मंजुळाबाईचा बिडीचा झुरका

कधीकधी ऐन परीक्षेच्या वेळेलाच नवऱ्यासोबत कडाक्याचे भांडण करून वाळकी येथे माहेरी मला घेऊन जायची. त्या वर्षी मी नापास व्हायचा. मलाही चांगलेच वाटायचे. शाळा नाही की परीक्षा नाही. मला आनंद व्हायचा. वाळकी हे गांव आता सध्या लोहा तालुक्यात असून एसटीने जावे लागते. साधारण गाडीत बसल्यावर दोन तास लागत असे आणि कापसी (गुंफा) येथे उतरल्यानंतर दोन ते तीन कि.मी. चालत जायचे. इथे मायची माय, मंजुळाबाई व दत्ता मामा, मामी हे सर्वच जण बिड्या ओढायचे, मला प्रश्न पडायचा बाया कशा काय बिड्या ओढतात? मला चांगले आठवते. मायची माय मंजुळाबाई ही भाकरी करत बिडीचे झुरके मारायची आणि चुलीच्या धूरात हळूच तोंडातला धूर सोडायची. मला तिच्याकडे बघून अश्चर्य वाटायचे कधीकधी तर तोंडात बिडी व हातावर भाकर व पुन्हा एकदा जोरात बिडीचा कस हाणायची व बिडीचा तोंडतील धूर चुलीच्या धुरात सोडून द्यायची. मला तिची कला बघून नवल वाटायचे. मी जेव्हा जेवायला बसायचो तेव्हा त्या भाकरीतून बिडीचा वास येत असे. अशी ही मंजुळाबाई फार कलाकार. उंच, सडपातळ शरीरयष्टी, बोलण्यात कणखरपणा. दिसायला गोरी पण अशा कार्यात भारी. मी तिच्या जवळ बसायचा. मला वाटलं

मामी पऱ्यागबाई.. ही तरी ठीक असेल, पण तिही भाकर आणि स्वयंपाक करतांना बिडीचा झुरका मारायची. मामाही काही म्हणत नसत. कारण तोही बिडी सोबत दारू प्यायचा. त्यामुळे 'तेरी भी चूप मेरी भी चूप अरे खानसो' असा आलबेल व बेधुंद प्रकार या ठिकाणी असायचा. त्यामुळे अशा खेड्यात मला सुरुवातीला करमायचे नाही. पण नांदेडला गेलो की शाळेत जायची भीती वाटायची म्हणून मी इथेच रमायचा. दोन-दोन महिने इथे राहायचा कधीकधी सहा महिने, वर्षभर माय जायचीच नाही. माझी सावत्र माय गिरजाबाई तिथे असल्यामुळे, बापाला पण मायची गरज नसायची.

मामाच्या गावात एक पार होता. गावाच्या जवळ एक व्हंळ (ओहळ) होता. त्या ओहळाच्या तीरावर हा गांव वसलेलं, त्यात नेहमी गुडघ्याच्याखाली पाणी असायचे. चड्डी असल्यामुळे मी मस्त पाण्यात उड्या मारत यायचा-जायचा. माणसे धोती तर महिला लुगडी घालत. पिंढरीच्या वर थोडे वर करून ते पलीकडे जात-येत असत. बाजूलाच पारावर पोरे खेळायची मी पण तिथे जायचा पण लगेच कोणीतरी विचारायचे "कुठून आलास रं?" मी मोठ्या दिमाखाने म्हणायचा, 'नांदेडहून' "कोणाच्या घरी आलास?" ते पुन्हा प्रश्न करीत मी सांगायचो 'दत्ता मामा' दत्ता मामा असे म्हटले की, "दत्ता म्हणजे म्हाराचा की मराठ्याचा?" असे तो माणूस लगेच विचारायचा. मला आता बऱ्यापैकी शाळेत, मोहल्ल्यात, समाजात 'जात' याबद्दल समजले होते. मी म्हणालो 'दत्ता कांबळे' असे म्हणताच लगेच तो माणूस शिव्यांची लाखोली व्हायचा "चल उतर बे गभड्या उतर खाली, तुम्ही लोकांनी पारावर यायचे नाही" चढ्या आवाजात व रागात एखाद्या बुजुर्ग माणूस ओरडायचा. मला नांदेडमध्ये असतांना असा प्रकार कधी पहायला मिळाला नाही. इथे मात्र 'जात ही जात नाही' ही संकल्पना माझ्या बालमनाला स्पष्ट कळायला लागली होती.

ज्याकै मुह माया नहीं, नहीं रूप कुरूप ।
पहपु बास थै पतला, ऐसा तत् अनूप ।।

ईश्वरविषयक आपले विचार मांडतांना संत कबीर म्हणतात, ईश्वरास कोणतेही रूप नाही. ईश्वर रूपरहित आहे. त्याचे तोंड आहे ना काया. ईश्वर एक अनाकलनीय तत्त्व आहे. ईश्वर कोणत्याही भौतिक उपमेत न बसणारा आहे. पण इथे तर माणसांनी आपापल्या सोईप्रमाणे देवाला बंदिस्त करून ठेवले आहे.

शहरामध्ये मी, माय सोबत, पोचीमाय, मरुमाय तसेच वजिराबादचा मारोती अशा मंदिरामध्ये जायचा. आम्हाला कोणीही अडवत नव्हते. मला मारोतीची (हनुमानाची) ओळख होती. शहरातला हनुमान आणि गावातला हनुमान सारखाच

दिसत होता. पण गावातल्या मोरोतीच्या मंदिरात जाता येत नसे. मला; मामा, मामी, आजी, माय हे सर्वजण सांगायचे पारावर जाऊ नको म्हणून. पण मला नको म्हटलं की ते करायची सवयच होती. किंबहुना ते मी नक्की करूनच पाही. म्हणून मी मारोतीच्या पारावर गेलो पण मला तेथून हाकलण्यात आले. इथल्या मारोतीच्या अंगावार सोनेबिने जास्त असेल, त्यामुळे अनोळखी माणसांना, पोरांना इथे येऊ देत नसतील, असे माझ्या बालमनाला वाटायचे, कारण नांदेडच्या हनुमानाचे तोंड सोन्याचे होते. इथे लोक पैसे टाकत. माय पण घरात काही खायला नसले तरी मारोतीला चाराणे आठाणे टाकायची आणि पाया पडायची.

मामाचा मुलगा गौतम मी त्याला गौतम्याच म्हणायचो. तो मला दैदास्या म्हणायचा. आम्ही दोघे समवयस्क होतो. आम्ही दोघे कोणाच्या तरी शेतातला कापूस वेचायला जायचो व तो विकून गोळ्या, बिस्किटे, मुरकुल आणून खायचो. इथे पैसे देऊन काही मिळत नसे. किंबहुना पैसा फार कमी चाले. ज्वारी, कापूस हेच विनिमयाचे साधन होते. इथे मला फार मज्जा वाटायची. गोतम्या पण शाळेत जात नव्हता. अन् मीपण शाळा सोडली होती. त्यामुळे आमच्या दोघांची जमायची; पण प्रसंगी कशावरून तरी दोघांत तुंबळ हाणामारी पण व्हायची, "त्या गोतम्याच्या मायला..ऽऽ लई मारलं यानं मलां, चल आपल्या घरी." असे मी वैतागून मायला म्हणायचा. मग आम्हाला दोघांनाही सर्वजण समजून सांगायचे व आमचे भांडण मिटायचे. माझ्या चड्डीला दोन्हीकडून खिसे आसायचे त्यात मी कापूस भरून आणायचा व दुकानावर जाऊन काहीतरी खायचे घेऊन यायचा.

कधीकधी आजी एका कपड्यात कापूस द्यायची आणि सांगायची "त्या वरच्या हाळीत जाऊन वाण्याच्या दुकानातून साखर, पत्ती आणि बिडीचा कट्टा व एक आगकाडीची डब्बी घेऊन ये" मी जावून तो कापूस दुकानदाराला देई. तो त्याचे वजन करी व किती पैसे येणार हे आगोदरच सांगत. कधीकधी तर सर्व साहित्य घेऊन काही पैसे उरत; तेव्हा मी त्यात नरडे, गोळ्या घेई. मला मज्जा वाटायची. इथे पैसे न देताच सर्व भेटायचे. शहरात पैशाशिवाय काहीच मिळायचे नाही.

इकडे माय कंटाळून-कंटाळून एका दिवशी मामाला व आजीला 'जातो' म्हणायची. कारण बापूकडून कोणताच निरोप यायचा नाही. त्याला गरजपण नव्हती. 'आलीस ये-गेलीस जाय' याप्रमाणे वागायचा.

चार सहा महिन्यानंतर पुन्हा माय मला नांदेडला घेऊन यायची ज्या दिवशी घरी यायची त्या दिवशी बापासोबत कडाक्याचे भांडण व्हायचे, "एवढे दिवस

कुठे होतीस.?" असे म्हणून बापू एका टायरच्या वादीने मायला मारायचा. मायला मारताना मी मध्ये जायचा व तिच्या अंगावर पडायचा बापू मात्र दोघांनाही फोडून काढायचा. गिरजामाय कुठेतरी कोपऱ्यात शांत राहून सर्व पाहायची. आम्ही मात्र एकमेकांच्या अंगावरचे वळ पाहून रडायचो. मी म्हणायचो "चल माय मामाच्या घरी. इथं बापू लय मारतोया" पण एक दोन दिवसांनी परिस्थिती निवळायची.

अनेक महिने मी शाळेत गेलो नसल्यामुळे माझ्या वर्गातले मित्र मला एखाद्यावेळी शाळेत गेलो तर दिसायचे नाही. ते पुढच्या वर्गात निघून जायचे. मी मात्र त्याच वर्गात बसायचो. त्या वेळी चौथीला बोर्डाची परीक्षा होती. त्यामुळे मी दोनदा त्याच वर्गात होतो. नवे भिडू यायचे मी मात्र जुनाच नव्या सोबत दोस्ती करायचा. पण माझे मन शाळेत रमायचेच नाही. शिक्षकही माझ्याकडे वेगळ्या नजरेनं बाघायचे "किती दिवस साहेब? आपला मुक्काम याच वर्गात राहणार?" असे विचारायचे.

माय वेगळं राहू लागली

मायचं व सावत्रमायचं आता पटेनासं झालं. मायनं एकेदिवशी चार लोक बसवले त्यात धुरपत आत्या, लक्ष्मीआजी, बाबाराव तारू, किशन वाघमारे इ. मंडळींला बैठकीला बोलावले व माझा न्यायनिवाडा करण्याची तिने त्यांना विनंती केली. वादविवाद व तीन तासानंतर सर्वांनी मिळून एक निर्णय घेतला, की शेजारीच लागून मायला एक झोपडी बांधून द्यायची. दरवाजा वेगळा (वेगळे होऊन उदरनिर्वाह करणे) करायचा. दोन धडी ज्वारी, शेरभर गहू, शेरभर तांदूळ महिन्याकाठी द्यायचे. असे सर्वानुमते ठरले. गिरजामायला करून आणले की काही दिवसातच बापू मिलमध्ये कायम झाला होता. जवळपास महिन्याला पाचशे ते सहाशे रुपये येत होते. सावत्रमाय, बापू, भाऊ, दोन बहिणी आणि आजी यांनी वेगळे राहायचे व मी आणि माय वेगळे राहायचे असा निर्णय झाला.

हिरामण कोल्हे यांना झोपडी शिवायला दिली. त्याला जसे सांगितले तसे त्याने पातळ-पातळ पाचट टाकून झोपडी शिवून दिली. झोपडीसाठी सुतळी, बांबू, बाजूच्या काटेरी झुडपातूनच लाकडे आणून आडवे-तिडवे लावून त्यावर पाचट अंथरले. सुतळीने व नारळाच्या दोरीने बांधून घेतले व एक कुडाचाच दरवाजा केला. आणि तयार झाली झोपडी. आम्ही दोघे माय-लेकरू त्या झोपडीत वेगळे राहायला लागलो. भाऊ, बहिणी, आजी, बापू सर्वजण एकत्र राहायचे चांगलं-चुंगलं खायचे आम्ही मात्र दोघच. याचं मला वाईट वाटायचं.

अभ्यासात फेल गोट्यात तरबेज

मी दोन वेळेस चौथीला नापास झाल्यामुळे व वय दोन वर्षांनी वाढल्यामुळे मला आता चांगले कळू लागले. पण शाळेचा तिरस्कार वाटायला लागला. शिवाय आम्हाला वेगळे टाकल्यामुळे पैसे हवे होते. मायला वाटलं पोरगं काही शिकत नाही. नवरा जवळ करीत नाही आपलं जीवनच नरक झालय. म्हणून तिने शाळेच्या जवळ मोडलां बोरं, जांब, सीताफळं असे मुलांना आवडणारे फळं विकायला सुरुवात केली आणि मला पुन्हा शाळेत टाकले. मी शाळेत जायचा पण माझे शाळेत लक्षच लागत नव्हते. इतरांपेक्षा मी वयाने मोठा असल्यामुळे वर्गात दादागिरी करायला लागलो, मुलांना मारायला लागलो. माय शाळेजवळच रोडलां माळवं विकत असल्यामुळे शिक्षक मायजवळ येऊन माझी तक्रार करायचे. त्या दिवशी माय मला धूवून काढायची. मनसोक्त चोप द्यायची आणि आपल्या कर्माला दोष देऊन जोराने रडायची. मी मात्र थोडावेळ डोळ्याला थुक्का लावून रडल्यासारखे करायचा व तिथून पळून जायचा; ते थेट दिवे लागल्यावरच घरी यायचा. कधीकधी खूप अंधार व्हायचा तेव्हा माय पूर्ण मोहल्ला (वार्ड) विचारत फिरायची, ''दैदास दिसला का रं तिकडं?'' अशी ती माझ्या मित्रांना विचारायची. मुले सांगत, ''त्या..कोरंटीकडं दिसत व्हतां ब्बा! थोड्यावेळापूर्वी'' मग माय तिकडच्या बाजूने खूप जोरात ''दैदास्यांव ऽऽ'' म्हणून आरोळी ठोकायची. एकदा, दोनदा, कधी-कधी मी सापडेपर्यंत माझ्या नावाने ओरडायची. मी तिची आरोळी ऐकायचा, पण बोलायचाच नाही. कारण सकाळी तिनं लयं मारलं होतं मला. अजून मारल म्हणून मी चुपचाप बसायचा, पण ती जवळ येण्याअगोदरच मी 'काय'? म्हणायचा ''तुझं मडं जाऊ दे भडव्या, इथं असून बोलत कां न्हाईस व्हयरं?'' म्हणून पुन्हा एकदा पाठीत जोराचा ठोसा मारायची. त्या सायंकाळच्या समयी ढोल वाजल्यागत माझ्या पाठीतून आवाज यायचा.

आता शाळेची ओढ राहिली नाही, दिवसभर गोट्या खेळणे, चित्रांवर पैसे लावणे. पैसे नसतील तर माय जवळ पैशाचा हट्ट धरणे, ती देत नसेल तर मित्रांकडून घेणे असा फुल्ल उद्योग सुरू झाला होता.

एकदा असेच शाळेला म्हणून गेलो व वाटेत गोट्यांचा डाव चालू होता. एक चौकोनी पॉकेट तयार केलेले असायचे हे पाकीट थोडे जमिनीच्या खाली असायचे. त्यात चार पाच खड्डे केलेले असायचे. पाच पैसे किंवा दहा पैसे देऊन ६ गोट्या यायच्या. त्या गोट्यांवर मी २५-३० गोट्या जिंकायचा. मला गोट्या खेळण्यात आवड निर्माण झाली होती. माझे शाळेकडे एकदम दुर्लक्ष झाले होते. मायला वाटायचं हा शाळेत गेलाय. आपलं पोरगं शिकून आपलं नाव काढील,

असा विचार करून रोज मला तयार करून शाळेत पाठवीत. आणि ती माळवं भरण्यासाठी इतवाऱ्यात जाई. तेव्हा माझा इकडे भलताच उद्योग सुरू असायचा. बापाचं माझ्याकडे फारसं लक्ष नसायचं. याउलट माझा सावत्र भाऊ रोज शाळेला जायचा. तो मन लावून शिकायचा. दप्तर घेऊन ऐटीत यायचा-जायचा, गिरजामाय त्याला चांगले कपडे घ्यायची. त्या वेळी सर्वांना मिलचेच कपडे असायचे. पॉलिस्टर कपड्याला जास्त भाव होता. ते कपडे गंगाधर अण्णाला गिरजामाय घ्यायची. त्यामुळे तो हटके दिसायचा. मी मात्र एक शर्ट व चड्डी चार चार दिवस अंगातली काढायचा नाही. ढुंगणावर दोन्हीकडून डोळे दिसल्यागत वाटायची. बसून बसून फाटलेली ती चड्डी मळकटून काळीकुट्ट झालेली असायची. मातीत गोट्या खेळून पायावर, हातावर मळ जमायचा चार-चार दिवस अंघोळच करत नसल्यामुळे मळाचा थर अंगावर साचायचा.

मी वर सांगितल्यानुसार वाटेत असाच एक गोट्यांचा डाव जमला होता. चार-सहा पोरं गोट्या खेळत होते. शाळेला जाताना माझ्या खिशात किंवा दप्तरात गोट्या असायच्या. त्या काढून मी त्या डावात सामील झालो. शाळा विसरून गेलो. म्हणजे शाळेत निघायचा, पण शाळेत पोचायचाच नाही. शाळा सुटण्याच्या वेळेला मात्र त्या गर्दीत मिसळून मायजवळ जाऊन ती माळवं विकत असलेल्या ठिकाणी बसायचा. मायला वाटायचं की, पोरगं शाळेतून आलंय. म्हणून ती मला एक-दोन रुपये द्यायची. 'आता मी घरी जातो' असे म्हणून मी घरी निघायचा. असा रोजचा कार्यक्रम असायचा. आज मात्र शाळेच्या अलीकडेच वाटेत एका डावात सामील झालो होतो. सूर्य डोक्यावर कधी आला कळलेच नाही. सूर्य आग ओकत होता. अंगातून घामाच्या धारा वाहत होत्या, उन्हाने अंग काळेकुट्टं पडले होते. आलेला घाम हाताच्या छोट्या बाह्याने किंवा शर्टाची खालची गुंडी काढून शर्टानेच पुसत होतो. हाताच्या बाह्या काळ्याकुट्ट, काळ्याढुस्स व घामाने कडक झाल्या होत्या. डावात पुरता रंगून गेलो होतो. रोज गोट्या खेळायचा एकच उद्योग असल्यामुळे माझा निशाणा चांगला झाला होता.

यात चार मुलांच्या चार-चार गोट्या म्हणजे १६ गोट्या एकत्र करून पाकिटात टाकायच्या व एका गोटीने पाकिटातल्या भिडूने सांगितलेल्या गोटीला मारायचे. जर त्या गोटीला लागले तर सर्व गोट्या आपल्या. प्रत्येकाची बारी (वेळ) यायची मी मात्र जीव तोडून गोट्या खेळायचा. ज्याच्या जवळ जास्त गोट्या त्याला जास्त मान. अन् प्रत्येक वेळेला मीच मानकरी व्हायचा. पण कधी कधी माझ्या जवळ दोन तीनच गोट्या शिल्लक रहायच्या पुन्हा ते जिंकायच्या जसे काही निवडणुकीमध्ये मतांची फेरी मागे-पुढे होते तशी अवस्था व्हायची. ज्याच्याजवळ जेवढ्या गोट्या असतील तेवढ्या गोट्यांनी डाव पडायचा. मी मात्र

आज गोट्यात रंगून गेलो होतो. डोक्यावरचा आग ओकणारा सूर्य कधी मावळला हे कळलेच नाही. सोबत मायनं दिलेला डबा दप्तरात तसाच पडून माझी वाट पाहत होता. तहान-भूक विसरून मी मात्र खेळत होतो. माझा सावत्रभाऊ गंगाधरअण्णा शिवाजी हायस्कूलमध्ये होता. त्याची शाळा सुटली आणि तो घरी येत असताना मला गोट्या खेळत असतानाचे त्याने कधी बघितले मला कळलेसुद्धा नाही. गंगाधरअण्णाने नुकतेच मिलमधून कामावरून आलेल्या माझ्या बापूला माझ्याबद्दल सांगितले "हा दिवसभर गोट्या खेळत होता. शाळेत आलाच नव्हता." बापू अगोदरच आमच्यावर खारमध्ये (रागात) असायचा. मायनं दिवसभर रस्त्यावर बसून माळवं विकणे त्याला आवडायचे नाही. लोक त्याला 'पहेलवान' म्हणायचे अन् पहेलवानाची बायको रस्त्यावर बसून माळवं विकते हे त्याला पटायचं नाही. यामुळे त्याच्या मनात वेगळाच राग असायचा. गंगाधरअण्णाने माझ्याबद्दल सांगितल्यावर बापू हातात वादी घेऊन माझी वाटच पाहत बसला होता. खेळता खेळता अंधार कधी पडला हे कळलेच नाही. एकदम गोट्या दिसेपर्यंत डाव चालला होता. या वेळी खेळणाऱ्यांपेक्षा पाहणारेच जास्त असायचे अन् प्रेक्षक जास्त असले म्हणजे खेळाडूला जशी मज्जा वाटते तशी आम्हाला वाटायची. जणूकाही मी भारताचे प्रतिनिधित्वच करीत आहे. असा आविर्भाव मनात यायचा. अंधार पडला, दिवे लागले होते. गोट्या स्पष्ट दिसत नव्हत्या. डाव मोडला. मी संमिश्र स्थितीत होतो. (गोट्या जास्त जिंकल्याही नाही किंवा हारल्याही नाही.) जवळपास सहा ते सात गोट्या माझ्याकडे शिल्लक होत्या. मी बाजूला मातीत टाकलेले दप्तर उचलून घराकडं निघालो. दप्तर घरी ठेवायचे व मायकडं जायचं आणि "मी शाळेत गेलो होतो अन् मी इथेच होतो. मित्रांबरोबर घरी जाऊन दप्तर ठेवून आलोय असं मायला ठोकून द्यायचं" मुनिश्री तरुण सागरजी एके ठिकाणी म्हणतात,

आदमी गलत रास्तेपर चलता है तो ।
झूठ बोलना सबसे पहेले सीखता है ।।

असाच प्रसंग माझ्यासोबत घडत होता. मी खोट्यावर खोटं बोलत चाललो होतो आणि असाच विचार मनांत ठरवून मी घराकडं निघालो. इकडे, एखाद्या जनावराला पकडण्यासाठी घात लावून त्याची प्रतीक्षा करीत बसल्यागत हातात वादी घेऊन बापू माझी वाट पहात बसला होता. मी शाळेतून आल्यागत तोऱ्यात वागत होतो. बापूने जोरात विचारले. "कुठं गेला व्हतास रं भडव्यां?" मी म्हणलं "शाळंत" "शाळंत?" बापू म्हणाला, त्याच्या हातात रिको घड्याळ असायची. आमच्या मोहल्ल्यात ज्याच्या हाताला घड्याळ, त्याच्याकडे लोक

कुतूहलाने बघायचे. त्याने घड्याळाकडे बघितले तर सायंकाळचे सात वाजले होते. ''सात वाजताची कोणती शाळा हाय रं गधड्यां?'' बापूने हळू आवाजात विचारले. मला आता पोटात गोळा आल्यासारखे वाटले. आता आपणाला हा जबरदस्त ठोकणार याची खात्री झाली. बापू असा मारायचा की त्याला काहीच दिसायचे नाही. कधीकधी चड्डी ओली होत असे. आजही तसाच प्रकार दिसत होता. पण मला हे कळत नव्हते की, ही काडी कुणी लावली? (काडी लावणे- चुगली करणे) एवढ्यात गंगाधरअण्णा एकदम बोलला,''बापू ह्यो दिवसभर गोट्या खेळत व्हतां, मी बघितलं त्याला आणि तिथले पोरं बी सांगत व्हते, की हा दिवसभर गोट्या खेळत व्हता म्हणून.'' हे ऐकल्याबरोबर बापूने हातातल्या वादीने मला बेदम मारायला सुरुवात केली. मी जोरजोरात ओरडत अन् किंचाळत होतो. ''वाचवा ऽऽ मेलो ऽऽ मायोवं ऽऽ बापू हो ऽऽ आता नाही कधीच खेळणार नाही ययं ऽऽ'' म्हणून विनवत होतो, पण बापूचा राग कमी होत नव्हता. अशा वेळेला शेजारचा बळीआबा, विमलबाई, गणपत मामा, रस्त्याने जाणारे अचानक कोणीतरी देवासारखे येऊन बापूच्या हातातली वादी घ्यायचे व ''जाऊ द्या दादा, भावजी, दाजी'' असे नात्यानुसार त्याला समजून सांगायचे. ''लहान आहे तो, सोडा त्याला'' म्हणून अनेकजण मध्ये पडायचे व बापूला शांत करायचे. पण बापूला असा राग असायचा की, हातातली वादी जरी घेतली तरी हातापायाने दोनचार हाणायचाच. मी मात्र त्याही वेळेला जोरात ओरडायचो. थोड्यावेळाने त्याचा राग शांत झाला की, रस्त्याच्या कडेला नालीवर एक बाज टाकलेली असायची. त्यावर जाऊन बसायचा खूप मोठं कष्टाचं काम केल्यागत ''काळे ऽऽ तांब्या भरून पानी दे'' असे जोरात विजयी भूमिकेने आदेश सोडायचा. आणि काळीने तांब्यात आणलेले पाणी ढसाढसा प्यायचा. गिरजाबाई दिसायला काळी असल्यामुळे तिला तो लाडाने 'काळे' म्हणायचा. काळी म्हणजे बापूचा जीव की प्राण. तो तिला एवढा जीव लावायचा की, रोज उठताना काळीचे तोंड बघुनच उठायचा.

काळीचे तोंड बघूनच बापू उठायचा

उन्हाळ्यामध्ये सर्वजण बाहेर रस्त्यावरच गोधडे, पोते, टाकून झोपायचे. बापूची बाज मात्र कायम नालीवर असायची. एखादेवेळी गिरजाबाई जर बापूच्या अगोदर लवकर उठली, अन् ती कामात असली तर बापू लगेच ''काळे ऽऽऽ काळे ऽऽऽ'' असे म्हणून ओरडायचा. बापू तोंडावर पांघरून घेऊन झोपायचा. आणि पांघरून घेऊनच तो जोरजोरात ओरडायचा. मग ती त्याच्या जवळ जाईपर्यंत

आजूबाजूचे शेजारी बापूच्या ओरडण्याने जागे व्हायचे, त्यांची झोपमोड व्हायची, काळी बाजेजवळ आल्याची खात्री पटली की, बापू तोंडावरचे पांघरूण काढून काळीचे तोंड बघायचा. अन् तेव्हा कुठे उठायचा. आजूबाजूचे शेजारी हे दृश्य बघून हासायचे, कुणी काळीला चिडवायचे. ‘‘काय पिरेम हाय माय, तुझ्यावर कचरू बापूचं’’ असे मिश्किलपणे म्हणायचे. तिला मात्र अवघडल्यासारखे होऊन काहीतरी पुटपुटत निघून जायची.

इकडे मला बापाने बेदम मारल्याची बातमी मोडंवर कुणीतरी मायला सांगितली व माय अंधारात डोक्यावर टोपलं घेऊन घरी आली. मी घरी रडत बसलो होतो. मायला बघून मला जास्तच रडू आलं. पादीचे पळ जपून माय जोरजोरात ओरडायला लागली. काळ्या मायवर खापर फोडायला लागली. ‘‘हिनच मया पोराला मारायला लावलय’’ म्हणून तिलाच ती भांडू लागली. बघताबघता दोघींचे कडाक्याचे भांडण सुरू झाले. बापू अगोदरच मायवर रागात होता. त्यात काळी सोबत भांडण, आणि सर्वांत महत्त्वाचे म्हणजे रात्रीला हीचे घरी येणे हे त्याला पटायचे नाही. म्हणून रागाच्या भरात मायलासुद्धा बापूने वादीने खूप मारले. मध्येच कुणीतरी आले कदाचित बळी कोल्हेमामा असावा त्याने बापूला आवर घातली आणि वातावरण शांत झाले.

मी सकाळपासूनच उपाशी होतो. पोटात कांहीच नव्हते.‘‘खायला दे’’ असे म्हणून रडू लागलो. मायने आता चूल पेटवली. दोन भाकरी टाकल्या. झोपडीत धूरच धूर झाला होता. झोपडी खालून काळीकुट्ट झाली होती. झोपडीला लागलेला येसा (जळमट) शिजंत असलेल्या भाजीत पडायचा. मायने पाच वाजाताच घेऊन ठेवलेल्या मटणाचा घाण वास येत होता. तिने ते चुलीवर टाकले आणि फोडणी दिली. माझी माय फोडणी अर्धवटच द्यायची. तेल कढूंच द्यायची नाही. तेल जास्त कढंले तर, जाळ होऊन झोपडी पेट घेईल म्हणून ती घाबरायची. झोपडीत उभे राहिले तर ती डोक्याला लागत नसे, पण झोपडीच्या मध्यभागी उभे राहिले असता, छताला सहज हात लागत असे. एवढी झोपडीची उंची होती. कच्च्या फोडणीमुळे, तेलाचा तवंग भाजीवर यायचा, आगोदरच मांस त्यावर तेलाचा तवंग. पण हेच खावे लागे. किंबहुना हे सर्व मोहल्ल्याचे आवडते खाद्य होते. आम्ही त्याला अपवाद नव्हतो. तेसुद्धा कधीकधीच मिळायचे. सणवार असला तरच गोडधोड खायला मिळायचे. एखादेवेळी मायला उशीर झाला तर सणवाराच्या दिवशी काळी माय खायला वाढायची. मी तिला कधीच माय म्हणालो नाही. मला ती माय म्हणून आवडायचीच नाही. माझी माय नेहमी ‘‘माझ्या उरावर बसायला आन्ली ही सवत’’ म्हणून बोटं मोडायची मला मात्र दुसरी बायको केली म्हणून बापूचा राग यायचां.

गिरजामाय नेहमी माझ्या विरोधात बोलायची. बापूला उलटसुलंट सांगायची, पण मी तिच्या तोंडाकडंसुद्धा बघायचा नाही. तिने खायला वाढले अन् ताटातले संपले तर तिने माझ्याकडे बघावे म्हणून मी ताट वाजवायचा. याचा अर्थ मला अजून पाहिजे असा असायचा. पण मी काही केल्या तिला आजून वाढ 'मायं' म्हणून म्हणायचा नाही. मग ती रागारागाने "किती गिळतुस रं" अशी म्हणत थोडीशी भाजी-भाकरी ताटात पुन्हा टाकायची. मी गुपचूप ताटातले संपवायचा व ताट धुवून त्याच ठिकाणी ठेवून द्यायचा. पण माझ्या माय पेक्षा माझी सावत्रमाय भाजी चांगली करायची. तिची भाकरी अतिशय गोल असायची. तिच्या हातची मटणाची भाजी तर मला खूप आवडायची ज्या दिवशी तिने मटणाची भाजी केली; त्या वेळी मी हमखास झोपडीच्या बाहेर गिरट्या मारायचा. इकडून तिकडे उगीचच फिरायचा. माय येण्या अगोदर सावत्रमायचा स्वयंपाक व्हायचा. आजूबाजूला भाजीचा वास घुमायचा प्रत्येकाच्या घरी ह्याच भाजीचा वास यायचा. माझ्या पोटात कावळे ओरडायचे. बापू संध्याकाळी सातला घरी येताना झुलत-डुलत जोरजोरात बडबडायचा. घरी आल्याबरोबर दारूच्या नशेत 'काळे ऽऽ' म्हणून आगोदर एक हाक मारायचा. एका पिक्चरमध्ये एक गाणे होते 'गणपत चल दारूला' असेच तो तिला म्हणायचा 'काळे चल पानी आन' असा आदेश आल्याबरोबर काळी पाणी आणून देतादेता "ढोसून आलास काय?" असे म्हणून दोनचार शिव्या हासडायची (द्यायची) व रागारागाने निघून जायची. मी मटणाच्या भाजीची वाट पाहत तेथेच बसलेला बघून मला बापू विचारायचा, "कुठं गेली तुही माय? बोटकी?" माझ्या मायला बापू बोटकी म्हणायचा तिच्या पायाला फार कमी नखं होती म्हणून तो तिला बोटकी म्हणायचा. "आली नाही आजून" मी हळू आवाजात म्हणायचा. मग तो तिला माझ्यासमोर शिव्यांची बरसात करायचा. माझे मात्र काळीच्या भाजीचा वास नाकात गेलेला असल्यामुळे संपूर्ण लक्ष तिकडे लागलेले असायचे. कधी एकदाचा बाप जेवायला बसला म्हणजे आपणालाही मिळेल असे वाटायचे. कारण मायलां उशीर व्हायचां. जेवणही उशिराच बनवायची. तोपर्यंत खूप भूक लागायची. बापू जेवायला बसला की, त्याच्या देखत हळूच गिरजामाय एक भाकर व थोडी भाजी मला वाढून आणून द्यायची. मी मात्र मनात असूनसुद्धा तिला मागायचा नाही. तिने स्वतःहून दिले तरच मी खायचा. बापाला पण वाटायचं की, बघां सावत्रमुलगा असूनसुद्धा ती ह्याला खाऊ घालते. दोघा भावांत भेदभाव करत नाही. बापाच्या नजरेत तिची प्रतिमा उंचायची आणि माय मात्र बापूच्या मनातून खाली खाली सरकायची.

लक्ष्मी काकूच्या पायावर धोंडा

एका सायंकाळी पिराआब्बाची दुसरी बायको, लक्ष्मीबाई हिच्यासोबत कोणत्या तरी कारणाने मायचे भांडण झाले होते. या दोघींनी एकमेकींना खूप घाणघाण बोलून घेतले होते. मी सुट्टीच्या दिवशी दिवसभर बाहेरच होतो. आहो बाहेर म्हणजे काय? गोट्या खेळणे, आंडंफोडी खेळणे, गिल्लीदांडू खेळणे. श्रीमंत खेळ कमी व भंगार खेळच जास्त खेळायचो. खेळाच्या शेवटी भांडण झाले नाही असा दिवस जायचा नाही. हमखास भांडण व्हायचेच. मी एकतर मार खायचा किंवा मारून तरी यायचा. या दोन उद्योगांपैकी मार खाऊनच जास्त यायचा.

लक्ष्मीबाई म्हणजे, चुलत चुलती. हिचे व मायचे भांडण झाल्याचे मला घरी आल्यावर कळले होते. मी तिच्यावर रागात होतो. पिराआब्बा लक्ष्मी काकूला असा मारत मागे लागायचा की, काकू सर्व मोहल्लाभर पळत सुटायची. आबाच्या धाकानं कुठंतरी लपून बसायची. त्याचा राग शांत झाला की कुणीतरी मध्यस्ती घेऊन घरी यायची. आबा तिच्याकडं बघून गुरगुरायचा. नंतर थोड्या वेळाने लोकांनी समजून सांगितल्यावर शांत व्हायचा. अशा या लक्ष्मीकाकू सोबत झालेले भांडण माझ्या डोक्यात घुमू लागले. परंतु आता हे भांडण मिटले होते.

उद्या सकाळी मी मोडलां दळून आणायला गेलो होतो. भगतच्या कांबळेची एकच गिरणी या परिसरात होती असे नाही; तो बारीक दळून देत असल्यामुळे त्याच्या गिरणीवर तुफान गर्दी असायची. पण मायने मला तिथूनच दळूण आणण्यासाठी सांगितले होते. आज ती बिटंवर उशिराने जाणार होती. दळूण आणल्यानंतर ''भाजी-भाकरी करूनच बिटंवर जातो'' अशी ती म्हणाली होती.

दळणाचे डब्यामागून डबे पुढे पुढे जात होते व हळूहळू जात्याकडे सरकत होते. एकदाचा तासा भराने माझ्या दळणाचा नंबर लागला. मी डबा उचलून घराकडे निघालो. माझी शाळा गिरणीच्या बाजूलाच होती. बऱ्याच वेळा दळण संपताना व दुसरे टाकताना गिरणीतून मोठा आवाज निघे. तो आमच्या वर्गात खूप मोठ्याने यायचा. शिक्षक कानावर हात ठेवायचे. आवाज संपला की हात पुन्हा काढायचे व शिकवायला सुरुवात करायचे. आम्ही शिक्षकांकडे बघून मज्जा घ्यायचो.

मी घरी येत असताना मला माझ्या एका मित्राने सांगितले की, ''तुय्या मायच्या हातावर कांहीतरी लागलय, अन् हातातून लय रगत जात व्हतं, जाय घरी लवकर'' मला नक्की माहीत होते की, लक्ष्मीकाकूचे व माझ्या मायचे काल भांडण झाले होते आणि आज पुन्हा एकदा भांडण होऊन लक्ष्मीकाकूने माझ्या

मायला विळा किंवा कशानं तरी मारलं असावं!

मी डोक्यावर पिठाचा डबा घेऊन पळतच घराकडे निघालो होतो. मनात लक्ष्मीकाकूचा काटाच काढावां असं वाटत होतं. मला, पिठाचा डबा एकदाचा कधी ठेवतो; अन् लक्ष्मीकाकूचा बदला कधी घेतो, असं झालं होतं. घरी आल्या आल्या मी बघतो तर काय मायच्या हातातून खूप रक्त जात होतं. एका लुगड्याच्या कपडयाने तिने हाताला बांधले होते. हाताच्या कोपराच्या थोडेसे खाली कशाने तरी कापले होते. आता माझी खात्री झाली की, हे सर्व कांम लक्ष्मीकाकूचेच असावे. माझ्या मनांत अगोदरच भयंकर राग होता. रात्रीच दोघींचे भांडण झाल्याचे मला माहीत होते. अन् आज तर तिने माझ्या मायच्या हातावर कांहीतरी मारून तिला रक्तबंबाळ केले होते. मनाने उचल खाल्ली हातात एक समोरच पडलेला पाव एक किलोचा धोंडा उचलला आणि लक्ष्मीकाकूच्या घराकडे गेलो. तिथे लक्ष्मीकाकू कोण्याएका बाईला बोलत उभी होती. मी क्षणाचाही विचार न करता. तो धोंडा लक्ष्मीकाकूच्या 'तुझ्या मायला ऽऽ' म्हणून अंगावर घातला. मी अचानक तिच्यावर धोंडा घातल्यामुळे ती भयभीत होवून थोडे बाजूला सरकली व धोंडा तिच्या पायाच्या पंजावर लागला. धोंडा लागल्याबरोबर लक्ष्मीकाकूने किंचाळी फोडली "आये मायोव्ह ऽऽ बापोव्ह ऽऽ दैदास्यानं मया पायावर धोंडा घातला येय ऽऽ" असं म्हणून जोरात ओरडू लागली. तेवढ्यात माय व इतर बाया, लेकरं कुणीकुणी तर किंचाळी ऐकून चड्डीवरच धावत आले. काही लहानगे तर ओपन टू ऑल तसेच येऊन मुतत मुतत लक्ष्मीकाकूचा रडं उभे राहून ऐकू लागले.

माय धावतच आली. "भडव्या कामून मारलास तिला? काय केलय तिनं?" म्हणून मलाच विचारू लागली. "तुया हातावर हिनचं मारलय आणि तुव्हं रगत काढलंय" असे मी तिला त्वेषाने बोलू लागलो. तेव्हा मायनं मला पुन्हा एकदा सपसप हाणायला सुरुवात केली. मी मोठ्याने बोंबलू लागलो, तिकडे लक्ष्मीकाकू जोरजोरांत रडूं लागली, माझ्या नावानं बोटं मोडू लागली. तिच्या बरोऽऽबर पायाच्या नसंवरच धोंडा लागला होता. रक्त तर दिसत नव्हतं. पण पाय मात्र सुजून भप्प झाला होता. पाय सुजत होता. तिला धड चालता येईना. आजूबाजूच्या बायांनी तिला बाजंवर बसवलं अन् पाणी पाजलं.

माय म्हणाली "मी नळावरून घागर भरून आणताना पारबतबाईचं रस्त्याच्या भाईर आलेलं पत्तर लागलंय मला" मायचं हे बोलणं ऐकून मी खजील होवून मान खालीच घातली. मी विनाकारण कालचा राग मनात धरून विचार पाचार काहीच नसताना लक्ष्मीकाकूला मारलं याचं वाईट वाटू लागलं.

"मव्हां नवरां येऊ दे, तुला तर बडवायलाच लावतो रं भडव्यां ऽऽ, आरं

भाड्यां ऽऽ तू मला मारतुंस काय व्हय रं'' असे म्हणून लक्ष्मीकाकू माझ्याकडं बघून रागारागात रडत वेगवेगळे गळे काढू लागली. अन् इकडं माय माझां बजाडा काढू लागली. वरून शिव्यांची लाखोली पण वाहू लागली.

दुसऱ्या सकाळी लक्ष्मीकाकूचा पाय सुजून हत्तीसारखा झाला होता. तिला कुणीतरी हाताला धरून संडासला नेत होतं हे मी दुरूनच लपून बघितलं आणि मी मात्र सकाळीच घरातून जे बाहेर पडलो ते रात्री अकरा बारालाच घरी येऊन झोपलो. चार-पाच दिवस मी पिराआब्बाला भेटलोच नाही. तो रोज माझ्या घरी येऊन जात असे. ''भाभी, दैदास्या कुठं हाय?'' म्हणून विचारी अन् कांहीतरी पुटपुटत निघून जात. संत तुकाराम महाराज एका अभंगात म्हणतात,

आपला आपण करावा वेव्हार । जिंकोनी अंतरमन ग्वाही ।।

खऱ्या-खोट्याची, योग्य-अयोग्यतेची ओळख, आपण आपल्या मनाला साक्षी ठेवून, त्याप्रमाणे व्यवहार करावा.

माणूस परिस्थितीचा सारासार विचार न करता सत्य-असत्य हे न पाहतां पटकन निर्णय घेतो. असा निर्णय अनेकवेळा अंगलट येऊ शकतो. म्हणून खऱ्या-खोट्याची शहानिशा करूनच निर्णय घेणे उचित असते. हे मला या घटनेवरून कळाले. मला कळत होते, पण अनेकदा वळतच नव्हते. यामुळे माझ्याकडून अनेकदा चुकाच व्हायच्या.

माझी दिनचर्या – सायकल, गोट्या, गंगेत अंघोळ

सकाळी माय लवकरच ६ वाजता बिटंवर (मार्केट इतवारा) जायची. मी मात्र ती जाईपर्यंत उठायचाच नाही. माय गेली की, हळूच उठायचा. झोपडीत बघायचा. झोपडीला एक पत्र्याचा दरवाजा होता. चार लाकडे घेऊन त्यावर पातळ पत्रा ठोकून त्याला एक कडी लावली होती. ते यासाठी की, डुकरे, कुत्रे, मांजर झोपडीत जाऊ नये व मायने तयार केलेले जेवण त्यांनी खाऊ नये. बाकी चोरी होण्यासारखे सामान घरात नव्हतेच. म्हणजे दोन जरमलच्या थाळी (प्लेट) एक तांब्या, एक जर्मलचेच भाजीचे भगोने जे की काळेकुट्ट झालेले असायचे. चहा करण्यासाठी दुसरे एक छोटे भगोने. एक विणलेली बाज, व झोपडीत कपडे वाळू घालण्यासाठी एक दोरी लटकवलेली असायची. बस्स एवढाच काय तो आमचा संसार!

माय बिटंवर गेली की, मी हातात गवरीची राख किंवा कोळसा घेऊन अथवा लिंबाची काडी घेऊन मुख्य रोडला दात घासत, तासनूतास गोट्याचा डाव बघत थांबायचा. मी पूर्वी सांगितल्याप्रमाणे मला गोट्या खेळायचा भारी

नाद. एकदा मी झोपेतच बरगळत होतो. भिडू म्हणाला, "त्या लाल गोटीला मार, मी झोपेतच लाल गोटीला 'आणाक्या' म्हणून मारले. तुम्हाला सांगतो मायनं मला झोपेतून उठवून जे धुतलं; बस्स सांगता सोय नाही. मी झोपेतून एकदम जागा झालो. मला कळेना माय मला का मारते? मला वाटले की, माय काय पागल-बिगल झाली की काय? नंतर कळले की, मी लालगोटीला आणाक्या म्हणून मारले होते. तो माझा हात झोपेत मायच्या तोंडावर लागला होता.

आता कळले असेल की मला गोट्या किती प्रिय होत्या? मी कलरकलरच्या गोट्या जमा करायचा. मला तो छंदच लागला होता. मी दात घासत दुसऱ्यांचा डाव गुपचूप पाहायचा. आमच्या ठिकाणी गंगानळ होता. त्या नळावर मी तोंड धुवायचा. नळावर तोंड धुताना अनेकांच्या शिव्या खायचा. "ही तोंड धुवायची जागा हाय का रं, भडव्या?" असे काहीजण म्हणायचे, कारण पिण्याचे पाणी सर्वजण तिथेच भरायचे. मी खाकरून तोंड धुतल्यामुळे ते त्यांना किळसवाणे वाटायचे. मी तसाच कसाबसा तोंड धुवून थेट घरी जाऊन गोट्या आणायचा व डावात सामील व्हायचा. माझा निशाणा चांगला असल्यामुळे माझा गल्लीत टुकार पोरांमध्ये चांगला आदर होता. हे वेगळे सांगायला नको. आज जसे क्रिकेटचे फॅन आहेत, तसे माझे गोट्यांचे फॅन होते. तेव्हा क्रिकेट हा खेळ फारसा प्रसिद्ध नव्हता. आणि त्यात काही आर्थिक फायदा पण नव्हता. इथे मात्र गोट्या खेळताना नंतर नंतर पैशाने लावून खेळल्यामुळे किमान दोन-चार रुपये तरी यायचे. म्हणून क्रिकेटकडे कुणाचा जास्त प्रमाणात कल नसायचा.

पुढे पुढे पैशाच्या स्वरूपात गोट्या खेळल्या जाऊ लागल्या आणि तिथून मला पैशांचा नाद लागला. पैसे हातात असायला पाहिजे असे वाटू लागले. म्हणजे पाकिटात चार गोट्या काही अंतरावरून टाकायच्या समोरच्याने पाच किंवा दहा पैशावर डाव लावायचा आणि जर आपण त्यांने सांगितेल्या गोटीला मारले की, तो आपणास जेवढ्या पैशाचा डाव लावला तेवढे पैसे द्यायचा. मी जर त्या गोटीला मारण्यास अपयशी झालो तर तो खेळायचा आणि मी सांगितलेल्या गोटीला तो मारायचा. अशाप्रकारे दिवसातून दोन-चार रुपये जिंकायचा आणि भल्याभल्यांना हरवायचा. माझ्याकडे पैसे जमा होऊ लागले. तसे मी त्यातून पिक्चरला जाणे, किरायाची सायकल चालवणे, इत्यादी उद्योग करायचा. त्या वेळी चाराणे घंटा, पुढे पुढे तर दोन रुपये घंटा यानुसार सायकल मिळत असत. मी तासन्तास उन्हात सायकल चालवत असल्यामुळे सायंकाळी माझा अवतार पाहून मला घरचेच लोक लवकर ओळखायचे नाहीत. कानाच्याखाली केस वाढवायची त्या वेळी फॅशन होती. माझे पण केस कानाखाली होते. दिवसभर खेळत असल्यामुळे केसाला कंगवा नसे की तेल नसे. शाळेत असताना मात्र

केस बरोबर कापलेले असायचे. माय रोज डोक्याला तेल लावायची अन् भांग काढायची. पण आता शाळा एकदम सुटली होती. मला पण चांगले वाटू लागले. शाळेत असताना रोज एक तरी भांडण आणायचा. आता तेही बंद झाल्यामुळे मायला पण चांगले वाटू लागले. बापू तर लक्षच द्यायचा नाही. मी मात्र आझाद पंछी सारखा सकाळपासून ते संध्याकाळपर्यंत घराबाहेरच असायचा.

सायकल चालवण्यात मी तरबेज झालो होतो. त्यावेळी सायकल चालवणे म्हणजे बुलेट चालवण्याची मज्जा असायची. कधीकधी गॅरेजवर छोटी सायकल नसायची. म्हणून मी मोठी सायकल घ्यायचा, गॅरेजचा मालक विरोध करायचा. "अरे तू अभी बच्चा है बडी साईकल तुझे नहीं आयेगी" असे तो म्हणायचा. पण मी आत्मविश्वासाने म्हणायचा "अरे भईय्या मुझे आती है चलाना" असे म्हणून मी सायकल काढायचा. मी लहान असल्यामुळे सीटवर बसले की, पाय पुरायचे नाहीत. मग मी कैची चालवायचा. ती ॲटलस सायकल असायची. समोर एक दांडा असायचा. (त्रिकोणी आकार) त्यामधून एक पाय पलीकडच्या पँडलवर टाकून सायकल चालवायचा. सायकल चालवताना मी बऱ्याच वेळा पडलो. कारण एकदम तोल जायचा. सावरताच यायचे नाही. तेव्हा सुरुवातीला लोक उठवण्यास माझ्या मदतीला यायचे. पण मी रोज एक-दोन वेळा पडायचो. "रोजचंच मडं त्याला कोण रडं" असे म्हणून लोक निघून जायचे. मी मात्र कसेबसे उठून पुन्हा सायकल चालवायचो. हातापायाला लागायचे त्या वेळी लक्षात यायचे नाही. नंतर दुखायला सुरुवात व्हायची. अनेक जागून रक्त येत असे. मी त्याला माती लावायचा. आणि शेवटी ती सायकल तास संपल्याने गॅरेजला नेऊन जमा करायचा.

गोट्यांचा मार अन् अखखी नदी पार

माझा निशाणा चांगला असल्यामुळे एकदा गल्ली सोडून दुसऱ्या ठिकाणी गोट्या खेळायला गेलो होतो. माझ्या घरापासून हे ठिकाण बऱ्याच अंतरावर होते. खडकपुऱ्याच्या जवळ गोट्यांचा डाव रंगला होता. मी त्या ठिकाणी डावात सामील झालो. डाव चाराण्यापासून ते एक रुपयापर्यंत गेला होता. एकामागून एक डाव मी जिंकत होतो. चार-पाच मुले खेळणारी होती व दहा ते बारा जण खेळ बघणारे होते. मी जवळपास सर्वच मुलांचे पैसे जिंकले होते. चड्डीचे दोन्ही खिस्से चिल्लरने भरल्यामुळे अनेक वेळा चड्डी खाली जायची. चड्डी अजून वर करून मी तसाच खेळायचो. सर्वच मुलांचे पैसे जिंकल्यामुळे ते चिडखोरपणे मी गोटी बरोबर मारली तरी मान्य करायचे नाहीत. ते सर्वजण एकत्र झाले होते.

सर्वच स्थिती हाताबाहेरची होती. मला भांडून, माझे पैसे काढून घेण्याच्या पवित्र्यात होते. ते मला सतवायला लागले. माझ्या खिशातील पैशाला हाताने मारायला लागले. त्यामुळे खिशातील पैसे खाली पडायचे व मी ते उचलून पुन्हा खिशात ठेवायचे. असा प्रकार बराच वेळ चालला. मी तेथून पळून जावं म्हटलं तर आपल्या शानच्या खिलाफ (प्रतिष्ठेच्या विरुद्ध) होते. मनात खूप भीती होती. पण जोरात बोलून त्यांनाच धमकावत होतो. याचा परिणाम परिस्थिती हातघाईवर आली. त्या सर्वांनी मिळून मला चोप दिला. व माझे सर्व पैशे हिस्कावून घेऊन पळून गेले. मी रडत घरी आलो. पण बापूला बघताच रडणे एकदम थांबवले. नऊ महिन्याची गरोदर असलेल्या बाईसमान पोट घेऊन बापू बाजेवर निजला होता. मी कांहीच झाले नाही, असे दाखवत होतो. आणि बापूला पण माझे देणे-घेणे नव्हते. मी मायची वाट पाहत बसलो होतो. माय अंधार पडल्यावर आली व मी सर्व हकिकत मायला सांगितली. मायनं मलाच शिव्या देऊन गप्प बसवलं अन् 'पुन्हा तिकडं जाऊ नको म्हणून बजावलं.' आणि तो दिवस तसाच निघून गेला. एवढे जिंकलेले पैसे गेल्यामुळे मला खूप वाईट वाटत होते व त्या मुलांचा भयंकर राग पण येत होता.

माझ्यावर आता कोणाचा अंकुश राहिला नव्हता. बापू बापूच्या ठिकाणी मायचे काम मायच्या ठिकाणी. भाऊ बहीण सर्वच व्यस्त मी मायला एकटाच व बापालां दोन पोरं व दोन पोरी एकूण चार जणांचा विस्तार होता. मला एक सावत्रभाऊ व दोन सावत्रबहिणी होत्या. छोटी बहीण अनिता व मोठी वनिता ह्या मला कधी कधी खायला द्यायच्या. माझे कपडे पण धुवायच्या. कपडे धुण्यासाठी मायला वेळच नव्हता. तिचं लुगडं सुद्धा ती अंघोळ करून तसंच ठेवत. रात्री उशिरा धूत असे. मी तर फुल्ल बिझी असल्यामुळे कपडे धुवायचा नाही. कधीकधी तर चार-पाच दिवसाला एकदा मी अंघोळ करायचा. आमच्या घराच्या पाठीमागेच अगदी हजार फुटावर नदी होती. मी मित्रांसोबत पोहायला जायचा. सुरुवातीस पोहायला जमायचे नाही. पण जसजसे पोहायला येऊ लागले तसतसे नदीचे आकर्षण वाटू लागले. नदीत पोहायचे व रेतीत झोपायचे. अंगाला रेती लागल्यामुळे व अंग उन्हाने वाळल्यामुळे कडक व्हायचे. तसेच काही वेळाने पुन्हा नदीत उडी मारायची. हा कार्यक्रम बराच वेळ चालायचा. डोळे लाल व शरीर पांढरे फटक पडायचे. अनेक वेळेला वयाने मोठे असलेले मित्र पाण्यात गोच्या द्यायचे. त्यावेळेला मला खूप भीती वाटायची. भीतीने मी ओरडायचा. व लगेच पाण्याबाहेर यायचा. पाहता पाहता काही दिवसातच मी अख्खी नदी पार करायला शिकलो. त्या वेळी नदीचे पात्र खूप मोठे होते. नदी पार करायला जवळपास तीस ते चाळीस मिनिट लागायचे. नदीच्या पलीकडील तीरावर

जाऊन खूप मोठे कार्य केल्यागत ओरडायचो. तिकडे रेतीवर थोडावेळ लोळायचे. तिथे जास्त वेळ थांबायचे नाही. कारण पलीकडे सगळे जंगल होते. जवळच कौठा हे गाव होते. जरा दम घेतला की, परत नदी पार करून अलीकडे यायचे. पाण्याचा अंत नव्हता. पाणी फार खोल होते. नदी ही कधीही एकट्याने पार करायची नाही. सोबत किमान एकतरी मित्र असावा असे आम्ही पाहायचो. बाल्या (बालाजी), लाल्या (सुरेश) हे दोघे जण माझ्यापेक्षा बरेच मोठे होते. त्यांनी तर शाळा सोडून बरीच वर्षं झाली होती. हे दोघे पोहण्यात पटाईत होते. त्यांच्या सोबत मी नदी पार करायचा असा उद्योग सुरू झाला होता.

एकदा मी नदी पार करीत असताना, बालुमामाने मला नदीच्या मधोमध गेल्याबरोबर कुठला तरी राग काढून गोच्या द्यायला लागला. मी जोरजोरात ओरडू लागलो. नाकातोंडात पाणी जाऊ लागले. मी त्याच्या हाताला झटका मारून पाण्यात बुडून दुसरीकडे गेलो व माझी सुटका करून घेतली. मी पाण्यात एक ते दीड मिनिट डुबून राहायचा, याचा मला खूप सराव झाला होता. बालुमामाने गोची दिल्यापासून त्याच्या सोबत पोहणे बंद केले. पाण्यात त्याच्या जवळ जायचे नाही असे ठरवले. पण झाल्या प्रकाराबद्दल "मी मज्जाक करीत व्हतो" असे म्हणून तो दिलगिरी व्यक्त करायचा.

साप चावला म्हणून रात्र जागून काढली

दिवसभर नदीला पोहायचे. रेतीत अंग गरम होईपर्यंत लोळायचे. व नदीत उडी घेऊन नदी पार करायचे. असा आमचा दिवसभराचा कार्यक्रम असायचा. दुपारी एकतर बेंदाडातून सबलीने किंवा एखाद्या लोखंडी सळईने खोदून सिदोड काढणे आणि चाराण्याचा किंवा आठाण्याचा गळ व पंधरा वीस फूट तंगुस आणून गळाला शिदोड लावून भर उन्हांत बिडी ओढत मासोळ्या धरण्यासाठी बसायचो. तासन्तास बसल्यावर कुठे एखादा कटारना, बाम, मरळ गळाला लागायचा. मी तो बाम किंवा कटारना सोबत असलेल्या आगकाडीने आजूबाजूचा पालापाचोळा एकत्र करून जाळावर भाजायचा व तसाच अर्धा कच्चा कटारना किंवा बाम एका दमात खाऊन टाकाचा. असा कांहीसा आमचा एखादा दिवस जायचा किंवा जास्त मासोळ्या पकडल्या तर त्या घरी नेऊन त्यांची भाजी करायची.

परंतु आज मासोळ्या काही केल्या गळाला लागत नव्हत्या आम्ही एके दिवशी दोन-तीन पोरं एकत्र येऊन खेकडे धरण्याचा कार्यक्रम आखला. नदीच्या काठावर भोगळीत हात घालून खेकडा काढायचा. या भोगळीमध्ये शक्यतो खेकडे असायचे. आम्ही अगोदर जिथे खेकडा आहे तिथे खात्री झाल्यानंतरच

हात घालायचा. त्या भोगळीत काय-काय आहे. हे आम्हाला बऱ्याच वेळेला माहीत नसायचे. पण बऱ्याच वेळा मासोळी समजून साप वर काढायचो. व नंतर "सरप ऽऽ सरप ऽऽ" म्हणून तो नदीत फेकून द्यायचा. आम्हाला वाटायचे ती बामच आहे. पण तो निघायचा साप.

अशाच एका भोगळीत मी हात घातला. आम्हाला कशाचीच भीती वाटायची नाही. बिनधास्त पाण्यात हात घालून आम्ही मासोळ्या पकडायचो. कधी हाताला डोकळा, लागायचा. कधी मोठी माशी पण लागायची तर कधी बाम. बाम हे दिसायला सापासारखेच असल्यामुळे आम्ही त्याला वर काढून खात्री करूनच पाण्यात किंवा जमीनवर फेकून द्यायचो. साप जरी हातात आला तरी आम्हाला त्याची भीती वाटत नसे. कारण आम्हाला माहीत होते की, साप पाण्यात चावत नाही.

एकदा संज्या म्हणून एक मुलगा होता. आमच्या सोबत तो मासोळ्या धरायचा. तो एकदा एका भोगळीत हात घालून खेकडा पकडू लागला; तोच आत मधल्या खेकड्याने त्याच्या बोटाला धरले. त्याने हात बाहेर काढला तर काय? त्याच्या बोटाला खेकड्याच्या मुख्य नांगीने जबरदस्त पकडले होते. संज्या जोराने बोंबलत होता. त्याने घाबरून हाताला जोराने झटका मारताच, अख्खा खेकडा खाली पडला. पण नांगी मात्र त्याच्या बोटाला गच्च पकडून होती. मी जवळच होतो. दोन्ही हाताने त्या बोटाची नांगी वाकवून त्याचे बोट नांगीमधून सुखरूप बाहेर काढले. पण संज्याच्या बोटात रक्त सांगळले होते. तेव्हापासून संज्याने खेकडे पकडणे बंद केले. तो आमच्या सोबत गळाने माश्या पकडण्यासाठीच यायचा. खेकडा जर एखाद्या बिळात दिसला तर त्याला काढण्यासाठी आमच्यात स्पर्धा लागायची. पण संज्या मात्र आता या स्पर्धेतून बाद झाला होता.

मला एका बिळात खेकडा असल्याचे दिसले. मी त्या बिळात सावधपणे हळूहळू हात पुढे सरकावला. थोडी चाचपणी केली. मऊ मऊ लागत होते. मला वाटले ढोकळा किंवा बाम असेल. म्हणून हात पुढे पुढे नेला. थोडा भाग टणक लागला कदाचित त्याची नांगी असावी असे मला वाटले. त्या बिळात (भोगळीत) पूर्ण पाणी भरलेले होते. पण थोड्यावेळाने मला बोटाला चुनचून (आग होणे) झाल्यासारखे वाटले. मी हात बाहेर काढला. तर मला बोटाला दोन ठिकाणी कांहीतरी चावल्याच्या खुणा दिसत होत्या. मी जवळ असलेल्या पहारीने (गजाळी) वरून उकरायला सुरुवात केली. तर तिथून एक विरळा (साप) पाण्यात निघून गेल्याचे दिसले. मला थोडी भीती वाटली. मी लगेच घरी आलो. एक खेकडा यापूर्वी पकडला होता. तो मायला दिला. आणि याची भाजी कर म्हणून सांगितले. सोबतच मला कांहीतरी चावले आहे हे पण दाखवले. बोटावरच्या खुणा पाहून

माय घाबरली. तिने मला आगोदर मिरच्या खायला दिल्या, पण मला काही त्या तिखट लागत नव्हत्या. मी म्हणालो ‘‘मला मिरच्या तिखट लागना झाल्यात’’ माय पुरती घाबरली. तिने आजूबाजूच्या लोकांना बोलावले. ज्या ठिकाणी मला बोटावर चावले होते. ती जागा व निशाण ती सर्वांना दाखवू लागली. ‘‘जमनाबाई, काहीतरी वेगळं हाय, ह्याला काकांडीला घेऊन जाय’’ असं काहीजण म्हणताच माय जोरात रडायला लागली. काकांडीला एक मत्तर उतऱ्या (साप चावल्याने सापाचे विष उतरवणारा मांत्रिक) होता तो साप चावलेल्या माणसाचे विष मंत्रोच्चाराने उतरवायचा. व माणसाला बरा करायचा. एवढ्यात मी आणलेला व मायने घरात शिशबीत ठेवलेला खेकडा चालत चालत बाहेर आला. सर्वजण दचकले. मी मात्र त्याच्या चावऱ्या दोन्ही नांग्या तोडल्या होत्या, इतर आठ नांग्या तश्याच ठेवल्या असल्यामुळे; तो त्या नांग्याने चालत बाहेर आला होता. सर्वच नांग्या तोडल्या, अन् जास्त वेळ झाला तर त्या खेकड्यातून वास येत असे. पण तो जिवंत असेल तर त्याचा वास येत नसे. मुख्य दोन चावऱ्या नांग्या तोडल्या की तो खेकडा जशास तसा जिवंत राही.

कुणीतरी मधेच बोलले ‘‘लवकरात लवकर काकांडीला जा, नाहीतर दैदास्या गेलाच म्हणून समजा.’’ माय मात्र आता जोरजोराने रडत होती. काकांडीला जायला मायजवळ तेवढे पैसे नव्हते. पण भांडवलातल्या पैशातूनच कशाचाही विचार न करता. माय मला काकांडीला घेऊन गेली. मत्तर उतऱ्या (औषध देणारा वैद्य) म्हणाला ‘‘बरं झालं लवकर आलीस, वेळ गेली नाही’’ त्याने मला दोन पुड्या दिल्या त्याच्यात राखंसारखं काहीतरी होतं. मी ते पाण्याबरोबर पिऊन टाकलं. त्याने मंतर मारले व थोड्या वेळाने आम्ही तिथून निघालो. ‘‘रात्रभर त्याला चेती ठेव, रात्र वैऱ्याची हाय. झोपला तर इक (विष) आंगात भिनल’’ असे तो वैदू बाबा मायला म्हणाला.

इथे अनेक जाती-धर्माचे लोक साप चावला म्हणून यायचे. औषध घ्यायचे व बरे होऊन जायचे. सर्व निःशुल्क सेवा असायची. या गावात नागोबाचे मंदिर होते ते आजही आहे. नागपंचमीच्या दिवशी या गावात जत्रा भरते. या वेळी मंदीरात तुफान गर्दी असते. अनेकदा मी नागपंचमीच्या दिवशी मायसोबत इथे जत्रेला आलेलो आहे. या घटनेनंतर मायने सोमवार हा उपवास म्हणून धरायला सुरुवात केली होती.

इकडे सर्व मोहल्ल्यात ‘दैदास्याला सरप चावला’ म्हणून खबर वाऱ्यासारखी पसरली. अनेक नातेवाईक माझ्या घरी मला भेटायला येऊ लागले. बापूला सकाळची शिफ्ट होती. दुपारी तीन वाजताच तो घरी आला होता. आल्याबरोबर त्याला कुणीतरी ही बातमी सांगितली. गिरजामाय त्या दिवशी तिच्या माहेराला

पोट्याला गेली होती. स्वयंपाकाला म्हणून एक मोठी बहीण घरीच होती. तोपर्यंत माय आणि मी घरी आलो. सर्वजण मायला विचारत होती. "काय झालं? काय म्हणाला मत्तर उतऱ्या?" "सरपच चावला म्हनला" अशी माय तिला विचारलेल्या लोकांना सांगू लागली. बापू मात्र गुपचूप होता. फक्त हे सर्व पाहत होता. मला काय झालं म्हणून; सुद्धा विचारत नव्हता. तो उठला त्याने पुना पँट व खमिस घातला व थेट ऽऽ.... भुमय्याच्या आड्यावर गेला दोन चार गिलास लावून बडबडतच आला.

मला त्याने जवळ बोलावले, आपल्या मांडीवर बसवले व मुळूमुळू रडू लागला. डोळ्यातले आसवे पुसू लागला. व नाकातला शेंबुड शिकरून "तु भीऊ नको मी हाय, तुला काय बी होऊ देणार न्हाय" असं शिकरलेल्या हातानेच माझ्या डोक्यावर हात फिरवत मला बोलू लागला. पहिल्यांदाच बाप-लेकाचे प्रेम लोक कुतूहलाने पाहू लागले.

बापू मला मांडीवर घेऊन तसाच रात्री बारावाजेपर्यंत बसला होता. मायनं मला खायला दिलं. मी त्याच्या मांडीवरून उठून बाजूलाच रोडवर जाऊन भाकर खात बसलो. जवळपास रात्री दोन वाजेपर्यंत शेजारी पाजारी आमच्या सोबत जागीच होते. मला झोप लागू नये म्हणून काही बाया गाणे म्हणत बसल्या होत्या. मला मात्र खूप झोप येत होती. मी डुलक्या घेत होतो. बळीआब्बा, लगेच माझ्या तोंडावर झपकन पाणी हाणायचा. अशाप्रकारे पहाटे तांबडं फुटलं आणि माझं कोडंही सुटलं. मी मात्र दिवस निघाल्या बरोबर जे झोपी गेलो ते सायंकाळी सात वाजताच उठलो. मायनं मला जेवायला दिलं. "आता झोपी जाय रात्र लई झाल्ये," असं माय म्हणताच मी तर आत्ताच उठलो होतो. झोप काही येत नव्हती. झोप न येताच उद्याचं स्वप्न उरात घेऊन तसाच पडून राहिलो. अन् कधी एकदाची पुन्हा झोप लागली हे कळलेच नाही.

पत्यांचा डाव-पोलिसांची धाड

नदीवर एक डंकीन होती. ती आजही आहे. याच डंकिनीतून मिलला पाणी पुरवठा होत असे आणि आमच्या मोहल्ल्यातूनच याची भलीमोठी पाइपलाइन गेली होती. जवळपास इथली माणसे मिलमध्येच काम करीत असल्यामुळे आम्हाला एक गंगानळ दिला होता. मुख्य रस्त्याला एक व मध्यभागी एक नळ दिला होता. या दोन्ही नळाला चोवीस तास पाणी असायचे. डंकीनच्या बाजूला झाडांची खूपच गर्दी होती. त्यात आंब्याची, लिंबाची, जांभळाची असे अनेक झाडे होती. नदीपासून हा भाग किमान पन्नास फूट उंच असेल. अशा या नदीच्या

उंच असलेल्या झाडांखाली पत्त्यांचा डाव भरायचा. शेरखान नावाचा माणूस हा पत्त्यांचा डाव चालवायचा. आमच्या वार्डातील मोठी माणसे, तरुण मुले, लग्न झालेली, तसेच लग्न न झालेली मंडळीसुद्धा इथे पत्ते खेळण्यासाठी दिवसभर असायची. एखादा माणूस कुठेच सापडत नसेल, तर तो ह्या ठिकाणी हमखास सापडत असे. पत्ते खेळताना छोट्या मुलांना इथे येऊ द्यायचे नाही. मी मात्र इथल्या लोकांना बिडी, सिगारेट, तंबाखू इ. मोहल्ल्यातून आणून द्यायचा. त्यामुळे मला इथे येण्यास सूट होती. पत्ते खेळताना अनेकजण बिडी ओढायचे. प्रत्येकजण बिडीचा झुरका मारूनच व नाकातोंडातून धुव्वा सोडतच पान (पत्ता) टाकायचा. मला त्यांचे कौतुक वाटायचे. नाकातून बिडीचा धूर कसा काढीत असतील, याचे मला आश्चर्य वाटायचे. एकच सिगारेट चार-पाचजण ओढायचे. एक झुरका मारला की दुसऱ्याकडे लांबवायचे. सिगारेट संपत आली की, थोडा उरलेला तुकडा असलेली सिगारेट फेकून द्यायचे. एक दिवस मी हे सिगारेटचे फेकलेले थोटके उचलून झाडाच्या पलीकडे जावून झुरका मारायचे ठरवले.

ठरल्याप्रमाणे शेवटच्या माणसाने संपत आलेल्या सिगारेटचे थोटके फेकले व मी त्याची वाटच पाहत असल्यामुळे हळूच पायाच्या बोटाने सिगारेटचे थोटके उचलून झाडाच्या मागे जाऊन सिगारेटचा झुरका मारला; तोच मला जोराचा ठसका लागला. मी थोडावेळ कासावीस झालो. पण ही माझी सुरुवात होती. आणि इथूनच माझ्या आयुष्याला वेगळे वळण लागले. मी सिगारेट, बिडी ओढायला लागलो. रोज सकाळी उठल्याबरोबर प्रातःविधीला म्हणून डब्बा घेऊन नदीला निघायचो. सोबत एक बिडीचा कट्टा, डबी घेऊन जायचा व बिडी संपेपर्यंत परसाकडला बसायचा, कारण इथे कोणाच्याच घरी संडास नव्हते. त्यामुळे सकाळी नदीच्या टेकड्यांवर प्रत्येकजण पाण्याचा डबा घेऊन जायचे. टेकडी सर्व फुलून जायची. महिला ह्या काटवनात बसायच्या याच काटवनातून नदीला रस्ता जात होता. बाया याच रस्त्याच्या थोडेसे मध्ये बसायच्या. येणारी माणसे बघून पटकन उठायच्या. काही मनाने चांगली असलेली माणसे या काटवनातून जाताना जोरात खोकलायची. जर कुणी महिला प्रात:विधीसाठी बसली असेल तर तिने उभे राहावे, अशी त्या पाठीमागची भावना असायची. म्हणून मी पण अनेक वेळेला या काटवनातून जाताना उगाच खोकलायचा. तिथे कुणी महीला असो किंवा नसो. मी मनाने खूप चांगला आहे असे दाखवायचा. पण काही चावट माणसे काटवनात येईपर्यंत चाहूल लागू द्यायचे नाही. आणि अचानक एखादी महिला परसाकडंमध्ये गुंग असतानाच एकदम माणूस समोर बघून बाया पटकन उठून उभं राहायच्या.

मला मात्र पत्त्यांच्या डावाचे आकर्षण वाटायला लागले होते. मी पुरता या

लोकांमध्ये रमलो होतो. घरचे खायचे अन् इथल्या लोकांची कामे फुकट करायचे. त्या बदल्यात मला ते दिवसभर इथे थांबू द्यायचे. मला सुरुवातीला पत्ते कसे खेळतात हे जमायचे नाही. त्या प्रकाराला रम्मी असे नाव होते. ७,८,९, किंवा ५,६,७ किंवा गुलाम, राणी, बादशाह असे सीरीयल पत्ते जोडून डाव बनवायचे. एका एका रम्मीला एकेक तास लागायचा. सगळेच पटाईत व सराईत खेळाडू होते. शिवाय शेरखान प्रत्येक डावाच्याअंती काही ठरावीक रक्कम घ्यायचा. तो पत्ते (कॅट) सर्वांना पुरवायचा. पुढे पुढे तर दोन-तीन डाव बसू लागले आणि इथे गर्दी वाढू लागली. काही प्रेक्षक येऊन बसायचे किंवा डावात सामिल व्हायचे. मी मात्र 'शिंगरू मेले हेलपाट्याने' या म्हणीप्रमाणे तिथल्या लोकांची सरबराईस करण्यात धन्यता मानायचो. एखाद्याने बिडीचा कट्टा आणायला लावला तर त्यातील एक बिडी काढून घ्यायचा व येता येताच तिचा झुरका मारायचा. माझ्या खिशात एक डबी हमखास असायची. एखाद्यावेळी कुणाजवळ डब्बी नसेल तर मी त्यांना डबी पुरवायचा. म्हणून मी इकडे अल्पावधीतच प्रसिद्ध झालो होतो. मला सगळेचजण नावानिशी बोलायचे. "ये दैदास्या इकडं ये... हे कर... ते कर..." असे म्हणायचे आणि मी मात्र हात हात चढायचा कारण खुद्द शेरखान माझे नाव घ्यायचा. आता मी मात्र बिडी ओढण्यात पटाईत झालो होतो. प्रत्येक वेळेला सिगारेट भेटायची नाही. फक्त शेरखानच इथे नियमित सिगारेट ओढायचा. अजून एक दोघेजण भेटली तर सिगारेट, नाही तर दीपक बिडी ओढायचे. मी त्यांच्या थोटक्याची वाटच पाहायचा. त्याने थोटके फेकले की, मी ते उचलायचा अन् त्याच्या तोंडाचा थुक्का त्या पिवळ्या भागाला लागलेला असायचा तो शर्टाच्या खालच्या कपड्याने पुसायचा व इकडेतिकडे बघून झुरका मारायचा.

एक दिवस असाच पत्त्यांचा डाव चालू होता. सर्वजण पत्ते खेळण्यात दंग झाले होते. आजूबाजूला गर्द झाडी असल्यामुळे माणूस जवळ येईपर्यंत दिसायचेच नाही. आज पैशांचा ढीग लागला होता. सर्वजण गोल बसायचे व पैसे मध्यभागी ठेवायचे व जो जिंकला त्याने ते पैसे ओढून आपल्याकडे समोरच पोत्याखाली ठेवायचे. या खेळाला थोडा जास्त वेळ लागत असल्यामुळे एका नवीन खेळाचा शोध लागला होता. तिर्रट.. या खेळात कमी वेळेत जास्त डाव व्हायचे. कुणी कमी वेळेतच मालामाल व्हायचे तर कुणी कंगाल व्हायचे. अशा या तिर्रट डावात सर्वजण रंगून गेले होते. कुणी बिडीचा तर कुणी सिगरेटचा झुरका मारत तर कुणी हातावर तंबाखू चोळून ओठ पुढे ओढून ओठांच्यामध्ये तंबाखू भरत होते. एकाएकी काय झाले माहीत नाही. कुणीतरी ओरडले "पुलीस ऽऽ पुलीस ऽऽ पळा ऽऽ पळा ऽऽ"आणि तेथील सर्वजण पत्ते, पैसे जागच्या जागीच ठेवून वाट दिसेल तिकडे पळू लागले. कुणी डंकीनच्या पलीकडे तारातून वाकून

पळाले, तर कुणी नदीत उड्या मारून नदीच्या पलीकडे नदी पार करून गेले. काहीना पळता पळता तारांमधून वाकून जाताना तार लागून, अनेकजण रक्तबंबाळ झाले होते. मी पण उगीच जिकडे वाट दिसेल तिकडे पळू लागलो. एकाने तर भीतीने नदीत उडी मारली; पण त्याला पोहता येत नसल्याने नाकातोंडात पाणी गेल्यामुळे तो गोच्या खाऊ लागला व जोराने "वाचवा ऽऽ वाचवा ऽऽ" असे ओरडू लागला. मी मात्र अगदी सडपातळ, किरकोळ व वयाने लहान असल्यामुळे माझ्याकडे कुणाचे लक्ष गेले नाही. या वेळी पोलिसांच्या जाळ्यात अनेकजण अडकले. पोलीस काहीजणांना कॉलरला धरून नेत होते. मी एका खड्ड्यात लपून त्यांच्याकडे पाहत होतो. भीतीने थरथरत होतो. तिथलाच एक कुणीतरी संडासला आणलेला रिकामा डबा घेऊन संडासला बसलो. कुणी विचारले तर 'मी संडासला आलो व्हतो' असे म्हणायचे. असे मनात ठरवून भेदरलेल्या अवस्थेत सर्व पाहत होतो. शेरखान मात्र कुठेच दिसत नव्हता. तो शंभरच्या वेगाने कुठे गायब झाला कळलेच नाही. तेव्हापासून मी मात्र पत्यांचा डाव सोडला व इथे येणे बंद केले.

इकडे घरी बापूला "दैदास्या रोज नदीला जातो अन् पत्ते खेळतो, आज पोलिसांची त्या डावावर धाड पडली व अनेकांना पकडले" असा जबरदस्त टेंभा कुणीतरी लावला होता. बापू, बुश रेडिओवर गाणे ऐकत ऐकत हातात वादी घेऊन माझी वाटच पाहत होता. मला पण इकडे जवळच्या विश्वस्तांकडून कळले की, "बापू तुझ्या स्वागताला वादी घेऊन तयार आहे." मी घराकडील मोर्चा मोडंकडं वळवला व थेट मोड गाठली. व मायजवळ जाऊन बसलो. सायंकाळी माय सोबतच घरी आलो. बापू वाटच पाहत होता. गंगाधर आण्णाने आणि बाजूच्या विमलबाईने माय घरी आल्याआल्या माझ्या कारनाम्याबद्दल तिला सांगितले. बापू जोरात ओरडत म्हणाला, "दैदास्या ऽऽ इकडं ये" मी मात्र मायंच्या मागं लपू लागलो. थरथर कापू लागलो. बापूने अजून आवाज चढवला "तू येतूस की, मी येऊ तिकडं? तिकडं आल्यावर तुला सोडणार न्हायी," असं म्हटल्याबरोबर मी घाबरलो. जोरजोरात रडू लागलो "मायोवंऽऽ" म्हणून तोंड वासू लागलो. आणि वेगवेगळ्या सुरात गळे काढून रडू लागलो. पण आता इलाज नव्हता. बापू लई मारणार हे काळ्या दगडावरची रेघ होती. मी घाबरत घाबरत बापू जवळ गेलो. "कुठं व्हतास दिवसभर खरं सांग?" बापूने हळूच विचारले. "नदीवर" मी थरथर कापत म्हणालो. "आजून फुढं सांग? अरं सांग की भडव्या!" बापूने आवाज चढवून विचारले. "पत्ते खेळत हुतास की? पोलिसांनी बऱ्याच लोकांना धरलं वाटते" असे बापू म्हणाला. मी तर या झालेल्या प्रकाराचा आय विटनेस होतो. प्रत्यक्षदर्शी साक्षीदार होतो. "मी पत्ते

खेळत न्हवतो उगी पाहत व्हतो.'' असे मी म्हणालो. बापूने रागाने ''भडव्या ऽऽ'' असे म्हणून वादीनं अंगाचे चमडे काढले. चड्डी ओली कधी झाली हे कळलेसुद्धा नाही. मांडी, पिंढरीवर मुताचे वोघळ वरून खाली आले होते. सर्व शांत झाल्यावर मी चाचपून बघितले तर चड्डी समोरून भिजली होती व थंडगार लागत होती.

मी तेव्हापासून पत्त्यांचा डाव सोडला होता. पण बिड्या ओढायला मात्र शिकलो होतो. जवळ पैसे नसायचे तेव्हा मंदिराच्या बाजूला एक बळीराम नावाचा टेलर होता. पण त्याला सर्वजण बळी टेलरच म्हणायचे. तो दिवसातून वीस-पंचवीस बिड्या ओढायचा. अर्धीच बिडी ओढायचा व दुकानाच्या समोरच फेकून द्यायचा. मी मात्र त्याच्या फेकून देणाऱ्या बिडीची वाट पाहत थांबायचो त्याने बिडी फेकली की मी उचलायची आणि दुसरीकडे जाऊन ओढायची. आता बळीमामाला पण कळले होते की, हा आपल्या थोटकाची वाट पाहत आहे. म्हणून तो कधीकधी एक दोन झुरके मारूनच बिडी फेकून द्यायचा व कपडे शिवण्यात दंग व्हायचा. मी बिडी उचलून घेऊन, जात आहे हे त्याच्या लक्षात यायचे पण तो माझ्याकडे बघायचा नाही. पावसाळ्याच्या दिवसात माझी पंचाईत व्हायची. बाहेर पाऊस चालू असल्यामुळे त्याच्या दुकानाच्या समोर थोडे पत्रे निघाले होते. त्या पत्र्यांच्या खाली मी थांबायचा व त्याच्या बिडीकडे लक्ष ठेवायचा. बिडी फेकल्याबरोबर उचलणे आवश्यक असायचे, कारण पावसाने बिडी भिजून विझून जायची. मी टेलरकडे लक्ष देऊन व तो माझ्याकडे पाहत नाही, याची खात्री करून बिडी उचलून तिथून पळून जायचा. कधीकधी मी पावसात छत्री घेऊन यायचा व बिडी फेकली की छत्रीच्या आडोशाने बिडी घेऊन तिथून निघून जायचा. आणि छत्रीखाली भर पावसात बिडी ओढायचा. पावसात कुणी बाहेर निघत नसल्याने व छत्रीच्या मध्ये बिडी ओढत असल्यामुळे कुणी पाहायचे नाही.

माय सकाळी मला एक किंवा दोन रुपये देऊन बिटंवर जायची. मी त्याच्या बिड्या घेण्यास सुरुवात केली. नाकातून व तोंडातून बिडीचा धूर काढण्यात मी पटाईत झालो होतो. माझ्या मित्रांना माझी ही धूर काढण्याची कला बऱ्याच वेळा दाखवत होतो. माझ्या या कलेचा प्रसार आणि प्रचार बापूपर्यंत कुणी केला? हे कळल्यावर बुट तुटेपर्यंत बापूने मला मारले. पण त्याचा काही उपयोग झाला नाही. माझी माय, बापू आणि गिरजामाय (सावत्रमाय) हे तिघेही जर्दा खायचे. तेव्हा जर्द्याच्या पुड्या होत्या. पंचवीस पैसे किंमत होती. दिवसातून दोन पुड्या प्रत्येकाच्या संपून जायच्या. माझे अनेक मित्रसुद्धा तंबाखू खायचे, बिड्या ओढायचे आता मला त्याचे काही वाटायचे नाही. तेव्हा माझे वय नऊ ते दहा वर्षे असेल.

मी शाळा सोडून दोन वर्षे झाली होती. शाळा माझ्या जीवनातून हद्दपार झाली होती. त्या वेळी लहान मुलांना कामावर ठेवले जाई. बालमजुरी कायदा वगैरे काही नव्हता. पुढे १९८६ ला बालमजुरी प्रतिबंधक कायदा करण्यात आला. पण हा कायदा सुशिक्षित लोकांनाच माहीत होता. त्याचे फारसे आताच्यासारखे गांभीर्य नव्हते.

सिमला हॉटेलमध्ये वेटरचे काम

मी आता हॉटेलमध्ये काम करायचे ठरवले. आणि मायला सांगितले की, "तिथे खायला खूप असते मी खाऊन खाऊन लठ्ठ झालो की, दुसरे काम करून पैसे कमवून तुझ्या हातात देतो." असे म्हणताच माय पण राजी झाली. जिल्हा परिषदेच्या समोर करिमसेठचे शिमला हॉटेल प्रसिद्ध होते. मी त्या हॉटेलवर वेटर म्हणून कामाला लागलो. मला ऑर्डर देण्यात मज्जा वाटायची. "साब के दो-खिचडी, एक-भज्जे, दो-चाय, छे रुपये लेव ऽऽ"असे म्हणायचो. हॉटेल मालक माझ्या कामावर खूश होता. तिथे मी लहान असल्यामुळे मला सर्वजण 'छोटे' म्हणायचे. मी पण आलेल्या गिऱ्हाइकाला चांगले बोलायचा आणि त्यांची ऑर्डर घ्यायचा. या अगोदर मी, गिऱ्हाईक जेवण करून, नाष्टा करून उठले की, कपड्याने टेबल साफ करून घेण्याचे काम करीत होतो. पण माझे काम बघून हॉटेल मालकाने माझे प्रमोशन केले व मला ऑर्डर घेण्यासाठी ठेवले. मी ऑर्डर देता-घेताच एक-दोन भज्जे तोंडात टाकायचा. कधी पेढे, तर कधी चिवड्याची (फरसाण) चव घ्यायचा आणि मनाला वाटेल तेव्हा चहा प्यायचा. जिल्हा परिषदमधील काही अधिकारी, कर्मचारी मध्यंतराच्या सुट्टीत या हॉटेलमध्ये चहा प्यायला व नाष्टा करायला यायचे. त्यांच्या सोबत मी चांगले वागत असल्यामुळे. त्यातील बरेचजण मला नावानिशी ओळखायचे. ते मला 'देवदास' म्हणत. मोहल्ल्यात दैदास्या तर हॉटेलमध्ये व बाहेरचे लोक देवदास म्हणायचे. पण लोक मला दैदास्यावरून देवदास म्हणतात याचे थोडे अप्रूप वाटायला लागले.

कर्मचारी, अधिकारी यांच्यासोबत चांगले वागत असल्यामुळे माझी सर्वांसोबत चांगली ओळख झाली होती. कधीकधी जिल्हापरिषदमध्ये चहा, कॉफीची ऑर्डर असायची, त्या वेळी हॉटेलवर मालकाला टेलिफोन करून सांगायचे. "दो-कॉफी और दो-चाय भेज दो" तेव्हा मालक "ठीक है साब" म्हणून फोन ठेवायचा. तिकडून लगेच पुन्हा एकदा फोनवरून सांगायचे "वो देवदास को भेज दो, और जरा जल्दी!" फोन ठेवल्याबरोबर "पहिले मालेपर शिक्षण विभाग है,

वहां साब को चाय-कॉफी दे के आ'' असे मालक मला बोलवून सांगायचा. मी दिवसातून बऱ्याच वेळेस जिल्हा परिषदेमध्ये जात होतो. अनेक शिक्षक पांढऱ्या कपड्यांत इकडून-तिकडे फिरत असत. त्या शिक्षकांकडे मी बघतच राहायचो.

आमच्या हॉटेलमध्येसुद्धा अनेक शिक्षकांची रांग लागत असे. हॉटेल मध्ये आम्हा वेटरला कॉफी पिण्यासाठी मज्जाव होता. चहा कितीही वेळा मिळायचा, पण कॉफी मात्र पिऊ देत नसत पण मला कॉफीचा एवढा छान वास येत असे की, ती प्यावीच वाटायचे पण जमायचेच नाही. बऱ्याचदा मी कॉफी घेऊन गेल्यावर ग्लासमध्ये उरलेली कॉफी भिंतीच्या आड जाऊन कित्तेक वेळा पिलेली आहे. कॉफीचे मोठे आकर्षण होते. सोबतच ज्या ज्या वेळेला मी जिल्हा परिषदेमध्ये चहा घेऊन जायचा, त्या त्या वेळेला मी बिडी ओढूनच हॉटेलमध्ये यायचा. मी बिड्या ओढतो हे त्या हॉटेल मालकाला माहीत नव्हते. अशाप्रकारे एक-दोन महिने झाले होते. कधीकधी रात्री उशीर झाला तर मी तीथेच हॉटेलच्या बाहेर फुटपाथवर पोते पांघरून झोपायचा. हॉटेलचे सोबतचे एक-दोन नोकर इथेच झोपायचे, पण ते बाहेर गावावून आलेले होते. माझे मात्र इथे घर असताना सुद्धा मी अनेकवेळा रात्रीला इथेच झोपायचो. दर रविवारी हप्ता असायचा. या दिवशी हॉटेलला सुट्टी असायची. हॉटेलमधील बरेच नोकर पिक्चर पाहायला जायचे. श्याम टॉकीज जवळच होती. या दिवशी सर्वजण अंघोळ करायचे. एरव्ही अंघोळ कुणी करत नसत. कारण वेळच मिळत नसे. मी रविवारी ''हे घे माझा पहिला पगार'' असे म्हणून मायच्या हातावर पैसे ठेवायचा. माय खूश व्हायची. त्या पैशातून माय भरपूर मटन आणायची. आपणही खायची आणि मलाही खावू घालायची. पैसे येत असल्यामुळे माय हुरळून जायची. आणि माझे बालपण मात्र इथे होरपळून जात होते.

चपलां बुटं चोरीचा नाद

दिवसामागून दिवस जात होते. आता माझे मन इथे रमत नव्हते. काहीतरी वेगळं करावं असं मनात येत होतं पण काय करावं? हे कळतंच नव्हतं. बालुमामाशी माझी दोस्ती असल्यामुळे अनेकवेळा मी त्याच्यासोबत पिक्चरला जात असे. माझे तिकिटाचे पैसे तोच भरायचा. मी त्याला म्हणत, ''एवढे पैसे कुठून आणतूस?'' तो फक्त हसायचा व ''नंतर सांगतो'' असे म्हणायचा. इंटरवेल मधून तळलेले पदार्थ, भज्जे, समोसा इत्यादी तो आणत असे. मलाही देत व आपणही खात. एके दिवशी बालुमामा मला म्हणाला ''चल तुला एक गोष्ट सांगतो. झटपट पैसे कसे कमवायचे ते!'' असे म्हणून मला गाडीपुऱ्यातल्या

शनिमंदिर येथे घेऊन गेला. मंदिराच्या बाहेर व आत भाविकांची रांग लागली होती. बाहेर चपल्लां, बुटं सोडून लोक दर्शनासाठी भक्तिभावाने आत जात-येत होते. मला वाटले की, याने मला दर्शनाला आणले की काय? पण बालुमामाने मला चपल्ला, बुटांकडे बोट करून त्या दाखवल्या. सहसा माझ्या पायात चप्पल नसायची. तशी बालुमामाच्या पायातही नसे. चप्पल विकत घेण्या इतके पैसे आमच्याजवळ नव्हते. मोठ्या माणसांनाच सहसा चप्पल असायची. तीसुद्धा स्लीपर! काही माणसे शेखी मिरवण्यासाठी चमड्याची चप्पल दाखवत फिरायचे. माझ्या मायला अंगठा तुटलेली स्लीपर चप्पल होती. आणि बापूलासुद्धा स्लीपरच होती. कायम झाल्यावर बापूने चमड्याची चप्पल घेतली होती. स्लीपर चप्पल ही चालताना अंगठ्यातून सटकन निसटायची. ती दुरुस्त करून पुन्हा समोर जायचे. पाच मिनिटाच्या रस्त्याला वीस मिनिट लागायचे. कधी कधी आंगठ्याचे खालून गोल रबर तुटायचे तेव्हा त्यात सेफ्टी पीन किंवा एखादा लोखंडी खिळा आडवा खुपसून चप्पल दुरूस्त करून पुन्हा चालायचे.

मी बालुमामाने दाखवलेल्या चपला बुटांकडे बघत होतो. मला कांहीच कळत नव्हते. तो म्हणाला "त्यातला एक बुटाचा जोड तू आणि एक जोड मी पायात घालून जायचा, व भंगारमध्ये नेऊन विकायचा आणि आलेल्या पैशातून पिक्चरला जायचे, बिर्याणी खायचे" असा बेत त्याने सांगितला. पण मी म्हणालो "कुणी फायलं तर?" "कुणी नाही फात, चल घाबरू नगस मी सांगतो तसं कर, चप्पल किंवा बूट पायात घातला की, कुठंच फायायचं नाही. सरळ झपझप चलत जायायचं." असे तो म्हणाला. बेत ठरला. मनात प्रचंड भीती होती. बालुमामाने एक बूट पायात घातला व तो झपझप चालत पुढे निघून गेला. मी एक बूट पायात घातला. हृदय धडधडू लागले पण तसेच चालायला लागलो. माझ्या पायापेक्षा बूट मोठा असल्यामुळे बूट घालून चालताच येईना. मी दोन-तीनदा अडखळलो, पडता पडता वाचलो. वरून मनात भीती होती 'कुणी बघितले... आणि आपण सापडलो तर! काहीच खरे नाही.' पण मी तसाच सटक सटक करीत मोंढ्याच्या मधल्या रस्त्याने लक्ष्मी टॉकीजच्या मागून बालुमामाच्या मागे चौकातील भंगारवाल्याच्या दुकानावर गेलो. तिथं बालुमामा माझी वाटच पाहत होता. त्या बुटांचा भाव झाला. त्या काळी त्या बुटांचा भाव किमान पन्नास ते साठ रुपये असेल. पण त्याने प्रत्येक बुटाला फक्त पाच-पाच रुपये दिले. माझ्या हिश्श्याला त्या दिवशी पाच रुपये आले होते. एक रुपयाचे टिकीट काढून लिबर्टी टॉकीजला शोले हा पिक्चर बघितला. शोले हा पिक्चर आम्ही दोघांनी जवळपास पंचवीस वेळा तरी बघितला असेल. या पिक्चरमधील डायलॉग जसेच्या तशे आम्हाला पाठ होते. आम्ही घरी येऊन मित्रांना हावभावासहित व

आरोह-अवरोहासहित संपूर्ण पिक्चरची स्टोरी सांगत. मित्र कानात जीव ओतून ती स्टोरी ऐकायचे. हेमामालिनी काय म्हणाली? धरमेंद्र व अमिताभ बच्चन डाकूला कसे मारायचे, हे आम्ही हुबेहूब त्यांचा आवाज काढून मित्रांना डायलॉग सांगायचो. आम्हालाही कुणीतरी आपले ऐकून घेत आहे याचे समाधान होई. असा हा डायलॉगचा कार्यक्रम महिना-दीड महिना चालायचा. बालुमामासोबत काम करून, मी मायला पैसे आणून द्यायचो. "कुठून आणलास रं?" एवढंच माय म्हणायची "कामावर गेलो व्हतो त्याचे आलेत," मी पण काहीतरी फेकून द्यायचा माय पण जास्त चौकशी कराची नाही.

दुर्जनासि करी साहे ।
तो ही दंड हे लाहे ॥

वाइटाला, वाईट काम करण्यासाठी जो मदत करतो, तोसुद्धा वाइटाप्रमाणे शिक्षेला पात्र होतो. असे तुकाराम महाराजांच्या ओळींतून दिसून येते.

मंदिरातली भयाण रात्र

एकदा हनुमान टेकडी मोंढा येथील हनुमान मंदिरात बुटे, चपल्ला चोरण्यासाठी आम्ही गेलो होतो. सायंकाळचे पाच वाजले असतील. बालुमामा व मी एक एक बूट पायात घालून नेहमीप्रमाणे निघायचे, असे ठरले. बालुमामाने या वेळी बाटाची चप्पल पायात घातली. चॉकलेटी कलरची होती ती. "त्याचे जास्त पैसे येतील" असे तो म्हणाला व ती चप्पल घालून तो झपाझप चालू लागला. त्याच्या मागे मी एक बाटाचा बूट पायात घातला आणि चालू लागलो. पायात चप्पल कधीच नसायची त्यामुळे पायाच्या अंगठ्याला किंवा पायाच्या बोटाला नेहमी ठेच लागत असल्यामुळे कोणते तरी एक बोट नेहमी फुटलेले असायचे. त्यात 'पू' जमा झालेला असायचा. आजसुद्धा पायात बूट घातल्या बरोबर डाव्या पायाच्या अंगठ्यातून प्रचंड वेदना होत होत्या. या वेळी मी घातलेला बूट जरा जडच होता. मला चालताच येईना. ज्यावेळेला मी तो बूट पायात घालून निघालो, तोच दर्शन घेऊन बुटाचा मालक बाहेर येऊन पाहतो तर काय बूट गायब होता. त्याने रस्त्याच्या बाजूने जाताना मला बघितले. माझ्या पायातील त्याचा बूट बघून तो आवाज न देताच पळत माझ्या जवळ आला. बूट बराच मोठा असल्यामुळे मला लवकर लवकर चालता येत नव्हते. मी अडखळत अडखळत चालत होतो. बोट फुटलेले असल्यामुळे पायातून प्रचंड वेदना होत होत्या. शिवाय बूट घातल्यावर इकडेतिकडे बघायचे नाही. असा सल्ला बालुमामाने दिला असल्यामुळे मी समोर बघून सपसप चालू लागलो. पण बुटाच्या मालकाने

मला पकडले. आणि मनसोक्त धुतले. व पुजाऱ्याच्या हवाली केले. पुजाऱ्याने मला रात्रभर मंदिरात कोंडून ठेवले. मी येणाऱ्या जाणाऱ्या लोकांना 'मला सोडवा' म्हणून विनवण्या करत होतो पण माझे कुणी ऐकून घेत नव्हते. माझ्या रडण्याचा आवाज ऐकून लोक पुजाऱ्याला विचारत, आणि पुजारी माझ्याबद्दल त्या लोकांना काय सांगत होता; हे मला कळत नव्हते. पण लोक जाता जाता माझ्याकडे वेगळ्याच नजरेने बघायचे आणि निघून जायचे. नंतर कळले की यापूर्वी अनेक लोकांच्या चपला व बुटं मंदिराच्या बाहेरून गेल्याची तक्रार भाविकांनी पुजाऱ्याकडे केली होती. त्या मीच नेल्या असल्याची त्यांची खात्री झाली असावी. मी रात्रभर उपाशीच मंदिरामध्ये रडत होतो. शेवटी पहाटे पाच वाजता पुजाऱ्याने माझे रडणे ऐकून मला दम देऊन सोडून टाकले. मी हनुमानाला हात जोडले व 'पुन्हा चपला बुटं चोरणार नाही' असे म्हणून तिथून घराकडे निघालो. मोंढा ते माझे घर जवळपास चार ते पाच कि.मी अंतरावर होते. मी घरी चालतच निघालो. माय सकाळीच बिटंवर गेली होती. बापूची शिफ्ट सकाळी सात वाजता असल्यामुळे मी रमतगमत सातच्या पुढेच घरी पोहोचलो. "रात्रभर कुठं व्हतास रं?" हिराआजीने मला विचारले पण मी तिला कांहीतरी ठोकून दिले व मायने केलेली भाकरी-दाळ खाऊन बालुमामाची खबरबात घेण्यासाठी त्याच्या घराकडे गेलो. बालुमामा झोपेतून उठून तोंड धूत होता. त्याला झाला प्रकार मी सांगितला. त्यानेही मायला कांहीच सांगितले नव्हते. मायला माहीत होते की, हे दोघे सोबत राहतात. म्हणून तिने रात्रीला उशिरा त्याला माझ्याबद्दल विचारले होते. पण "मला काही माहिती नाही ब्बां" असे त्याने मायला सांगून टाकले होते.

बालुमामाला मी बाल्या म्हणायचा. तो माझ्यापेक्षा वयाने पाच-सहा वर्षांनी मोठा होता. त्याची माय सटवाबाई ही माझ्या मायच्या जवळच माळवं घेऊन बसायची. दोघांच्याही माय रस्त्यावरच एकमेकींच्या जवळच बसायच्या म्हणून आमची भेट रोजच व्हायची. त्या दिवशी तो मला मंदिरातच सोडून पळून गेल्यामुळे मी त्याच्यावर खूप रागात होतो. "आता मी तुय्या संगं ऱ्हाणार न्हायी, असले धंदे करणार न्हायी," असे त्याला म्हणून मी त्याची काही दिवसासाठी संगत सोडली.

यानंतर कुणीतरी मायला सांगितल्यामुळे मायने मला पिवळ्या गिरणीमध्ये काकासाहेब मोरे यांच्या हॉस्टेलमध्ये टाकले. एक संदूक, तेलाची बाटली, कंगवा, साबण, नवीन ड्रेस मायने मला घेऊन दिला. आणि इथे माझा प्रवेश झाला. पण इथले जेवण, इथली शिस्त यामुळे मला हॉस्टेल नको वाटायचे. शिक्षण किंवा शाळेत माझे मन रमायचे नाही. मायची व मित्रांची खूप आठवण

यायची. माझ्या सोबत माझा मावसभाऊ पंडित, मी त्याला पंड्या म्हणायचो. हा तर माझ्यापेक्षा वयाने बराच मोठा होता; पण आम्ही एकाच वर्गात होतो. आम्ही रोज डुम्मे मारून शाळा बुडवत होतो. इथे माझे मन जास्त दिवस रमले नाही. कुण्यातरी पोरासोबत कडाक्याचे भांडण झाल्यामुळे मला हॉस्टेलमधून काढून टाकले आणि माझी टीसी देण्यात आली. ती टीसी घेऊन मायने मला पुन्हा सिद्धार्थ विद्यालयात टाकले.

डोणगावात काठीचा मार

१४ एप्रिल भीमजयंतीच्या वेळी आमच्या वार्डातून मिरवणुकीमध्ये काठ्यालाठ्या खेळणे, तलवारी फिरवणे, लेझीम खेळणे इत्यादी खेळ खेळत असत. काठ्या फिरविण्यासाठी नांदेडमध्ये भीमघाट हे ठिकाण प्रसिद्ध होते. जयंतीच्या काही दिवस आगोदर आम्ही सायंकाळी पाच वाजता नदीवर जावून काठ्यांचे हात शिकायचो. बाबूराव पंडित हे आम्हाला काठी फिरवायला शिकवायचे. तसेच लेझीम रमेश गायकवाड, तर कधी कधी मनोहर जोंधळे हे कराटे शिकवायचे. काठीमध्ये दोनचा हात, चारचा हात, सिंगल फाइट असे विविध प्रकार असायचे. दोनचा हात म्हणजे खूप फास्ट असायचा. तो अत्यंत अवघड प्रकार होता. समोरचा सरळ सरळ अनेकदा अतिशय जोराने प्रतिस्पर्ध्यावर कुठेही प्रहार करायचा. ही खरीखरीचीच मारामारी सुरू झाली की काय, असे बघणाऱ्यांना वाटायचे. मी तीन्ही खेळामध्ये असायचो. बालुमामा आणि मी रफ आणि टफ असल्यामुळे दोनचा हात आमच्या शिवाय कोणीच खेळायचे नाही. कधी कधी काठी हातावर लागायची, डोक्यात लागायची किंवा हाताचे बोट फुटून रक्तबंबाळ व्हायचे. पण त्या वेळी जोश असल्यामुळे हु की तू करायचे नाही. शिवाय दोघांतून कोणालाही लागले तर आमच्या दोघांच्या घरच्यांना फारसा फरक पडायचा नाही. आज लागलेले उद्या खूप दुखायचे त्या जखमेची काळजी न घेतल्यामुळे दोन दिवसात त्या जखमेमध्ये पू व्हायचा.

एकदा असेच आमच्या टीमला डोणगाव मुदखेड येथे एकावन्न रुपये देऊन काठी फिरविण्यास बोलावले होते. त्या गावचा भीमजयंती मंडळाचा प्रमुख विडा देवून गेला होता. आम्ही त्या गावात गेलो की, आम्हाला नाष्टा, चहा, जेवण मिळायचे. कुठेही गेलो तरी बालुमामा व माझी जोडी टीममध्ये फिक्स असायची.

ऊन मी म्हणत होतं, सूर्य डोक्यावर आग ओकत होता. प्रार्थना होऊन भीमजयंतीची मिरवणूक निघण्यापूर्वी टीममध्ये एका मुलाच्या डोक्यावर दस्ती ठेवून व त्यावर नारळ ठेवून आणि डोळ्यांवर पट्टी बांधून हे नारळ काठीने

फोडले जायचे. यामुळे डोक्यावर नारळ फोडणारां काठी संघ म्हणूनही आम्ही सर्वदूर परिचित झालो होतो. अनेक ठिकाणचे निमंत्रण आम्हाला येत होते. प्रार्थना झाली. काठीने डोक्यावरचे नारळ फुटले. सहसा बाबूराव पंडित हे नारळ फोडत असत. नारळ फोडण्यापूर्वी मुलगा डोक्यावर नारळ घेऊन कुठे बसला आहे हे बघायचे, नंतर डोळ्यांवर पट्टी बांधायची आणि पाच पावले मागे जाऊन अजून पाच पाऊले पुढे येऊन समोर बसलेल्या मुलाच्या डोक्यावरील नारळ, काठी फिरवत फिरवत येऊन फोडायचे. हे पाहताना अनेकांच्या हृदयात धडधड व्हायचे 'डोक्यावरील नारळ आणि तेही डोळ्याला पट्टी बांधून फोडणे म्हणजे कमालच आहे.' असे पाहणारे लोक म्हणायचे.

काही अंतरावर मिरवणूक आली होती. डॉ.बाबासाहेबांच्या नावाचा जयघोष करत एका चौकात मिरवणूक थांबली. व काठी फिरविण्याचा डाव सुरू झाला. अनेकांनी काठीचे हात फिरवले. अनेकांनी एकमेकांसोबत काठीचे हात खेळले. पण आमच्या काठीचा हात स्पेशल होता. तो शेवटी असायचा. आणि प्रत्येक चौकात हे सर्व हात खेळल्यानंतरच मिरवणूक पुढे जायची. दोनचा हात आम्ही खेळायला तयार झालो. बालुमामा आणि मी एकमेकांच्या समोर उभे टाकलो. दोघांच्या काठ्या प्रहारासाठी तयार होत्या. तो माझ्या पुढे व मी त्याच्या पुढे; त्वेषाने एकमेकांना बघू लागलो. मैदानात गोल फिरू लागलो. असा डाव रंगला होता आणि एकदम त्याने ठरल्याप्रमाणे माझ्या डोक्यावर प्रहार केला. आजूबाजूला व शरीराच्या प्रत्येक भागावर प्रहार केला. आणि तेही दोन्ही हाताने. कधीकधी कोणाची तरी काठी खेळता खेळता फुटून जायची ऐवढा जबरदस्त वार असायचा.

उन्हाने अंगाची लाहीलाही होत होती. अंगातून नखशिखांत घामाच्या धारा वाहत होत्या. सूर्य डोक्यावर आ वासून आमचा सामना पाहण्यासाठी तयार होता. आमचा दोनचा हात सुरू झाला. जेव्हा बालुमामाने माझ्या डोक्यावर प्रहार केला त्या वेळी माझी काठी दोन्ही हाताने वर करून बरोबर डोक्यावर ठेवायला पाहिजे होती. पण माझा हात थोडा कमकुवत झाला व काठी डोक्याच्या थोडे खाली आली. बालुमामाने काठी मारताच माझ्या हातातील काठी त्याच्या प्रहाराने थोडी खाली गेली व बालुमामाची काठी बरोबर माझ्या डोक्यात बसली आणि मी खाली कोसळलो. एकदम बेशुद्ध पडलो. हलेना-डुलेना एकदम थंडगार; सर्वजण घाबरले आरडाओरडा सुरू झाला. मला पाणी पाजण्यात आले, तोंडावर पाणी मारण्यात आले आणि नंतर मुदखेडला हलवण्यात आले. तिथे दवाखान्यात नेल्यावर कितीतरी वेळाने मला होश आला. सर्वच लोक घाबरून गेले होते. आम्ही रेल्वेने नांदेडला आलो. आणि तेव्हापासून मी काठी खेळणेही सोडून दिले.

जमादाराचा आरसा

या काठीच्या प्रकारानंतर, बालुमामा आणि मी खूप दिवस एकत्र आलो नव्हतो. मंदिराच्या प्रकारानंतर तर मी त्याच्यापासून दूरच झालो होतो. जवळ पैसे नव्हते. बिडी ओढण्याची सवय जडल्यामुळे बिडी विकत घ्यायला जवळ पैसे नसायचे, तर काय करावे हे कळत नव्हते आणि अचानक काही दिवसानी बालुमामाची भेट झाली. इकडच्या तिकडच्या गप्पा झाल्या. वजिराबादच्या पोलीस ग्राउंडपासून आम्ही जात होतो. एका मोटारसायकल जवळ आम्ही थांबलो. कुठली तरी चर्चा चालू होती. त्या गाडीवर हात ठेवून आम्ही दोघेही बोलत थांबलो होतो. रस्त्याच्या बाजूला ही गाडी कुणी तरी उभी करून ठेवली होती. समोरच पोलिसांची कॉलनी होती. सरकारी कॉर्टर होते. रस्त्यावर वाहनांची तुरळक ये-जा चालू होती. पोलीस परेड ग्राउंडमधून पोलिसांची ट्रेनिंग चालू असल्याचा आवाज येत होता. ''परेड ऽऽ बाये ऽऽ मुड, दहिने चलेगा बाये ऽऽ मुड, बाये चलेगा पीछे ऽऽ मुड'' असा आवाज कानावर घुमत होता. आणि माझा हात गाडीच्या साइड ग्लासवर गेला. तर तो गाडीचा ग्लास सहज फिरू लागला, बालुमामा लगेच म्हणाला ''हे गिलास काढून इकायचा, याचे सहज धा रुपये तरी येतील पाच-पाच रुपये वाटून घेऊत.'' मी 'नको' म्हणेपर्यंत त्याने तो आरसा सहजच फिरवून काढला व इकडे तिकडे बघून त्याने तो शर्टाच्यामध्ये टाकला व शर्टाला खाली गाठ मारली. अन् तेथून पोबारा केला. तो खरंच दहा रुपयात बालुमामाने विकला. ठरल्याप्रमाणे मला पाच रुपये आले. बरेच दिवस माझ्याजवळ पैसे नसल्यामुळे मी थोडा खूश झालो होतो. त्यात काही पैशांच्या बिड्या घेतल्या आणि पुन्हा एकदा शोले पिक्चर बघितला. काहीही झाले तरी शोले पिक्चरच बघायचा असा आमचा अलिखित दंडकच होता. आम्ही आनंदाने पिक्चर बघून रात्री बारा वाजता घरी आलो. इकडे माय माझी वाटच पाहत होती. तिने अनेकांना माझ्याबद्दल विचारले होते. ''दैदास्या दिसला का रं कुणाला?'' कारण पोलीस परेड ग्राउंडच्या बाजूलाच मोडंवर माय माळवं विकायची. मी मायजवळ रोडला बऱ्याचदा बसायचो. काही लोक मला ओळखायचे. तो गाडीचा आरसा काढताना मला कुणीतरी बघितले होते आणि मायला सांगितले होते. ''तुमच्या पोरानं जमदार साहेबांच्या मोटार सायकलचा आरसा चोरून नेला.'' म्हणून माझी माय परेशान होती. ती माझी वाटच पाहत होती. मला हे कळताच मी घाबरून गेलो. ''अरे बापरे! आपण तर पोलिसाच्याच गाडीचा आरसा चोरला'' हे कळल्यावर मी रडू लागलो. मायने त्याच रात्री रागाच्या भरात दोन-चार बुक्या हाणल्या पण तिच्याच हाताला लागले. बापूचा मार खाऊन

खाऊन माझी चमडी रट्ट झाली होती. मायच्या बुक्यांचा माझ्या शरीरावर काहीच परिणाम झाला नाही. पण मनात भीती मात्र निर्माण झाली होती. वेगवेगळे विचार मनात यायला लागले होते. माय म्हणत होती. "आता पोलीस तुला जेलमध्ये टाकतील, लय मारतील" असे म्हणून ती रडू लागली. पण तिने कोणता तरी निर्धार केला होता व मला म्हणाली "झोपी जाय आता उद्या बगुत" मी झोपी गेलो आणि सकाळीच लवकर उठलो, माय आज बिटंवर जाणार नव्हती. ती मला घेऊन थेट जमादाराच्या घरी गेली. शेखसाब असंच त्याचं नाव होतं. तिनं त्यांच्या समोर मला उभं केलं. मोडंच्या बाजूलाच पोलिसांचे कॉर्टर होते. मी रडू लागलो. "अरे एवढ्या कमी वयात असले धंदे करतोस काय रे?" जमादार दरडावून बोलले. "शाळेत जातोस का नाही?" मी "नाही" म्हटल्यावर त्याने थोडे रागावून पण थोडे समजदारीच्या सुरात सांगितले "बघ तुला एकदा सोडून देतो, पण दुसऱ्यांदा असा प्रकार झाला तर... तुला थेट जेलं मध्येच टाकतो." असे म्हणून त्याने मला माफ केले. ज्या भंगारच्या दुकानात आम्ही आरसा विकला होता, तेथून तो आरसा दहा रुपये देऊन मायने जमादार साहेबांना आणून दिला. जाता जाता "आता त्या पोरासोबत राहू नको, आणि असली कामे करू नको... नाहीतर जेलमध्येच टाकतो बघ तुला!" जमादार साहेबांनी सज्जड दम भरला. मी मात्र आता असे काही करायचे नाही. असा निर्धार केला.

पैसे घेऊन पळणे छंद

यापूर्वी बागवानाच्या गाड्यावरचे चिल्लर पैसे मी सहजच हाणायचा. अनेक वेळा बागवान तो गाडा सोडून माझ्या मागे पळायचा. पण मी त्याला भेटायचा नाही. तोही गाडा सोडून जास्त दूर माझ्या मागे लागायचा नाही. अनेक वेळेला माय पोत्याखाली पैसे ठेवायची. मी तिच्याजवळ बसायचा... बसायचा व पोत्याखालचे पैसे घेऊन पळून जायचा. माय शिव्या देत, आणि ओरडत माझ्या मागे लागायची. पण तीसुद्धा माझ्या मागे जास्त पळू शकत नव्हती. अनेक वेळा माय मागे लागायची; त्याचवेळी तिकडे तिचे सर्व माळवं डुकरं खाऊन टाकायचे. शेजारची सटवाबाई किंवा कचराबाई त्या डुकराला हाणेपर्यंत डुकरं अर्धामाल खाऊन टाकायचे. डुकराने खालेले म्हणून लोक त्या दिवशी तिचे माळवं किंवा फळे विकत घ्यायचे नाहीत. मग याचा राग मनात धरून माय रात्रीच्या वेळी घरी आल्यावर मला ढिप्पल्लीने बदडून काढायची.

एकदाची ढोसली

आमच्या मोहल्ल्यात नव्वद टक्के मोठी माणसे दारू प्यायचे, त्यात तरुण मुले कमी प्रमाणात असायची. लहान मुले अजून बिघडली नव्हती. वडील प्यायचे, मात्र मुलांना रागावत. प्रसंगी त्यांना बेदम मारही देत. पण 'वाण नाही पण गुण लागतात' असाच काहीसा प्रकार इथे व्हायचा. भुमय्याच्या अड्ड्यापासून लोक हालत-डुलत यायचे. पण मोहल्ल्यात आल्या बरोबर ते रस्त्याच्या एका कडेवरून दुसऱ्या कडेवर झुलत-डुलत जायचे. आम्ही मात्र त्यांना पाहून हसायचो. त्यांची गंमत वाटायची. हे सर्व पाहून आम्हाला मज्जा वाटायची. बालुमामा व त्याच्या काही मित्रांच्या मी सान्निध्यात असल्यामुळे हे सर्वजण दारू पितात याची मला कल्पना होती. मला पण वाटायचे आपणही एक पॅक मारावा. काचेचा छोटा ग्लास भरून पाच रुपयात दारू मिळायची. तो एक जरी ग्लास घेतला तरी चार-पाच तास माणूस वेगळ्या दुनियेत राहायचा. हे सर्व बघून बघून आपण पण एक ग्लास घ्यायचाच, असे मनात ठरवले. पण पैसे नसल्यामुळे काही दिवस जमले नाही. पण एक दिवस रात्रीच्या वेळी मायच्या पिशवीतून तिने माळवं घेण्यासाठी ठेवलेले दहा रुपये मी हळूच काढून घेतले व सकाळी लवकर उठून मी भुमय्याच्या अड्ड्यावर घाबरत घाबरत गेलो. आमच्या मोहल्ल्यातले अनेक माणसे सकाळपासून इथे येऊन भुमय्याला भेटूनच कामावर जायचे. अनेक माणसांना दारू पिल्याशिवाय काम होत नव्हते. अशी माणसे इथे सकाळी सकाळी पहिल्या धारेची घेण्यासाठी यायचे. दुसरे म्हणजे काही वडील, आपल्या मुलाला भुमय्याच्या अड्ड्यावर दारू आणण्यासाठी पाठवायचे. अशीही काही मुले इथे मी बघितली. यानंतर अनेक वेळा माझ्या बापूला मी इथून दारूची बाटली (चपटी) नेऊन देत असे.

मी पाच रुपये देऊन एक ग्लास घेतला. खिडकीतून भुमय्या अण्णाने मला ग्लास दिला. लहान मुलगा आहे. याला आपण कशी दारू द्यावी असे दारू विकणाऱ्यांना वाटत नाही. ते फक्त आपली विक्री कशी होईल हेच पाहतात. सामाजिक दृष्टीकोन ठेवून बालकांना मोठ्या माणसांनी असे करण्यापासून रोकले तर, बाल वयात असे व्यसन मुलांना लागणार नाही. मुलांना थोडे रागावले अन् दम दिला तर दुसऱ्यांदा मुले इकडे फिरकणार नाहीत. पण व्यवसाय हा या गोष्टीकडे पाहत नसतो हेच खरे.

मी आज पहिल्यांदाच दारू पिणार होतो. मनात उत्सुकता होती. मी ग्लास घेऊन बाजूला जाऊन पिणार; तोच बळी सोनकांबळेने मला तिथे बघितले. बळी सोनकांबळे हा माझ्या घराजवळच राहायचा. त्याच्या आणि माझ्या घरात एकच

भिंत आडवी होती. तो बापूला दादा म्हणायचा. अगदी घरातील माणूस होता तो! मी त्याला बळीआब्बा म्हणायचो. आता त्याने मला दारू पिताना बघितले होते, "तू घरी ये आता.. दादालाच सांगतो" असे म्हणून त्याने माझ्या उरात धडकी भरवून; त्याच्या हातातला एक ग्लास ढोसून तिथून निघून गेला. आता मला न पिताच नशा यायला लागली. फेकून द्यावे म्हटले तर पाच रुपये जायचे. वापस करायचा प्रश्नच नाही. 'जे होईल ते होईल' असे म्हणून तो ग्लास मी तोंडाला लावला. आणि गळ्यामध्ये भयंकर जाळ झाला. अंग पूर्ण मुंग्याने भरल्यागत वाटत होतं. डोक्यावरचे केस जळत आहेत, असं मला वाटत होतं. मी केसांवरून हात फिरवून खात्री करून घेतली, तर केस होते डोक्यावर!

मी तो ग्लास घेऊन भुमय्याच्या अड्ड्यातून निघालो. आता ऊन वाढू लागलं. सकाळची उन्हाची तिरीप माझ्या चेहऱ्यावर पडू लगाली तशी दारू माझ्या अंगात भिनू लागली. मी अगदी सामान्य चालत होतो. पण जसजसे घर जवळ येत होते. मला काही कळत नव्हते. बाकी काही कळो अथवा न कळो, दारू पिलेल्या माणसाला घरचा रस्ता मात्र कसा कळतो, यावर अजूनपर्यंत संशोधन झालेले नाही, असे मला वाटते. घर जसजसं जवळ येत होतं, तसतसं मी जोरजोरात बरळू लागलो. कुणालाही शिव्या देऊ लागलो.

इकडे माय दहा रुपये कुठं गेले म्हणून सर्व झोपडीभर शोधू लागली. "कुणी घेतले का?" म्हणून शेजाऱ्या-पाजाऱ्यांना विचारू लागली. मी कुठे दिसत नसल्यामुळे, माझ्या काही मित्रांना माझ्याबद्दल विचारत असतानाच कुणीतरी तिला सांगितले, "तुझ्या दैदास्याने दारू पिली आणि तो शिव्या देत येत आहे" हे ऐकून माय मंदिराकडे पळत आली. मी मंदिरापासून (विहार) हलत-झुलत अगदी मोठी माणसे रोज दारू पिऊन जसे करतात; तसे करू लागलो. मोठ्या माणसांची हुबेहूब कॉपीच! माय माझ्याजवळ आली, तिने तोंडावर एक जोरात थापड मारली. मी गर्ऽ गर्ऽ फिरायला लागलो. खाली पडलो. पण बडबड करतच उठलो. "माय तू काही काळजी करू नकोस, मी सर्व ठीक करतो. त्या कचरू तारुला व गिरजाबाईला मी चांगलीच दाखवतो." असे मायला एकच शब्द बारबार म्हणत होतो. माय रडत रडतच मला अजून जोरात मारायला लागली. मी पळायला लागलो. पळता पळता अनेकदा पडत होतो. मी आता थेट नदीचा रस्ता धरला, मी पुढे अन् माय मागे. मी नदी गाठली. कपड्यासकट नदीत उडी मारली. मला पोहायला येत होते. पण आज गरगरल्यासारखे वाटत होते. हातपाय हालवत होतो, पण पाण्यात बुडल्यासारखे वाटत होते. 'वाचवा ऽऽ वाचवा ऽऽ' असे म्हणत होतो. माय माझ्या मागेच होती. कुणीतरी मला बाहेर काढले. पाण्यात एक-दोन गोच्या खाल्ल्यामुळे मी जरा शुद्धीवर आलो होतो. जरा

माणसे ओळखू येऊ लागली.

उन्हाची तीव्रता वाढली होती. माझी नशा हळूहळू कमी होत होती, मायने मला कॉलरला धरून घरी आणले. मी थोडा वेळ खाली बसलो. मायने कांदा आणून माझ्या नाकाला लावला. काहीतरी खायला दिले. ते खाल्यानंतर मी भानावर यायला लागलो; तोच एक रट्टा माझ्या पाठीमागून कानावर पडला. मी चक्कर येऊन खाली पडलो. मला थोडावेळ कळलेच नाही काय झाले ते! बळीआब्बाने माझ्याबद्दल बापूला सर्वच सांगितले होते. आणि हे समजल्यावर बापूने आल्या आल्या माझ्या कानाखाली वाजवली होती. मी खाली पडलेला पाहून माय रडायला लागली. ओरडायला लागली. मला वाचवायला लागली. ''तुय्यामुळंच यानं वाममार्गाला लागलाय'' असे म्हणून बापूने मायला पण एक रट्टा हाणला. माय जोरात रडायला लागली. मी मात्र खाली पडूनच होतो. उठलो तर बापू अजून एक रट्टा हाणील म्हणून मी निपचित तसाच बेहोशीचं सोंग घेऊन पडून राहिलो.

रिक्षेवाल्यामामाचे जिलेबी-भजे

माझा एवढा आगाऊपणा वाढला होता की, माय कोणालाही सांगायची ''यानं आगावपणा केला की याला माराच'' याचा फायदा अनेकांनी घेतला होता आणि मला मारून आपले हात निवऊन घेतले होते.

एकदा मोड सोडून माय मिलच्या जवळचा रस्ता असलेल्या टाकीवर फळं विकायला आली होती. मोडंवर बरेचजण फळे विकणारे झाले असल्यामुळे माय या टाकीवर आली होती. या चौरस्त्यावर एक १० हजार लिटरची पाण्याची टाकी होती. या टाकीला चार-पाच नळं चोविस तास लोकांना पाणी देण्याचे कार्य करीत होते. नळं अतिशय गंजून गेल्यामुळे नळाच्या बाजूने पाण्याच्या चिरकांड्या उडत असत म्हणून या ठिकाणाला टाकी हे नाव पडले होते.

बऱ्याच दिवसांपासून माय इथं फळं विकायला येत असल्यामुळं आमच्या नात्यातील एक रिक्षेवालामामा जो तेलगू व मराठीमध्ये अस्खलित बोलायचा व कधीकधी मुलांसाठी फळं घेऊन जायचा. मी मायला खूप सतवत असल्याचे पाहून तो एकदिवस माझ्यावर खेकसला तेव्हा माय त्याला म्हणाली ''काय सांगू दादा हे पोरगं असंच रोज सतवते बग, पैशे घेऊन पळते शाळंला जायना, यानं माझा जीव उबगुन टाकलाय, याला थोडं दापव, यानं काही आगाव काम करू लागला की याला झडकून काढ'' अशी माय त्याला म्हणाली आणि तो माणूस मला शिव्या पुटपुटत व दम देऊन तिथून निघून गेला. मी मात्र मायकडून पाच

रुपये घेतल्याशिवाय गेलोच नाही.

एके दिवशी मी भुमय्याच्या अड्ड्यावर एक ग्लास घेण्यासाठी म्हणून गेलो असता, रिक्षेवाल्यामामाचे घर भुमय्याच्या अड्ड्याजवळच होते. त्याने मला कसे पाहिले माहिती नाही. लपून येऊन त्याने पाठीमागून माझ्या कॉलरला पकडले व "दारू पितुस काय रं भडव्या?" म्हणून बेदम मारायला सुरुवात केली. त्याला एवढा राग आला की, "एवढं एवढं पोगरं अन् दारू ढोसतयं" असं म्हणून मला लाथाबुक्या हाणू लागला. मी मात्र अचानक झालेल्या हल्याने हादरून गेलो. सुरुवातीला तो मला का मारत आहे हेच कळत नव्हते. त्याचा इरादा वेगळाच दिसत होता. तो मारायचे थांबत नव्हता. मायनं त्याला पक्क सांगून ठेवलं होतं की याला बदडून काढ तेच करताना तो दिसत होता. तो मारायचे थांबत नव्हता. मी मात्र मार वाचवण्यासाठी शेवटी बेहोशीचं सोंग घेऊन खाली पडलो. आजूबाजूचे लोकं घाबरून गेले. त्याला त्यांनी सांगितले "अरे तुझ्या मारण्यामुळे पोरगं बेहोश पडलं मेलंबिलं की काय? बघ जरा" मी आपला निपचित पडलो होतो. हालेना डुलेना रिक्षेवाल्यामामाला आता घाम फुटू लागला. त्याचे शरीर घामाने भिजू लागले. तो हाताच्या दोन्ही बाह्यांनी घाम पुसू लागला. त्याला काही कळत नव्हते. तो घाबरून गेला.

आजूबाजूच्या लोकांनी माझ्या तोंडावर तिथले पाणी घेऊन मारले. मी होशमध्येच होतो. पण बेहोश झाल्यागत अभिनय वटवीत होतो. माणसांनी मला धरून उचलले की, मी अंग टाकून देत असे. रिक्षेवाला पूर्ता घाबरून गेला, "बापू तुला काही बी झालं नाही. उठ माय उठ" असे तो म्हणू लागला. शिवाय जमलेले लोक त्याला शिव्या देऊ लागले. "एवढे मारायचे असते काय? एवढ्या लहानशा लेकराला, थोडे बाजूला व्हा हवा खाऊद्या लेकराला." असे म्हणू लागले. त्यामुळे रिक्षेवाल्याची पाचावर धारण बसली. तो मला प्रेमाने बोलू लागला, "काई खातूस बेटा?" असे तो विचारू लागला. मी लगेच सकारात्मक मान हालवली. तेवढ्यात कुणीतरी मला पाणी आणून पाजलं. त्याने मला रिक्षात बसवले, माय टाकीलाच फळं विकत बसली होती. "आता मी मायलाच सांगतो सगळं" असे मी त्या रिक्षेवाल्याला म्हणालो पण तो न सांगण्याची विनवणी करू लागला. पाठीमागच्या बाजूने तेलगू आण्णाचे एक प्रसिद्ध हॉटेल होते. तिथे जिलेबी व भज्जे गरमागरम मिळायचे. त्याने मला मायकडं न जाता मागून हॉटेलात नेले. चार वड्या जिलेबी व एक प्लेट भज्जे घेऊन दिले. मी मात्र रागात तर कधी उपकृतपणे त्याच्या भयभीत झालेल्या तोंडाकडे पाहत जिलेबी व भज्जे एका दमात फस्त केले. मामाने भज्जे व जिलेबीचे पैसे देऊन मागच्या बाजूनेच निघून गेला.

मी मायजवळ जाऊन सर्व प्रकार सांगितला. त्याने मला मारले कसे. मी मिस घेऊन पडलो कसा, लोक त्याला कसे शिव्या देऊ लागले, अन् त्याने जिलेबी व भज्जे मला कसे खाऊ घातले याचे वर्णन करून सांगितले. पुन्हा तो रिक्षेवालामामा मला कित्येक दिवस नजरेला पडला नाही. जेव्हा पडला तेव्हा तो मला बघून न बघितल्यासारखे करून वाट काढून रिक्षाचे पायंडल मारून पटकन निघून जायचा.

बापू बसला रिक्षात

बरेच दिवस मी शाळा सोडून काम न करता भटकत होतो. उनाड मुलांसोबत नदीला पोहणे, गोट्यांच्या डावात रंगणे इ. पण बरेच दिवस झाले, गवंड्याचे पण काम मिळत नव्हते. आमच्या मोहल्यामध्ये अनेकजण किरायाचा रिक्षा चालवत असत. दिवसभरासाठी रिक्षा दहा रुपये किरायाने मिळायचा व सायंकाळी पाच वाजता परत करायचा बहुधा मोठ्या माणसांनाच हा रिक्षा किरायाने मिळायचा. असे बरेचजण रिक्षा चालवणारे होते. मलापण वाटले कुठे काम नाही, आज रिक्षा किरायाने घ्यावी व किराया करावा. मी एकाला हाताशी धरले व रिक्षा किरायाने घेण्यासाठी तेथे पोहचलो. तो रिक्षाचा मालक मला म्हणाला ''आरं तुझा जीव केवढा, तू केवढा ही रिक्षा तुला कशी चालवता येईल, तुझे रिक्षा खिंचने नहीं आयेगी चल जा घरको.'' पण मी फारच जिद्दी असल्याचे पाहून त्याने मला त्याचे नियम व अटी सांगून आणि मी एकाला सोबत नेलेल्या माणसावर जबाबदारी सोपवून मला दहा रुपये किरायाने रिक्षा दिली.

मी ज्यावेळी रिक्षा घेतली तेव्हा त्या सिटवरून पायंडलपर्यंत माझे पाय पोहचतच नव्हते. मी खांदे उडवूउडवू रिक्षा चालवू लागलो. समोरच्या दांड्यावर बसून रिक्षा चालवत चालवत कलामंदिरला येऊन थांबलो. ''चलोऽचलोऽ मोंढा चौक- मोंढा'' असे ओरडू लागलो. काहीजण माझ्याजवळ यायचे मला माझ्या शरीरयष्टीकडे बघायचे व विचारायचे ''रिक्षा कोण चालवणार आहे'' त्यावर मी म्हणायचा ''मीच चालवणार'' तेव्हा ते ''अरे तुझ्या रिक्षात बसण्यापेक्षा आम्ही पायीच मोंढ्यात लवकर पोचू'' असे म्हणून काहीतरी पुटपुटत पुढे निघून जायचे. बऱ्याच वेळाने मला मोंढ्यात जाणारे एक गिऱ्हाईक भेटले. ती म्हातारी बाई होती. ''मोंढ्यात किती रुपये घेतूस रं बाबा?'' अशी ती म्हणाली. मी लगेच ''एक रुपया या आजीबाई'' असे म्हणताच ती रिक्षात बसली. मी दादऱ्याच्या पलीकडे कधी जायचा नाही. कारण सवारी घेऊन चढणेच काय रिकामा रिक्षासुद्धा मोठ्या मुश्किलीने व कुतूकुतू ओढत असे. मोंढ्याला जाताना मात्र जास्त कुठे

चढती नव्हती. मी त्या बाईला मोंढ्यात नेले तेव्हा तब्बल दीडतास लागला होता. ती बाई "चल की रं बापू लवकर" असा एकच नारा लावत होती. पण माझा जीव माकडाएवढा मी काडी पहेलवान तो रिक्षा ओढचना. कसेबसे त्या बाईला पंधरा-वीस मिनिटांच्या रस्त्याला दीडतासात नेऊन सोडले आणि परत कलामंदिरच्या चौकात येऊन थांबलो.

कलामंदिर व मिल हे जवळजवळच होते. बापू तीन वाजता मिलमधून कामावरून येताना कुणीतरी त्याला मी रिक्षा चालवत असल्याचे सांगितले आणि "तो आता कलामंदिरला थांबलाय" अशी पक्की खबर कुणीतरी दिली असल्यामुळे मी जिथं रिक्षा घेऊन थांबलो होतो, तिथे मागच्या बाजूने बापू येऊन म्हणाला "रिक्षा खाली है क्या?" मी लगेच म्हणालो, "हां है चलो कहां जाना है?" असे म्हणून मागे वळून पहातो तर काय? बापू! अंग थरथरू लागले, लकवा मारल्यागत हात हालवू लागलो, तोंडातून एकही शब्द बाहेर येत नव्हता. बापूने काहीच न बोलता तो रिक्षात बसला, "चल घरी" येवढंच म्हणाला.

मी घाबरत घाबरत रिक्षा घराच्या दिशेने चालवायला सुरुवात केली. अंगात भरलेल्या थरथरीगुळे रिक्षा कधी रस्त्याच्या डाव्या बाजूला तर कधी उजव्या बाजूला जाऊ लागली. बापू मात्र आजच बाळंत होणार असलेल्या बाईसमान पोट समोर टाकून १३० किलोचे वजन घेऊन रागात बसला होता. घुलती (उतार) संपली आता घर जवळ येत होते पण अचानक बापूनं मार्केंडेय मंदिराकडून रिक्षा घ्यायला सांगितलं. इकडून घरी जाताना छोटासा दादरा लागतो थोडासा चढ असलेल्या त्या चढांवरून रिक्षा चढतां चढना. बापू काहीकेल्या खाली उतरता उतरना रिक्षा थोडा पुढे जाई व आजून मागे येई. काय करावे काहीच कळत नव्हते. मी कुतूकुतू चढतीवरून रिक्षा ओढू लागलो पण चढतीच्यावर रिक्षा काही जाईचना. मी एवढा दमून गेलो होतो की, माझ्या अंगात त्राणच उरला नव्हता. सकाळपासून फक्त एक रुपयाचे भज्जे पोटात होते. माझे पूर्ण शरीर व्याकूळ झाले होते. अंगातली सर्व शक्ती संपली होती परंतु बापूला माझी कसल्याही प्रकारची दया येत नव्हती. एकदाचा चढ चढावा म्हणून प्रयत्न करू लागलो. आगोदरच बापू थोडीशी भुमय्याच्या दुकानातून रागारागाने लावून आला होता. तो रिक्षातून उतरतच नव्हता अन् माझा रिक्षा काही पुढे जातच नव्हता. "वढऽवढऽ आरं भडव्या चांगलं वढ की" असे रिक्षात बसून आदेश देत होता. अंगात भुमय्याची चांगलीच भिनल्यामुळे त्याचे त्यालाच काही समजत नव्हते. रिक्षा बरोबर चढतीच्या मधोमध आली असेल, मी भेदरलेल्या स्थितीमध्येच जीवतोडून रिक्षा ओढत होतो. त्याचवेळी माझे रिक्षावरील नियंत्रण सुटले. समोरचे चाक माझ्या पायावरून मागे गेले आणि बापू रिक्षासकट मागे बाजूच्या

नालीमध्ये जाऊन पडला. त्यात रिक्षाचे एक चाक नालीत गेल्यामुळे ते वाकडे (बेंड) झाले. बापू स्वत:ची ढेरी सावरत उठायचा प्रयत्न करू लागला पण त्याला काही उठता येत नव्हते. बापूला आजूबाजूच्या माणसांनी कसेबसे उठवले अन् उभे केले. बापू लंगडत लंगडत, हालत-डुलतंच माझ्यावर चालून येत होता. हे मी पाहताच रिक्षा तेथेच ठेऊन व्याकुळलेल्या अवस्थेत पळून गेलो. बापू रागारागात हळूहळू घरी निघून गेला. काही वेळाने मित्राच्या साहाय्याने व माय घरी आल्यावर ती रिक्षा मी ओढत ओढत रिक्षा मालकाला नेऊन दिली. चाक वाकडे झालेले व दिवसभराचा किराया असे एकूण पंधरा रुपये मला तो मागू लागला परंतु माय त्यालाच, ''एवढ्या छोट्या लेकराला रिक्षा का देलास'' म्हणून भांडू लागली. शेवटी पाच रुपये देऊन हे प्रकरण मिटवण्यात आले. त्या रात्री मी बापूला भेटलोच नाही आणि त्या दिवसापासून मी रिक्षावाल्याकडे पुन्हा चुकूनही गेलो नाही.

पावसाच्या धारा-थंडगार वारा

असेच महिन्यागागून महिने निघून जात होते. पावसाळ्याचे दिवस होते. आमची झोपडी म्हणजे, सूर्याचे थेट प्रक्षेपण झोपडीत व्हायचे. पावसाळ्याच्या दिवसात थोडी डागडुगी करायचे... पण पाऊस सुरू झाला की झोपडी बऱ्याच ठिकाणी गळायची. एके दिवशी सकाळी पाच वाजल्यापासूनच पाऊस सुरू झाला होता. मायची बिटंवर जायची वेळ झाली होती. पण पाऊस काही केल्या उघडत नव्हता. उलट जास्तच वाढला. कधीकधी दोन दिवसाला तीन दिवसाला, माय बिटंवर जायची, आज मायजवळ कोणतेच माळवं नव्हते. म्हणजे जांबं, बोरं, आंबे, सीताफळं, पपई, कणीस इत्यादी ऋतूप्रमाणे ती सर्व विकायची. पण आज तिच्या जवळची सर्व फळे संपली होती. बिटंवर जाणे भाग होते. इकडे पाऊस उघडत नव्हता. मायला तर, बिटंवर जायचं होतं. बिटंवर गेलं तरच दाळ, भाजी, गोडंतेल इत्यादी घरात येत असे. पाऊस उघडत नव्हता. सारखा जोरजोरात पडत होता. घर सगळीकडे गळत होतं. कुठे भगोने, कुठे तांब्या, कुठे प्लेट तर कुठे भांडे ठेवले गेले. पण पाऊस एवढा होता की झोपडीत पावसाच्या धाराच धारा लागल्या होत्या. घरात एवढे भांडेच नव्हते की, ते सगळीकडे पुरतील. मोठी धार जिथे लागली असेल ते पहायचे आणि त्या ठिकाणी भगोने, भांडे ठेवायचे व ते भरले की बाहेर फेकायचे. असा कार्यक्रम सुरू झाला होता. खाली जमीन शेणाने सारवलेली होती. माय कधीतरी सारवायची. त्यामुळे अगोदरच पापडे निघालेले असल्यामुळे जमीन फुलून आली. याउलट

गिरजाबाई घर स्वच्छ ठेवायची. वेळेवर घराची डागडुगी करायला लावायची, शिवाय इकडे माझ्या दोन बहिणी, एक भाऊ, बापू, आजी व गिरजामाय इत्यादी माणसे सारखी घरातच असल्यामुळे घराकडे लक्ष असायचे. त्यामुळे त्यांचे घर; शेणानेच सारवलेले पण एखादी फरशी टाकल्यासारखे स्वच्छ असायचे. शिवाय दिवसातून तीन वेळेस घर झाडून घ्यायचे. माझी माय अन् मी दोघेही आळशी! झाडी बोलीमध्ये एक म्हण आहे 'मा तसि लेक् । मसेला एक्' म्हणजे एका माळेचे मणी असेच आमच्या मायलेकरांबद्दल म्हणावे लागेल. घराकडे ना मायचे लक्ष होते ना माझे! त्यामुळे घराचा उकंडा व्हायचा. या पावसामुळे तर चिखलच चिखल झाला होता. जिथे चूल होती, तिथे थोडे कमी गळत होते. आता रात्र व्हायला आली पण पाऊस काही उघडत नव्हता. माय पावसाला खूप घान घान शिव्या देत होती. मला पण पावसाचा राग येत होता. पावसामुळे शेतकऱ्यांची शेती पिकून शेतकऱ्याना आनंद होत असे. श्रीमंत माणसे घरावर उभे राहून पावसाचा आनंद लुटायचे. भिजून चिंबचिंब व्हायचे. हे मी बऱ्याचदा बघितले आहे. मला मात्र वाटायचं...

श्रावणाने शिवार रान कसं बहरून येते
माझ्या मात्र जीवनाचे पाणीच पाणी होते.
एकीकडे हर्ष-पक्षपात श्रावणाचा
खेळ मात्र मांडियला माझ्या नशिबाचा...

त्यामुळे पाऊस पडला की मला राग यायचा. पावसामुळे खेळणे बंद, पिक्चर बंद, बाहेर जाणे बंद आणि सर्वांत महत्त्वाचे म्हणजे घरातही पाणीच पाणी. घरातले पाणी काढून काढून हात दुखायचे. माय मोठे भांडे भरले की बाहेर फेकायची व मी भगोने, तांब्यातील साचलेले पाणी बाहेर फेकायचा. दिवसभर काही वाटायचे नाही. पण रात्र झाली की, ती रात्र वैऱ्याची वाटायची. कारण सगळं घर वरून गळायचं, जेवणसुद्धा त्या दिवशी बरोबर भेटायचे नाही. सारी रात्र बाजंवर बसून काढायची. मी तसंच घरात अंगावर मेनकापड पांघरून बाजंवर झोपत. पण माय मात्र तशीच रात्रभर पावसाचं पाणी भरून काढत बसे. एवढे करूनसुद्धा झोपडीत सकाळपर्यंत फूटभर तरी पाणी साचून राहायचे. भिंती म्हणजे तुराट्यांचा कुड लावलेला व खालून एक दोन फुटापर्यंत शेण आणि माती मिसळून सारवून घेतलेले असायचे. खालून पाणी जमा होत असल्यामुळे नरम होऊन ते सारवलेले खाली गळून जात व जास्त पाणी झाले की, तुराट्यांमधून बाहेर निघून जात असत. माझे एक कवी मित्र पुनीत मातकर यांच्या कवितेच्या ओळी खूप समर्पक वाटतात,

शब्द ओंजळीत घेऊ, जिथे हुंदका कोंडला
एक दिवा तिथे लावू, जिथे अंधार सांडला
अशा उजेडाने द्यावी, साऱ्या जीवांना झळाळी
झोपडीत महालात, नांदो सारखी दिवाळी

पण आमच्या जीवनात तर, दिवाळी नावाचा उजेड कधीच नव्हता. अंधारच अंधार, असेच जगायचे अन् असेच निघून जायचे. अशी आमची झोपडी व तिचा अवतार बघून बालमनाला खूप वाईट वाटायचे.

मला सकाळी जाग आली अन् पाऊस सगळा उघडलेला पाहिला की, आनंद व्हायचा. पण घरातले पाणी काढायला दुपार व्हायची. मी मायला मदत करीत असे. घरात चालताना पायाला चिखल लागायचा. सुमारे आठ बाय दहा फुटांची ही झोपडी होती. पिठाचा लोखंडी डबा, सूप, मोठी चाळणी (ज्वारी चाळायची), एक भांडं, एक घागर, दोन तांबे, दोन भगोने अन् दोन जरमलच्या प्लेटा घरात होत्या. मायने दहा रुपये हप्त्यावर काही भांडे घेतले होते. ते सर्व या दहा बाय आठच्या झोपडीत पाण्याच्या धारेखाली आपली सेवा देत होते. शिवाय एक बाज टाकलेली असायची. पावसाच्या वेळेला ही बाज फार महत्त्वाचे काम करायची. सकाळी ही भिजलेली बाज बाहेर वाळवण्यासाठी उभी करून ठेवली जात असे. अशा रितीने पावसाच्या सरी बंद झाल्या की आमचे जीवन पुन्हा सुरू होत असे.

नदी आली भेटायला

माझे घर नदीच्या अगदी जवळ होते. नदी आणि मोहल्ला यांत क्लब होता. त्यातील मिलच्या अधिकाऱ्यांचे आजूबाजूला बंगले होते. त्या बंगल्यांच्या बाजूने तारांचे कुंपण होते. एक दोन (जवान) मिलचे पोलीस त्या ठिकाणी चोवीस तास तैनात असत. आम्ही सीताफळे, पपई, जांब (पेरू) तोडण्यासाठी बंगल्यात शिरलो असता, पोलीस आमच्या मागे लागत. कधीकधी पळताना तारांतून वाकून जावे लागे. अनेकदा शर्ट फाटायचे. पाठीला तार ओरखडायचा. त्यातून निघालेले रक्त सर्व शर्ट लाल करून टाकीत.

क्लबला वळसा घालून मोठी माणसे नदीच्या काठावर प्रात:विधीसाठी जायची, जर कुणाला वाटले तर, नदीला अंघोळ करूनच ते घरी परतायचे. आम्हा मुलांना मात्र क्लबचे आकर्षण होते. क्लबमध्ये अधिकारी व अधिकाऱ्यांच्या मुलांसाठी बॅडमिंटन, बिलियर्ड्स, शटलकॉक, कॅरम, चेस इत्यादी श्रीमंत खेळ असायचे. आणि आमचे खेळ गिल्लीदांडू, आट्यापाट्या, अंडफोडी, लगोरी,

गोट्या, असे स्वस्त व भंगार खेळ असायचे. आम्ही हे खेळ क्लबमध्ये पाहायला जायचो. क्लबच्यामागे सुंदर बगिचा होता. त्यात झेंडूची फुले, गुलाबाची फुले आणि अजून इतर भरपूर फुलांची झाडे व मोठमोठे वृक्ष होते. पण या बागेमध्ये अधिकारी व त्यांची मुले यांच्या व्यतिरिक्त इतर कोणालाही प्रवेश नव्हता. एक मिलचा पोलीस आम्ही त्याला जवान म्हणत. सतत तेथे पहारा देत असत.

नदीला पूर आला तरी, या क्लबमध्ये पुराचे पाणी येत नसे किंवा बंगल्याला पाणी लागत नसे. ही जागा बऱ्याच उंचीवर होती. सुरुवातीला अनेक पावसाळ्यात नदीच्या पुराचे पाणी आमच्या गोटल्लात येत. नदीच्या जवळ असलेल्या सर्व घरांत पुराचे पाणी शिरत. झोपड्या वाहून जात. थोडी माती-विटाने बांधलेली घरे तग धरून राहायची. काही घरातील सर्व सामान वाहून जायचे. संसार उघड्यावर यायचा. आजही त्यात फारसा बदल झालेला नाही. पण एखादे वेळी खूपच पाणी घरावरून जात असेल तर त्यावेळी प्रशासनाच्या वतीने क्लबमध्ये किंवा आयुर्वेदिक दवाखाना येथे आमची नदीच्या पुराचे पाणी ओसरेपर्यंत राहण्याची व्यवस्था केली जायची. आम्हाला या ठिकाणी भात, झुणका, दाळ, पावाचे पॅकेट सोबतच चहा इत्यादी दिले जायचे.

क्लबमध्ये आम्ही बऱ्याचदा आश्रयाला होतो. मला मात्र एवढ्या भयाण परिस्थितीमध्येही मनात विचार यायचे की, आपलाही एवढा बंगला असता, तर पाणी नाही, वारा नाही, थंडी नाही, एकदम सुरक्षित आपणही राहिलो असतो. आमच्याकडे वादळवारे सुटले की, घरावरचे पत्रे उडून जायचे. पाचट तर आकाशामध्ये उंचच उंच उडताना दिसे. जणूकाही आकाशात पक्षी उडत आहेत असे वाटायचे. बऱ्याच लोकांचे पत्रे या वादळात उडून जायचे वादळ संपल्यावर ज्यांची पत्रे उडून गेली होती ते सर्वजण पत्र्यांचा शोध घेत; सारा मोहल्ला फिरत. कधीकधी उडालेले पत्रे लागून एखादा जखमी पण होत असत. अशावेळी मला वादळात फिरायला व पावसात डान्स करायला खूप आवडायचे. माय मात्र वारे सुटले की, मला बाहेर जाऊ द्यायची नाही. "वाऱ्यामध्ये पत्रं उडतात मया भयनिच्या देराला असंच एक पत्तर उडून लागलं व्हतं. त्याचा पाय तोडून काढलाय." अशी ती मला सांगायची.

रॉकेलचा गाडा

शाळा सोडून मी उगाचच भटकू लागलो. दिवसभर उन्हातान्हात गोट्या खेळणे, क्रिकेट खेळणे किंवा नदीनाल्यांना पोहणे, दिवसभर बाहेर फिरून रात्रीलाच घरी

येणे हा माझा नित्याचाच धंदा झाला होता.

आमच्या मोहल्ल्यामध्ये माणीक एडके नावाचे गृहस्थ राहत होते. त्यांचा रॉकेल विकण्याचा व्यवसाय होता. एक ड्रम, त्याला एक नळ होता. त्यातून रॉकेलची धार प्रेशरने पडत एक लिटर व दोन लिटर रॉकेल भरून देताना त्याचा नरसाळ्यातून वर फेस येत असे. आणि मला तो फेस पहायला फार आवडायचा. मला पण एखादे लिटर रॉकेल कुणालातरी भरून द्यावे. असे वाटायचे. मी माणीक मामाला तशी विनवणी करायचा. कधीकधी तो मोहल्ला सोडून, त्याचे बाहेर गावचे लायसन्स असल्यामुळे आजूबाजूच्या गावांना तो रॉकेल विकायला जात असे.

बाफनाहून गाडा भरून आणायचा. त्या गाड्याला तीन टायर होते. पायंडल रिक्षा होता तो. वरचा छत काढून त्यावर ही टाकी ठेवण्यात आली होती. व वेल्डिंग करून अँगल बसवले होते. मला ती गाडी चालवण्यास आवडायची. टाकी रिकामी असेल तरच माणीक मामा ती माझ्या हातात द्यायचा.

पण नंतर नंतर मी त्याच्या सोबत राहू लागलो. तो सायंकाळी चार वाजता रॉकेलची टाकी भरायचा. व एखाद्या बाजूच्या खेड्यात रात्री उशिरापर्यंत पोहचायचा. व सकाळी रॉकेल विक्री करायचा. मी बऱ्याच वेळा माणीक मामासोबत गाड्यावर गेलो होतो. नांदेडच्या आजूबाजूला असलेली गावे म्हणजे, सुगाव, वाघी, पिंपळगाव, नाळेश्वर, रहाटी इत्यादी सर्व गावे नांदेडपासून १५-२० कि.मी अंतरावर होती. आणि हा गाडा हाताने ओढत १५-२० कि.मी चालत जावे लागे. एखाद्या ठिकाणी घुलती (उतरता रस्ता) आली तर मामाने चालवायचे व मी टाकीवर बसायचा. पण चढती आली तर मी मागून ढकलायचा. पण जाताना पार नाळेश्वरपर्यंत पूर्ण चढतीच असायची. आणि टाकी सुद्धा फुल्ल भरलेली असायची. पण परत येताना उतरता (घुलती) रस्ता असायचा व टाकी पण रिकामी असायची. जाताना जवळपास दोन तास लागायचे. व येताना अर्ध्या-पाऊण तासात नांदेड गाठायचे. असा हा सगळा प्रकार होता.

मी रात्रीला रॉकेलच्या गाडीवर जाताना मायला सांगून जायचा. रात्रभर त्या गावात रानात राहायचे. व उद्या सकाळी रॉकेल विकून दुपारपर्यंत घरी यायचे. त्याबदल्यात माणीक मामा मला पाच रुपये द्यायचा.

माणूस म्हणून माणीक मामा एकदम शांत, उंच, सडपातळ शरीरयष्टी, रंग काळा, अंधारात तो लवकर दिसायचा नाही. फार कमी रागवायचा. किंबहुना राग त्याला येत नसे. जाताना सोबत एक चपटी (देशीदारू) घ्यायचा. व गाव आले की, गावाच्या जवळ रॉकेलच्या गाडीला कुलूप लावून, मामीने दिलेला डबा सोडून मला खायला लावायचा व आपण पण खायचा. जेवणापूर्वी सोबत

आणलेली चपटी संपवून नंतरच जेवण करायचा. हा रोजचा त्याचा उपक्रम असायचा. रोज एका गावात अदलून-बदलून आम्ही जायचो.

एकदा असेच आम्ही दुपारी चार वाजता बाफना येथे रॉकेल भरून पिंपळगावकडे निघालो होतो. रस्त्याने जाताना कुणीतरी ओळखीचे भेटायचे. खूप विनंती केल्यावर मामा त्याला एखादा रॉकेलचा डब्बा रस्त्यातच भरून द्यायचा. एरवी तो त्या गावाशिवाय रस्त्यात कोणालाच रॉकेल द्यायचा नाही. त्यामुळे पुढे जायला उशीर व्हायचा. मला रिक्षा चालवायला खूप आवडायचे. दीडशे ते दोनशे लिटरचा हा गाडा ओढत न्यावा; एवढी ताकत माझ्या अंगात नव्हती. पण पुर्ण ताकतीनिशी मी प्रयत्न करायचा. जिथे चढ येई तिथे कुतूकुतू गाढा ओढत आणि ढकलत असत. बघता बघता कधी अंधार पडला कळलेच नाही. सूर्य बुडण्याच्या आत व अंधार पडण्याच्या अगोदर आम्ही त्या गावात पोहचत असत. पण आज खूप उशीर झाला होता. सुगावच्या थोडे पुढे गेलो असता अंधार पडायला लागला. वाघी व नंतर पिंपळगाव असा अजून प्रवास शिल्लक होता. अंधाराने पुढचा रस्ता दिसत नव्हता. अंधारातून मार्ग काढत आम्ही जवळपास रात्रीचे आठ वाजता पिंपळगावामध्ये पोहचलो. माणीक मामाला कुठे थांबायचे, कोणत्या रानात मुक्काम करायचा हे माहीत होते. गावाच्या लगतच एका झाडाखाली आम्ही गाडा थांबवला. गावामध्ये लोक लवकर झोपी जातात. रातकिड्यांचा आवाज किर्रऽऽ पणे कानाचे पडदे फाडतो की काय? असे वाटत होते. अंधारात आम्हाला पाहून कुत्र्यांचे टोळके आमच्याकडे जोरजोरात भुंकत येत होते. एक कुत्रा तर आमच्या अंगावर येतो की काय, असे वाटून मी टाकीवर जावून बसलो. मामाने हातात मातीचा ढेकूळ घेऊन 'हाड.. हाड..' असे म्हणून त्या कुत्र्याच्या दिशेने भिरकावला. तसा कुत्र्यांचा आवाज कमी झाला. मी टाकीवरून उतरत नव्हतो. मला कुत्र्यांची भीती वाटू लागली.

मामाने आपली चपटी काढली. एक पाण्याची चामड्यासारखी पिशवी सोबत असायची. त्यात सुमारे दोन-तीन लिटर पाणी असायचे. संपले तर कुठेही भरून घ्यायचे. पिशवीतील पाणी घेऊन आपला कार्यक्रम त्याने संपवला. तोपर्यंत मी कुत्र्यांना घाबरून टाकीवरच होतो. मी या वेळी बिड्या ओढत होतो. मामा पण बिड्या ओढायचा. मी त्याच्याकडून एक बिडी घेतली. व झुरका मारला. तोपर्यंत मामाने एका कपड्यामध्ये बांधलेल्या भाकरी व त्यावर मटणाचा खिम्मा असलेला कपडा सोडला. मला एक भाकर व भाजी दिली. हातावर घेऊन मी ती भाजी-भाकरी संपवली. आता जवळजवळ नऊ वाजत आले होते. सगळीकडे अंधारच अंधार दिसत होता. गावात कुठे कुठे खांबार एखादा लाइट चमकत होता. खांबाला एका होल्डरमध्ये शंभर पावरचा बल्ब लटकवलेला

असे. त्याचा उजेड फक्त त्या खांबावर व तारांवरच पडत असे. जमिनीवर खाली मात्र एकदम अंधूक दिसे. तुम्हाला कळले असेल की, लाइट किती पावरफुल होता. असा लाईट कुठे तरी दिसत होता. गावात कुत्र्यांचा भुंकण्याचा आवाज एकदम येई व एकदम शांतच होई.

थंडीचे दिवस होते. अंगावर स्वेटर वगैरे घेऊन मामा तयारीने निघायचा. मला स्वेटर वगैरे काही नव्हते. दोन-तीन दिवसांपासून एकच चड्डी व शर्ट अंगामध्ये चांगलेच मळकट झाले होते. आणि घामाने ते अधिकच कडक झाले होते. गाडी ओढून ढकलून थंडीतही अंगातून घाम वाहायचा व अंगावरच वाळून जायायचा. एक दोन दिवसांनी त्या घामाचा वास कुणालाही जवळ येवू देत नसे. शेवटी नदीवर जाऊन त्याची धुलाई व त्यातील मलाई काढायचा. नदीत कपड्यासकट उडी मारणे व पिवळ्या साबणाने (५५५ वडी) कपडे धुवून रेतीवर वाळू घालणे आणि कपडे वाळेपर्यंत पोहत राहणे व इकडे तिकडे बघून कोणी नाही असे लक्षात आले की, नदीतून पळत वाळलेल्या कपड्याजवळ येऊन अगोदर चड्डी घालणे व नंतर अंगात शर्ट घालून घराकडे निघणे असा माझा कार्यक्रम असायचा.

आता रात्र खूप झाली होती. गावाकडे माणसे लवकर झोपतात. तसा सर्व गाव झोपी गेला. आम्ही मात्र जेवण उरकून झोपायच्या तयारीत होतो. माझ्या जवळ पांघरूण नव्हते. मामाने आंथरले व पांघरूण काढून, झोपण्यापूर्वी टाकीला कुलूप लावले व चावी स्वत:च्या पँटात ठेवून दिली. आता मामाला चपटी चढू लागली. त्याच्या अंगात चपटीची ऊब शिरू लागली. पण मला थंडीने काहीच सुधरत नव्हते. मामा कधी झोपी गेला हे कळलेच नाही. पण मला मात्र त्याच्या घोरण्याने झोपच येत नव्हती. मामा घोरण्यातही विविध आवाज काढू लागला. मी आपले अंग टाकले होते. तेवढ्यात मामा "शेषे ऽऽ शेषे ऽऽ" असे बरळून मला बिलगू लागला. शेषे म्हणजे शेषाबाई ही मामाची बायको. मी मात्र मामाजवळून उठून रॉकेलच्या टाकीवर जाऊन बसलो. मला मात्र झोपच येत नव्हती आणि एकदम शेतात जमिनीवर खाली झोपल्यामुळे इंचू, किडे, साप, इत्यादींची भीती वाटत होती. मध्यरात्री त्या भयाण शांततेत चित्रविचित्र आवाज येऊ लागले. अशा थंडीमध्ये सुद्धा माझ्या अंगाला घाम सुटला होता. अचानक कुणाची तरी सावली जवळ आल्यासारखे वाटले. त्यामुळे अंगामध्ये भीतीने भेदरे (कापरे) भरले. रॉकेलचा गाडा अंगातील थरथरीने लकलक हालू लागला. पण नंतर कळले की ती झाडाची फांदी वाऱ्याने हालत डुलत होती. मी खालून उठून टाकीवर जाऊन बसलो. अंगात गुडघ्यापर्यंत चड्डी व कोपरापर्यंत शर्ट होते. बाकी सर्व उघडे होते. मी थंडीने टाकीवर कुडकुडत होतो. खाली मामा मात्र

रात्रभर शेषीच्या नावानं बरळत होता. मी तसाच पहाटे पाच वाजेपर्यंत टाकीवर व थोडावेळ गाडीच्या सीटवर बसून होतो.

सकाळी पाच वाजताच मामा उठला. त्याची छान झोप झाली होती. मी मात्र रात्रभर थंडी आणि भीतीने गारठून गेलो होतो. सकाळी सहा वाजताच डबे घेऊन लोकांच्या बाऱ्या लागल्या. आणि मी तसाच उभा राहून लोकांच्या डब्यात रॉकेलची धार सोडत होतो. त्यावरील फेस पाहून रात्रीची थंडीसुद्धा विसरून गेलो होतो. त्यानंतर मी चार-पाच दिवस बीमार पडलो. व नंतर रॉकेलच्या गाडीवर परत गेलो नाही. दुसऱ्याच एखाद्या कामाच्या शोधात फिरू लागलो.

आता तिचा खात्माच करतो

साधारण सायंकाळचे पाच वाजले असतील. हातात तरोट्याचे एक दोन रोपटे उपटून घेऊन आम्ही बरेच मित्र फुलपाखरांना अडवून मारत होतो. त्यांना भोवळ आली की, हाताने पकडून त्यांचा पतंग करून उडवायचो. पश्चिमेकडून पावसाळ्यात फुलपाखरांच्या रांगाच रांगा लागत व ते पूर्वेकडे जात असत. रंगीबेरंगी निळे, पिवळे, लाल, नारंगी विविध रंगाची फुलपाखरे बालमनाला आकर्षित करीत होते. राजू, बालुमामा, भुजंग, रामदास बळवंत्याचा गंगा मी आणि इतर काही मित्र तरोट्याचे रोपटे उपटून फुलपाखरांची वाट पाहत होतो. या फुलपाखरांची यायची सुद्धा एक विशिष्ट वेळ होती. हळूहळू त्यांची संख्या वाढत असे. सायंकाळी चार-पाचपासूनच त्यांची लगबग सुरू होत असे. आणि अंधार पडेपर्यंत त्यांचा प्रवास सुरू राहत असे.

आम्ही फुलपाखरांना पकडण्यात गुंग होतो. फुलपाखरे पकडायची व त्याच्या पाठीमागे दोरा बांधायचा व त्यांना पतंगासारखे उडवायचे. तसेच भुंग्यांनासुद्धा आम्ही असेच उडवीत होतो. कधीकधी तर एवढे सुंदर फुलपाखरू असत की त्यांना दोन बोटांनी पकडण्याचा आमचा प्रयत्न असायचा. जो हाताने फुलपाखरू पकडेल तो खरा खेळाडू. आणि ग्रेट. असे आम्ही एकमेकांना पदवी देत.

एकदा असेच एक फुलपाखरू मी हळूच पाठीपागे जाऊन पकडण्याचा प्रयत्न करीत असताना ते पटकन उडून दुसरीकडे जाऊन बसले. मी त्याच्या पाठीमागे जवळपास अर्ध्या तासापासून होतो. पण काहीकेल्या सापडत नव्हते. आणि मला एखादे काम पूर्ण केल्याशिवाय चैन पडायचा नाही. मी त्याच्या मागे धावतच होतो. ते उडून दुसऱ्या, तिसऱ्या, चौथ्या ठिकाणी जाऊन बसत. काय करावे, कळत नव्हते! मी अजून आशा सोडलेली नव्हती आणि फुलपाखरू देखील हार मानायला तयार नव्हते. माझ्या पायात कधीच चप्पल नसे. विकत

घ्यायची ऐपत नव्हती. कधीकधी फुलपाखरू पकडण्याच्या नादात पायात कचकन काटा खुपसत आणि संपूर्ण अंगात कळ येई. पण तो काटा तसाच पायातून उपसून काढून फेकायचा व रक्त निघालेल्या ठिकाणी माती लावायची आणि पुन्हा फुलपाखराच्या मागे धावायचे. कधीकधी एखाद्या बाभळीचा जुनाट काटा पायात घुसल्याबरोबर पायातच खुडून बसायचा. मग सुई घेऊन पायात खड्डा पडेपर्यंत पाय उकरायचा व पायातून काटा काढायचा. एखादे दिवशी काटा निघायचाच नाही. मग, माय त्याला बिब्बा लावायची. मग तो काटा 'पू' घेऊनच बाहेर यायचा. पण एखाद्या वेळी माझ्या हातातही काटा रुतून बसत. तेव्हा मायने केलेला बिब्याचा उपचार मी हातावर करत. तेव्हा बऱ्याच ठिकाणी बिब्याचे तेल लागून हातावर जखमा व्हायच्या.

तर मी फुलपाखराच्या संदर्भात बोलत होतो. कितीही हळू, संथपणे वा सावधपणे फुलपाखराच्या मागे जाऊन उभे राहिले असता, त्याला कसे कळायचे की, आपला कुणीतरी पाठलाग करीत आहे. आणि ते एका ठिकाणाहून दुसऱ्या ठिकाणी उडून जायचे. जवळपास एका तासाच्या कालावधीनंतर फुलपाखरू मला थोडे दमलेले दिसले. माझी तर चांगलीच दमछाक झाली होती. पण आता जबरदस्त संधी आली होती. फुलपाखरू थोड्या उंच असलेल्या रोपट्यावर बसले होते. अगदी थकून गेल्यागत शांत बसून होते. मी पावलांचा आवाज न होऊ देता हळूहळू हाताचा अंगठा व तर्जनी एकत्र करून हात पुढे सरकावला. फुलपाखरू शांत बसले होते. आणि मला पूर्ण विश्वास होता की, आता आपण याला पकडणार. आणि मी सावधपणे हात पुढे केला. हाताची दोन्ही बोटं फुलपाखराच्या दिशेने सरकवली आणि दोन्ही बोटात फुलपाखरू पकडण्यात मी गुंग होतो. फुलपाखरू दोन्ही पंख मिटून बसले होते. आता त्या दोन्ही पंखांनाच नाजूकपणे पकडणे आवश्यक होते. विशेष म्हणजे दोन्ही बोटात फुलपाखरू यायचे तेव्हा त्याच्या पंखाचा रंग बोटाला लागत असे. असे वाटे की जणूकाही आत्ताच त्याला एखाद्या चित्रकाराने रंग दिला आहे.

मी त्या फुलपाखराच्या अगदी जवळ होतो. माझा श्वास मी रोखून धरला होता आणि अखेर फुलपाखरांच्या मिटून बसलेल्या पंखांना माझ्या अंगठ्याने व तर्जनीने अलगद पकडले. मी फुलपाखराच्या दोन्ही पखांना बोटात धरल्या बरोबर मागून कुणीतरी मला उचलून खाली आपटले. थोडा वेळ मला काय झाले? हे कळलेच नाही. आजूबाजूला माझे मित्र होतेच, पण ते सुद्धा फुलपाखरांना पकडण्यात दंग होते. मी जोरात ओरडलो. 'माय ऽऽ मायोव्ह ऽऽ' माझा आवाज ऐकून बाजूचे मित्र माझ्याकडे धावत आले. पाहतो तर काय एका गायीने मला ढुस्नी मारली होती. मी एका तासापासून जे फुलपाखरू धरण्याचा प्रयत्न करीत

होतो; त्या फुलपाखराला पकडल्याबरोबर गायीच्या ढुस्नीने माझ्या हातातील फुलपाखरू निसटले व ते आकाशात थोडे उंच उडाले. मला मात्र त्या गायीचा खूप राग आला होता. मुले जोरजोरात हसायला लागली होती. पण मी त्यांच्या हसण्याकडे लक्ष न देता ताबडतोब घराकडे पळालो.

सर्व घर शोधल्यानंतर मला कांदे कापण्याचा मुंडा व गंजलेला चाकू सापडला. मी तो चाकू घेतला व गायीच्या मागे धावत सुटलो. गाय पुढे मी मागे, जणूकाही गाय आणि माझ्यामध्ये मॅरॅथॉन स्पर्धाच सुरू झाली होती. माझ्या हातातला मुंडा चाकू बघून लोक हसायला लागले. जो पाही तो गालातल्या गालात हसत माझे मात्र कुठेच लक्ष नव्हते. आता माझे एकच लक्ष होते. ज्या गायीने मला ढुस्नी मारली त्या गायीचा खात्माच करायचा.

ती गाय धावत धावत भयभीत होऊन भैयासाहेब आंबेडकर नगरमध्ये घुसली. बरोबर आपल्या मालकाच्या घरात गेली. ज्या घरात ती गाय गेली होती, धावत पळत येऊन मी ते घर गाठले व जोरजोरात ओरडू लागलो ''काढा तिला बाहेर, आता मी तिचा खात्माच करतो'' आजूबाजूच्या लोकांना काहीच कळेना, नेमके काय झाले ते? माझ्या हातातला मुंडा चाकू बघून हा नेमका कुणाचा खात्मा करणार आहे? हे पाहणाऱ्यांना कळत नव्हते. पण एवढे कळले होते की, कोणीतरी बाई किंवा मुलगी आहे. कारण मी ''काढा तिला बाहेर आता मी तिचा खात्माच करतो'' असे म्हणत होतो. गायीच्या मालकाला पण काहीच कळत नव्हते की, काय चालू आहे ते? त्याला एक मुलगी होती व एक बायको. त्याला वाटले की, या दोघींपैकी एकाने या मुलाला मारले किंवा यांच्यासोबत भांडण झाले असावे. म्हणून तोही परेशान होता. मला विचारले तर मी बरोबर सांगत नव्हतो. मी फक्त एवढेच म्हणत होतो की, 'काढा तिला बाहेर तिचा खात्माच करतो.' त्या माणसाने बायकोला सांगून मला पाणी द्यायला लावले. मी रागारागाने गरम झालो होतो, 'पाणी पी बेटा' तो गायीचा मालक म्हणाला. मी रागारागातच पाणी गटागटा पिऊन टाकले. कारण गायीच्या मागे मी खूप धावत पळत आलो होतो. अंगातून घाम वाहत होता. घाम आणि पिलेले पाणी हाताच्या बाह्याने पुसत त्यांना म्हणालो, ''तुमच्या गायीनं मला ढुस्नी मारली, आता मी तिला सोडणार न्हाई.''

हा सगळा प्रकार गायीच्या मालकाच्या लक्षात आला. त्यांनी मला खूप समजावले. माझी समजूत काढली. बाजेवर बसवले आणि मला त्याच गायीचे कपभर दूध प्यायला दिले. दोरखंडानं बांधलेली गाय गोठ्यातून माझ्याकडे डोळे वटारून पाहत होती. जणूकाही ती मला म्हणत होती. ''बघा बघा मला मारायला आलेला, माझं दूध कसं पित आहे गटागटा!'' आणि मी मुंडा चाकू चड्डीच्या

खिशात टाकून गायीकडे पाहत घराकडे निघालो.

मायजवळ नव्हते बचतीचे नियोजन

तुका म्हणे ताळा । नाही त्याची अवकळा ।।

ज्याचं कोणत्याही गोष्टीचं नियोजन नाही. त्याची अवकळा होणारच, असे तुकाराम महाराज आपल्या अभंगातून सांगतात.

माय शाळेच्या बाजूलाच सडके आंबे, शिजवलेली बोरं, सीताफळं इत्यादी विकायला घेऊन बसायची. सडके आंबे, सडलेल्या केळी, जी कमीत कमी किमतीला ती विकत घेत आणि कमीत कमी किमतीलाच विकत असे. अनेकवेळा लोक आंबा सडका निघाला म्हणून तक्रार करत. पैसे परत द्या म्हणायचे. माय त्यालाच भांडून परत पाठवित असे. शाळा जवळ असल्यामुळे लहान मुलं शिजवलेली बोरं घ्यायचे. त्यात मीठ टाकून शिजवलेली असल्यामुळे ते मुलांना आवडायचे. पण दुसऱ्याच दिवशी ती बोरं खाल्यामुळे एखादा मुलगा बीमार पडायचा. बीमार पडला म्हणून एखादी बाई भांडायला पण यायची.

याउलट कचराबाई ही खारमुरे, वटाणे, मुरकूल, चिंचोके इत्यादी नाशवंत नसलेले पदार्थ घेऊन विकत बसायची. तेही मुलांना खूप आवडायचे. त्यामुळे कचराबाई व अजून एक बाजूची बाई होती. हे सर्वजण खाऊन-पिऊन समाधानी असायचे. माझी माय मात्र अगोदरच सडके पदार्थ विकत असल्यामुळे ते जास्त कुणी घ्यायचे नाही. परिणामी माल तसाच उरायचा. भांडवल पण निघायचे नाही. तिला नेहमी घाटाच व्हायचा. मग ती व्याजाने पैसे काढायची व बिटंवर जाऊन माल आणायची. दोन-चार दिवसात तेही भांडवल बसून जायचे. व्याज काढून माय, मटण तेही खूप खालच्या दर्जाचे आणायची. जास्तीत जास्त खाण्यावर पैसे खर्च करायची. याउलट इथल्या बाया पैशाची बचत करीत. हे मायला समजायचे नाही. त्यामुळे व्याजाचा व कर्जाचा डोंगर डोक्यावर चढायचा. इकडे बापू आम्हाला शेरभर गहू, शेरभर तांदूळ व दोन धडी ज्वारी देऊन मोकळा व्हायचा. सर्व मुलांना गिरजाबाई विविध पदार्थ करून खाऊ घालायची. भाऊ शाळेत जात असल्यामुळे त्याचा लाड व्हायचा. त्याला आजूबाजूचे लोकंसुद्धा चांगले समजायचे. या उलट मी शाळेत जात नसल्यामुळे तसेच गलिच्छ राहत असल्यामुळे लोकं मला जवळ येऊ देत नसत. बोलतांना "थोडं दुरूनच बोल, अंगाचा वास येतोया" म्हणून हिणवायचे व माझ्यापासून दूर जायचे. कारण काहीतरी वासाचे मांस माय घरी आणायची कधीकधी एवढे आणायची की भगोने कमी पडायचे. रात्रीही खायचे अन् उरलेले सकाळी तेच गरम करून खायचे.

दुसऱ्या दिवशी उरलेल्या भाजीचा भयंकर वास यायचा. त्यावर फेस यायचा. जेवण केल्यानंतर हात शर्टाला पुसायचा. त्यामुळे शर्टाचाही उग्र वास यायचा. उरलेल्या भाकरीला बुरशी लागायची. भाकर तोडली असता, भाकरीमध्ये तार दिसायची. माय सकाळीच बिटंवर जात असल्यामुळे ती भांडे घासून जायची नाही आणि मी जास्तवेळ घरात बसत नसल्यामुळे माझे त्याकडे दुर्लक्ष व्हायचे. त्यामुळे आमच्या झोपडीत पण कुणी शेजारी येत नसत. असा माझा व मायचा स्वभाव पण आम्ही मात्र 'खाऊन... पुसायचे' हा मंत्र जपला होता. त्यामुळे दुर्दशा वाट्याला आली हे आता कळु लागले होते.

सर्व मोहल्ल्यामध्ये बालुमामासोबत मिळून मी चपला-बुटं चोरतो, पैसे चोरतो, गाडीचे आरसे चोरतो म्हणून अगोदरच माझा नावलौकिक झाला होता. मी जर कुणाच्या, घरी गेलो तर, ती बाई लगेच म्हणायची "थांब तिथंच घरात येऊ नको" तिला वाटायचे की, हा जर घरात आला तर काहीतरी घेऊन जायचा. म्हणून कुणीच मला घरात घ्यायचे नाही. घरात घेणे तर सोडाच, पण कुणाच्या घरासमोर मी जर खेळत असेल तर त्या बाईचा कडा पहारा बसायचा. मी तिथून जाईपर्यंत ती बाई तिथेच डोळ्यात तेल घालून माझ्याकडे बघत बसायची. तिला जर लघवीला जायचे असेल तर अशावेळी ती पोराला किंवा पोरीला सांगायची "दैदास्याकडं ध्यान ठिव, लई चोर हाय पोरगं" ती त्याला तिथंच थांबवून ठेवायची. यावरून तुम्ही समजू शकता की माझ्या कारनाम्याचा किती प्रचार आणि प्रसार झाला ते! माझा सर्वजण तिरस्कार करायचे. एवढेच नाही तर घरात माझा बापसुद्धा माझा तिरस्कार करायचा. त्याला वाटे की याचा मोठा भाऊ चांगले शिकतो आणि हा मात्र निव्वळ भटकत राहतो. म्हणून माझ्याकडे बापाचे संपूर्ण दुर्लक्ष झाले होते.

जीवनातून शाळा हद्दपार

आता शाळा सोडून जवळपास चार वर्षे झाली होती. चौथीला बोर्डाची परीक्षा असल्यामुळे सर्व घोटाळा होत असे. त्यामुळे मी बऱ्याचदा नापास झालेलो होतो. माझ्या जीवनातून शाळा ही कायमची हद्दपार झाली होती. आता माझ्या जीवनाचे कोणतेच ध्येय मला दिसत नव्हते. आणि मला सांगण्यासाठी कुणी देवदूत पण येत नव्हता. मी काही दिवस गवंड्याच्या हाताखाली काम केले. त्यांच्याकडून सात दिवसाला पैसे मिळत. ते पैसे मी मायला आणून देत. माय ते दोन-तीन दिवसातच संपवून टाकत. मी काम करीत असल्यामुळे आणि पैसे कमावत असल्यामुळे मित्रांच्या समोरच काय पण मायच्या समोरसुद्धा बिड्या

ओढायला लागलो होतो. हे आता सर्वांना माहिती झाले होते. म्हणून माय मला बिडीचा कट्टा व एक डबी कामाला जाताना पदराच्या आड लपवून आणून द्यायची. ती तंबाखू खात होती व मी बिड्या ओढत होतो. पैसे मिळत होते पण ध्येयहीन जगत होतो. दिवसभर माल कालवणे, विटा देणे, रेती भरणे, गिट्टी भरणे, गजाळी तोडण्यास मदत करणे, ही कामे करून मी लहान वयातच करपून गेलो होतो. पण अशी कामे करून हीन जगण्यापेक्षा सन्मानपूर्वक जगावे असे वाटू लागले. माझे मन या गवंडी कामात जास्त दिवस रमले नाही. तरीही वर्षभर हे काम असेच करीत राहिलो.

रेल्वेच्या खिडकीचा थरारक प्रसंग

यापूर्वी मी बालुमामा सोबत रोज सकाळी घराबाहेर पडायचा आणि सायंकाळीच घरी यायचा. कधीकधी रात्री बारा-एक वाजत असे. तेव्हा मायच्या शिव्या खायायचा. पण बापू जर दुपारच्या शिफ्टमध्ये असला म्हणजे तो रात्री अकरा वाजताच घरी यायचा. मग मायचा पण आवाज हळू व्हायचा. कारण बापू उठला तर अजून याला मारील म्हणून माय हळू आवाजात घान घान शिव्या द्यायची. आमची झोपडी त्याला लागून होती. त्यांच्या झोपडीच्या समोर पाच पत्र्यांची मातीने बांधलेली दहा बाय दहाची खोली होती. डोक्याच्यावर बालीसभर पत्रे वर असतील. एवढी त्या खोलीची उंची जेमतेम होती. जोराचा पाऊस आला तर हे सर्वजण तिथे राहायचे. पत्र्यांच्या मागेच झोपडी होती ती थोडी मोठी होती. स्वयंपाक याच झोपडीत व्हायचा. आजी व बहिणी इथेच झोपत. तिथंला आवाज आमच्या झोपडीत सहज यायचा.

एकदा आम्ही दोन-तीन मित्र रेल्वेने फुकटचा प्रवास करायला लागलो. आम्हाला रेल्वेत बसून जायला आवडायचे. त्या वेळी कोळशावर चालणारी रेल्वे होती. आणि विशेष म्हणजे ती रेल्वे शोले पिक्चरमधल्या सारखी होती. म्हणून त्या रेल्वेचं आम्हां दोघांना जास्त आकर्षण वाटायचं. तसेच आम्ही आठवड्यातून किमान तीन-चार दिवस तरी नांदेड-पूर्णा, नांदेड शिवणगाव इथपर्यंतच रेल्वेने प्रवास करीत असत. आम्ही शिवणगावच्या पलीकडे व इकडे पूर्णाच्या पुढे कधी गेलो नाहीत. या प्रवासात बालुमामा, मी, संजय जोंधळे अजून एखादा मित्र असायचा. एक दिवस असाच प्रवास करीत मुदखेडकडून नांदेडकडे येत होतो. या वेळी प्रत्येक स्टेशनवर गाडी थांबायची. आम्ही चालत्या गाडीत बसण्यात-उतरण्यात पटाईत होतो. कधीकधी तर टीसी आला तर संडासच्या डब्यात लपायचो. कधीकधी गाडी थोडी हळू असेल तर मध्येच कुठेही उड्या मारून

पळून जायचो. पण एखादेवेळी त्या गाडीला पार्टी असायची. (विना टिकीट असलेल्यांना पकडणारे पथक) मुदखेडहून गाडी निघाली होती आणि आमच्या बाजूच्याच डब्यात टीसी असल्याचे आम्हाला कळाले. त्या वेळी रेल्वेच्या डब्यांतून आरपार रस्ता नव्हता. प्रत्येक डबा हा स्वतंत्र होता. एका डब्यात बसले की, पुढच्या स्टेशनलाच दुसऱ्या डब्यात जाता येत असे. त्यामुळे टीसी प्रत्येक स्टेशनला डबा (बोगी) बदलायचा. सर्वांचे टिकीट चेक करायचा. आता आम्हाला काहीच खतरा नव्हता. कारण टीसी बाजूच्या डब्यात होता. पुढचे स्टेशन मुगट होते. व तिथे गाडी थांबल्यावर तो आमच्या डब्यात येणार होता आणि त्याच वेळेला आम्ही टीसीने तपासलेल्या डब्यात जायचे, असे ठरवले. आम्ही मुगट स्टेशन कधी येईल याचीच वाट पाहत होतो. एकदाचे मुगट आले. आम्ही चालत्या गाडीतूनच गाडी थांबण्याच्या आत सपसप खाली उतरलो. खाली उतरले की, सर्व संकटातून सुटल्याचा सुस्कारा आम्ही सोडला. आता आम्ही स्वतंत्र आहोत, कुणी पकडण्याचा धोका नाही. असे आम्हाला वाटले. गाडी पूर्णपणे थांबली होती. आम्ही टीसीकडे पाहतच होतो. तो ठरल्याप्रमाणे पुढच्या डब्यात चढला, आम्ही टीसीने तपासलेल्या डब्यात चढलो. थोड्याच वेळात गाडी सुरू झाली. आम्ही डब्यात दरवाजा मध्येच थांबलो होतो. आम्हाला काही भीती नव्हती. टीसी पुढच्या डब्यात गेल्याचे आम्ही सर्वांनी पाहिले होते. गाडीने आता चांगलाच नांदेडच्या दिशेने वेग घेतला होता. आमचे लक्ष पळत असलेली झाडे पाहणे, खालच्या माणसांना जोरात ओरडून काहीतरी शिव्या देणे, चिडवणे असे चालू असतानाच, अचानक पाहतो तर काय टीसी तिकीट तपासत पुढून येत होता. आम्हाला आमच्या डोळ्यांवर विश्वासच बसेना. कारण एका डब्यातून दुसऱ्या डब्यात जाणे शक्य नव्हते. परंतु टीसीने मुगट स्टेशनवर गाडी थांबताना दरवाजातून आमचे; चालत्या गाडीतून चढणे-उतरणे बघितले होते. त्याच्या हमखास लक्षात आले होते की, ही टंगळमंगळ करणारी, आगाव मुले आहेत आणि विनातिकीट प्रवास करीत आहेत. म्हणून तो गाडी निघाल्या बरोबर क्षणातच आम्ही असलेल्या डब्यात चढून आला होता. कारण त्याने आम्हाला या डब्यात चढतानापण बघितले होते.

टीसीला समोर बघून आमच्या अंगातून घामाच्या धारा वाहायला लागल्या. आम्ही दोघे थोडे धीट होतो, पण दुसरे दोघे फारच भित्रे होते. त्यातील एकाचा तर रेल्वेचा पहिलाच प्रवास असल्याचे तो आम्हाला थोड्या वेळापूर्वी सांगत होता. आम्ही दोघे, आता काय करावे, याचा विचार करीत होतो. एवढ्यात आम्ही दरवाजा जवळ आलो. ते दोघे तिथंच भीतीने थरथरत बसले होते. आणि त्यांच्या जवळ येऊन टीसीने तिकीट मागितल्याबरोबर ते भोकाड फाडून रडू

लागले. टीसीच्या पाया पडू लागले. "आम्ही आता पुन्हा कधी येणार न्हाई." अशी विनवणी करू लागले. त्या वेळी रेल्वेचे मुख्य ऑफिस सिकंदराबादला होते व पकडलेल्या व्यक्तीला थेट सिकंदराबादला घेऊन जातात हे त्या टीसीच्या बोलण्यावरून वाटू लागले. "छोड दो साब, माफ करो साब" असे ते दोघे विनवू लागले. आम्ही पण इकडे घाबरलो होतो. एवढ्यात सिकंदराबादला नेण्याच्या भीतीने बालुमामाने दरवाजाच्या बाजूला खिडकीला लटकून मागच्या डब्याकडे जाण्यास सुरुवात केली. पलीकडच्या डब्यातील माणसे ओरडू लागली. भयंकर वारे वाहत होते. वाऱ्याच्या प्रहाराने हा आता खाली पडणार असे मला वाटू लागले. टीसी त्या दोघांशी बोलण्याच्या नादात होता त्याचा फायदा घेऊन बालुमामाने खिडकीला लटकून मागच्या डब्यात प्रवेश केला. आणि त्याने सुस्कारा सोडला. एवढ्यात ते दोघे माझ्याकडे बोट दाखवून म्हणाले."ह्यानं बी आमच्या संगच हाय" 'अच्छा' असे टीसी म्हणून आता मला पकडणार तोच मी बालुमामा ज्या पद्धतीने खिडकीला लटकून मागच्या डब्यात गेला होता. तसाच मी खिडकीला लटकलो. मनात प्रचंड भीती होती. भीतीने हाताला घाम आला होता व हात घामाने सटकत होते. माझा हा पहिलाच प्रयोग असल्यामुळे एक हात निसटत होता. पण दुसऱ्या हाताने दुसरी खिडकी धरायची. आता 'करो या मरो' एवढेच माझ्या हाती होते. त्यातच जोराचे वारे मला खाली खेचण्याचा प्रयत्न करीत होते आणि मी स्वत:ला वाचविण्याचा केविलवाणा प्रयास करीत होतो. एवढ्यात आसना नदीचा पूल आला. आतामात्र खाली भयाण पाणी दिसत होते. मला वाटले नदीत उडी मारावी. कारण मला चांगले पोहता येत असल्यामुळे मी स्वतः पोहून निघेल, क्षणभर असा विचार मनात आला. या पुलाची उंची पटरीपासून नदीपर्यंत जवळपास १००/१५० फूट उंच असेल. या उंचीची मला भीती वाटू लागली. हा पूल बराच लांब असल्यामुळे मी विचार करू लागलो. दरवाजातून टीसी आणि काही माणसे मला ओरडून काहीतरी बोलत होती. पण हवेच्या प्रचंड माऱ्यामुळे मला स्पष्ट ऐकू येत नव्हते. कदाचित "तुम्हे कुछ नहीं करुंगा, दमसे-आरामसे डिब्बेमें आ जाओ" असे म्हणत असावेत. पण एवढ्यात पूल संपला व माझा खिडकीचा प्रवासही संपला. बऱ्याच खिडक्यांना लटकून मी मागच्या डब्यात सुखरूप पोहचलो.

बालुमामा माझी तेथे वाटच पाहत होता. जणूकाही तो माझ्या स्वागतालाच उभा होता; या आविर्भावात तो माझी तारीफ करीत होता. त्याचे काळीज सुपाएवढे पण माझे काळीज मांजरासमान होते. पण भीतीपोटी मी हा गड सर केला याचे; माझे मलाच अश्चर्य वाटू लागले. आणि नांदेड स्टेशन दिसू लागले. मी बालुमामाला खूप शिव्या दिल्या, "आता मी तुह्या सोबत कधीच

येणार न्हाई.'' असे सांगून टाकले. ''तू जर असे गेला नसतास तर, मीबी आलो नसतो.'' असे वारंवार मी त्याला बोलत होतो. तोही मला म्हणत होता ''बरं झालं, न्हाई तर आपणाला सिकंदराबादलाच न्हेलं असतं'' नांदेडच्या स्टेशनमध्ये गाडी येताच आम्ही चालत्या गाडीतून स्टेशनच्या बाहेरच उड्या मारल्या. पण तिकडून पोलीस धावत येताना आम्हाला दिसले. कदाचित वायरलेसवर टीसीने आमच्या करामतीबद्दल पोलिसांना माहिती दिली असावी, असा आमचा समज झाला. आणि आम्ही पोलिसांकडे बघून हरणीच्या वेगाने स्टेशन पार करून आंबेडकर पुतळ्यापर्यंत येऊन पोहचलो.

आता आमच्यामागे कुणी नव्हते आणि आताच्या सारखे एवढे मोठे भव्य स्टेशन नव्हते. दोन-तीन रूम असलेले स्टेशन होते. आणि सगळीकडे मोकळेच होते. आम्ही रेल्वेच्या टीसीकडून स्वतःला वाचवले आणि पोलिसांकडूनही बचावलो. अन्यथा सिकंदराबादला पोलीस घेऊन गेले असते. याचा मनात विचार करीत होतो. पण त्या दोन मित्रांचे काय होणार? त्यांच्या माय-बापाला काय सांगावे? याचा विचार करीत उभे होतो. तोच दुरून ते दोघे लंगडत लंगडत येत असल्याचे दिसले. नक्कीच पोलिसांनी यांना धुतले असावे असे वाटून त्यांचे आम्हाला हसू येत होते. तर दुसरीकडे आपण काहीतरी मोठा पराक्रम करून स्वतःला वाचवल्याचा आनंद चेहऱ्यावर घेऊन ते दोघे येईपर्यंत आम्ही तिथेच उभे होतो.

आम्ही चालत्या गाडीमध्ये अनेक प्रयोग केले होते. दोन्ही डब्ब्यांना जोडणाऱ्या सांध्यांमध्ये बसणे, खडकखडक ऽ खटकखटक अशा आवाजाचा आनंद घेणे. डब्यांच्या पाठीमागे डब्ब्यांवर जाण्यासाठी पायऱ्या असायच्या म्हणजे सांध्यावर बसले की आम्ही इंजिनपासून ते शेवटच्या टीसीच्या डब्यापर्यंत डब्यांवरून पळत जाण्याचा पराक्रम करीत असत. विशेष म्हणजे एका डब्यावरून दुसऱ्या डब्यावर उडी मारून जायचो. त्यावेळस उडी मारताना पलीकडे उडी जाईल की नाही, याचा मनात विचार येऊन सर्वांगामध्ये मुंग्या यायच्या. आम्हाला ना जिवाची भीती होती, ना आमच्याकडे लक्ष द्यायला कुणाला वेळ होता. चालत्या गाडीवर चढून डब्यांवर पळणे हे रोजच असायचे. हवेने तोल गेला तर संपलेच सगळे. आम्ही मात्र फार बॅलेन्सने चालायचो. कधीकधी तर कोण अगोदर शेवटचा डबा गाठतो अशी शर्यत लागायची. जणूकाही आम्हाला ऑलिम्पिक मध्ये मेडलच मिळणार या ईर्षेने आम्ही पळायचो. जो हारला त्याने मुदखेडला खिचडी किंवा तहारी, बिर्याणी खाऊ घालायची, असे आमच्या पुरस्काराचे स्वरूप असायचे. त्या एका बिर्याणीपोटी आमचा अनमोल जीव धोक्यात घालून हा खेळ खेळायचो. अनेक लोक आमच्याकडे आश्चर्याने पाहायचे. कोळशावर

गाडी चालणारी असल्यामुळे, सध्याच्या गाड्यांप्रमाणे तिचा वेग नसायचा. तरी बऱ्यापैकी तिचा स्पीड असायचा.

टकल्या म्हणणे पडले महागात

एकदा मी आणि बालुमामा रेल्वेने पूर्णेला जात होतो. अर्थातच स्टंट करणे हा आमचा नित्याचा भाग झाला होता. रेल्वेच्या डब्यावरून पळत सुटणे, टीसीच्या एकदम शेवटच्या डब्यापासून इंजिनर्यंत आम्ही डब्यांवरून चालायचो. कधी पळायचो, कधी खिडकीच्या गजाळीला लटकून एका डब्यातून दुसऱ्या डब्यात जायचो. दोन डबे जोडणाऱ्या सांध्यात चालत्या गाडीत घोड्यावर बसल्यागत दोन्हीकडे पाय टाकून बसायचो.

आज मात्र गाडी नांदेडहून निघताना टी.सी डब्यात नसल्याची खात्री करून बसलो होतो. लहानपणी मी आणि बालुमामाने रेल्वेचे कधीच तिकीट काढलेले नाही. आम्हाला शाळा नाही किंवा कांहीच काम नसल्यामुळे पूर्णा ते शिवणगाव असा आमचा प्रवास असायचा. अनेकजण आमच्या करामती बघत असल्यामुळे दररोज प्रवास करणारे लोक आम्हाला ओळखत होते. टीसी गाडीत नसल्याची खात्री करून डब्यात बसलो होतो. गाडी पूर्णेच्या दिशेने निघाली होती. आमच्या करामतींना सुरुवात झाली होती. मी खिडकीला धरून डब्याच्या मागच्या सांध्यात पोहचलो. डब्यावर चढण्यासाठी मागच्या बाजूने पायऱ्या होत्या, त्या पायऱ्या चढून डब्यावर जावून बसलो. बालुमामाही लगेच माझ्या मागे येऊन बसला. डब्यावर बसण्याचा एक फायदा असा होता की,आमच्या जवळ तिकीट नसल्यामुळे टीसी आम्हाला पकडायचा प्रश्नच नव्हता. आणि शोले पिक्चरमधल्या ट्रेनसारखे हवेशीरपणे पळणे व जोरजोरात ओरडणे त्याचप्रमाणे आम्ही जे काही करत होतो ते कुणीही करू शकणार नाही; म्हणून फुशारकीही मारत होतो. तद्वतच वरून अनेकांना शिव्या देणे, चिडवणे सहज सोपे व्हायचे. त्यातही माय, बहीण इत्यादींवर आमच्या ठेवणीतल्या शिव्या असायच्या. डब्यावरून शिव्या देत असल्यामुळे आम्हाला कुणी पकडणेही शक्य नव्हते. त्यातल्यात्यात गाडी चालू असल्यामुळे खालची माणसे दुर्लक्ष करायची. आता आमच्या गाडीने नांदेडहून निघून लिंबगाव पार करून चुडाव्याच्या स्टेशनवरून गाडीने वेग घेतला होता. पूर्णा स्टेशन जवळजवळ येत होते. गाडी एका फाटकाजवळ हळूहळू जात होती. कदाचित सिग्नल दिला नसावा. या फाटकाजवळ मोटार सायकलवाले. सायकलवाले, रिक्षेवाले थांबले होते. रेल्वे गेली अन् फाटक उघडले की, लोक इकडून तिकडे जाण्याच्या तयारीत होते. गाडीचा वेग अतिशय कमी होता.

फाटकाजवळ येताच बालुमामाने रोजच्या सवयीप्रमाणे एका टकल्या माणसाला डब्यावरून "ए टकल्या, ए गंजे कंगवा दूं क्या?" असे म्हणून छेडले. तोही खालून शिव्या देऊ लागला. अगदी माय-बहिणीवर शिव्या देऊ लागला. मग आम्ही दोघांनी मिळून त्याला शिव्यांचा भडिमार केला. खालची माणसे त्या माणासावर हसू लागली. त्या माणसाला आमचा भयंकर राग येत होता. आमची गाडी हळूहळू सिग्लन दिल्यामुळे निघू लागली. जसजसे त्या माणसापासून गाडी स्टेशनकडे जात होती. तसे आम्ही जोरजोरात शिव्या देत होतो. आता त्या माणसाचा आवाज पण पुसटसा येत होता. हळूहळू आवाज कमी होत होता. आता केवळ हावभाव करीत असलेला तो दिसत होता. नंतर तर त्याची प्रतिमा हळूहळू छोटी छोटी होत गेली. आणि गाडी स्टेशनच्या जवळ येत असतानाच आम्ही डब्यावरून खाली उतरलो आणि डब्यात प्रवेश केला. फाटकापासून स्टेशन अगदी जवळच होते.

आता गाडी अगदी हळू होती. मी गाडीच्या दंडुक्याला लटकून आनंद लुटत होतो. गाडीच्या इंजिनच्या बाजूने पाठकरून लटकण्याचा व स्टंट मारण्याचा प्रयत्न करीत होतो. तोच माझ्या डोक्यात पाठीमागून जोराचा ठोसा बसला. दरवाज्यात एक-दोन माणसे थांबली होती. आमचा राष्ट्रीय करामत कार्यक्रम पाहत होती. एवढ्या जोराचा रट्टा होता की, माझे सुदैव मी खाली पडलो नाही. त्या रट्ट्याने मी दरवाज्यामध्ये भोवळ येऊन एका माणसाच्या अंगावर पडलो. तो माणूस उठून थरथर कापत मला शिव्या देऊ लागला. दरवाज्यात थोडे मध्ये उभे असलेल्या एका दुसऱ्या माणसाने मला पटकन डब्यात ओढले व मध्ये घेतले. मला क्षणभर शुद्ध नव्हती. अगदी थंडगार पडलो होतो. गाडी स्टेशनवर थांबली. कुणीतरी माझ्या तोंडावर पाणी मारले. मला चेतना आल्यागत मी हळूहळू डोळे उघडत पूर्णा स्टेशनकडे बघू लागलो. नंतर मला कळले की, डब्यात पाणी भरण्याचा जो लोखंडी पाइप असतो, तो माझ्या डोक्यात लागला होता. पण माझे डोके एवढे जबरदस्त व बलवान होते की, जास्त वेळ त्या माराचा परिणाम झाला नाही.

कारण आमच्या वार्डात रोज कुणी ना कुणी माझ्या डोक्यात गिट्टी, दगड, लाकूड घालत व माझ्या डोक्यातून रक्ताची धार वाहत असे. आठवड्यातून किमान चार वेळा माझे मुलांसोबत कोणत्या ना कोणत्या कारणास्तव भांडण व्हायचे. मी समोरच्या मुलाच्या नरडीलाच धरायचा. तो स्वतःला वाचवण्यासाठी बाजूचा दगड, लाकूड जे भेटेल ते माझ्या डोक्यात मारायचा, अन् तो पळून जायचा. मी रडतच त्याच्या घरी जायचो व त्याच्या मायला-बापाला सांगून त्या पोराच्या मायसमोरच "त्याच्या तर मायला... त्याच्या मायची...! आता त्यानं

मेलाच म्हणून समजा'' असा रडतच त्याच्या मायवर शिव्या द्यायचा. माझ्या डोक्याचे रक्त बघून तीही चुपचाप बसायची. ''त्यानं आल्यावर त्याची बघतोच. बापू, शिव्या देऊ नगसं.'' असे ती माझे सांत्वन करीत म्हणायची. आणि मी घरी जाऊन डोक्याचे रक्त धुवायचा व एखाद्या हिरोने डोक्यावर पट्टी बांधावी तशी मायच्या जुनाट लुगड्याची चिरोटी फाडून कपाळावर बांधून मोहल्लाभर फिरायचा. मित्र मला, ''अरे व्वा, काय हिरो वाणीच दिसतुस की रं'' असे म्हटल्या बरोबर मला होत असलेल्या डोक्यातील वेदना मी विसरून जायचा.

सायंकाळी माय आली; आणि तिने माझे फुटलेले डोके बघितले की, या भांडणाचा पार्ट-२ सुरू व्हायचा. माय त्या पोराच्या घरी तावातावाने भांडायला जायची. दोन्हीकडून शिव्यांची आतषबाजी व्हायची. शेवटी त्या पोराची माय माझ्या मायला काळा चहा करून पाठवून द्यायची व अशाप्रकारे आमचे भांडण मिटायचे. मायला ती बाई काय सांगायची की, माय मलाच शिव्या देत घराकडं जायची. पण मी मात्र दोन दिवस डोक्याची पट्टी काढायचाच नाही. कारण उद्या अजून मला कुणीतरी ''हिरो दिसतुस'' असे म्हणेल म्हणून वाट पाहायचा व शेवटी दोन दिवसानंतर कपाळावरची पट्टी उतरायची.

तर मी हे सांगत होतो की, माझे डोके मार खाऊन खाऊन बुलेटप्रुफ असल्यागत निगरगट्ट झालेले होते; पण गाडी हळू होती म्हणून मी सुदैवाने बचावलो.

मी कसेबसे उठून बसलो. बालुमामा व मी स्टेशन मधल्या एका ओट्यावर बसलो होतो. आणि परतीच्या गाडीची वाट पाहत होतो. नांदेडकडे जाणाऱ्या गाडीला किमान एक तास तरी असेल. आम्ही निवांत बसलो असतानाच आम्ही ज्याला डब्यावरून ''टकल्या ऽऽ टकल्या ऽऽ''असे म्हणून चिडवले होते तोच माणूस धावत येताना दिसला. कदाचित त्याला माहीत असावे की, या स्टेशनवर गाडी जरा जास्त वेळ थांबते. व आपणास शिव्या दिलेल्या पोरांना शोधून तडी द्यावी या बेतानेच तो अतिशय रागारागाने येत होता. उन्हाच्या तिरपेने त्याचे टकले आरसा चमकावा तसे चमकत होते. त्या वेळी पूर्णा हेसुद्धा जास्त मोठे स्टेशन नव्हते. दोन-तीन रुम असलेले दगडी चिऱ्याने बांधलेले स्टेशन उत्तेरकडूनच होते. आम्ही त्या टकल्या माणसाला पाहताच ''चल धन्नो, आज तेरी बसंती के इज्जत का सवाल है'' असा शोलेमधला आम्हाला पाठ असलेला डायलॉग मारला. आणि विजेच्या वेगाने स्टेशनच्या मागून खूप दूर..ऽऽ पळून गेलो. ऑलिम्पिक मध्ये जर पळालो असतो, तर कोणते तरी एक मेडल नक्कीच मिळाले असते. असा आमचा स्पीड होता. तो माणूस आम्हाला गाठणे शक्यच नव्हते. मी काही वेळाने बालुमामाला ''तू जर त्याला टकल्या म्हणून चिडवला

नसतास तर एवढं झालंच नसतं तो टकल्या आता आपणाला सोडणार न्हायी,'' असं म्हणालो अन् माझ्या उरात धडकी भरली. बालुमामा मात्र हसू लागला. त्याच्यावर कसलाच परिणाम झाला नव्हतां. बऱ्याच वेळाने गाडी यायची वेळ झाली होती. आम्हाला गाडीचा येण्या-जाण्याचा टाइम टेबल पाठच होता.

त्या दिवशी नांदेडकडे जाणाऱ्या गाडीत आम्ही ती गाडी स्टेशनवरून सुटेपर्यंत तिच्यात बसलो नाही. जेव्हा गाडी निघाली तेव्हा त्या टकलू मामाचा जायजा घेऊनच धावत्या गाडीत बसलो व आम्ही नांदेडला निघालो. या नंतर मात्र कुणालाही चिडवायचे नाही, विनाकारण शिव्या द्यायचे नाही, असे आम्ही ठरवून टाकले.

रुसून निघालो बंबईला

परभणी नांदेडपासून जवळपास ऐंशी कि.मी.वर आहे. आत्ताच्या ब्रॉडगेज रेल्वेने जायचे असेल तर, फास्ट रेल्वेने दुसरेच स्टेशन आहे. पण आम्ही कोळशावर चालणारी गाडी असताना पूर्णेच्या पलीकडे कधी गेलो नव्हतो.

एकदा मी कुत्रं पाळलं होतं. एक छानसं गोंडस, अगदी मऊमऊ. कुत्रीने हे पिल्लू देऊन सुमारे आठ-दहा दिवस झाले असतील. नुकतेच त्याचे डोळे उघले होते. मी त्या कुत्रीपासून पांढऱ्या रंगाचे व कपाळावर काळा ठिपका असलेले एक पिल्लू घेऊन घरी आलो. घराच्या थोडे अंतरावरच पण दुसऱ्या वार्डातून मी हे पिल्लू पाळायचे म्हणून घेऊन आलो होतो. त्या कुत्रीला कुणी मालक नसल्यामुळे मला कुणी हटकले नाही. घरी आणल्यानंतर, माय रोज काहीना काही पैसे मला देऊनच बिटंवर जायची. किंबहुना 'पैसे दे' म्हणून मी पाय आपटू आपटू रडायचा. त्यामुळे माय जाताना मला थोडेफार पैसे द्यायची. मी त्या पैशाचं दूध आणलं. अगदी पाण्याचं दूध होतं ते! त्यातही मी आजून थोडंसं पाणी टाकलं. आपल्या जिभेनं मचमच करीत ते पिल्लू वाटीत टाकलेलं सर्व दूध पिऊन टाकायचं, दूध संपलं की, माझ्या अंगावर, मागेपुढे, आजूबाजूला खेळायचं. आमच्या झोपडीच्या समोर थोडंसं अंगण होतं. अंगण सारवलेलं असायचं. मायनं जरी सारवलं नाही तर माझ्या बहिणी कधीकधी शेणाने सारवून घ्यायच्या. म्हणून ते थोडेसं चकचकीत दिसायचं. पण हे कुत्रं आलं तेव्हापासून सगळीकडे अंगणात पापुडेच पापुडे झाले होते.

ते पिल्लू जसजसे मोठे होत होते. तसे ते नखाने जमीन उकरायचे. मी त्याच्या गळ्यात माणसाच्या कमरेचा एक पट्टा, जो मला उकंड्यावर (उकिरडा) अर्धवट तुटलेला भेटला होता. तो मी त्याच्या गळ्यात बांधला. त्याला एक

सुतळी बांधली. त्याचा उद्देश हाच होता की, तो पळून जाऊ नये. मी रोज त्याला फिरवायला न्यायचो. अगदी श्रीमंत माणसे जशी कुत्रे फिरवतात तसाच मी वागत असे. नंतर मी त्याला थोडा वेळ मोकळे सोडू लागलो. तो आता कुठेच जायचा नाही. येणाऱ्या जाणाऱ्यांना जोरजोरात भुंकायचा. मी मात्र वेगळ्या ऐटीत त्याच्याकडे पाहायचा. जसे काही आमच्या घरात सोने-चांदी, पैसे आहेत आणि त्याचे रक्षण करण्यासाठी आम्ही कुत्रं पाळलं आहे. असा बालमनात विचार येऊन मी कुतूहलाने त्याच्याकडे पाहायचा. आणि ज्याला भुंकत आहे त्याच्याकडेही मिश्कीलपणे पाहायचा. पण मी मोठ्या फुशारीने, घरासमोरून येत असलेल्या माणसांला "ये मामा ये त्यानं काई करना" म्हणायचा. मी त्याचे नाव मोती ठेवले होते. पण मी त्याला "मोती गप्प बस्!" असं म्हटलं की, तो भुंकणे थांबवत. आणि याचा मला मात्र फार मोठेपणा वाटायचा जणूकाही मी त्याचा ट्रेनरच आहे आणि तो माझं सर्वच ऐकतो, असे मला वाटायचे. पण तो मात्र झोपडी व घरातील दोन-तीन काळेकुट्टं झालेल्या जर्मलच्या भगोन्याचे रक्षण करीत बसायचा.

काही दिवसांनी मोती थोडा मोठा झाला होता. तो कुणाच्याही घरातून दुरडीत असलेली भाकर आणून आमच्या झोपडीच्या समोर बसून निवांत खायचा. कुणीतरी पळतच यायचे. "तुवं कुत्रं मह्या दुरडीतली भाकर घेऊन पळालयं, त्याचा पाय लंगडा करतो की न्हाई तू बघ!" म्हणून हातात लाकूड घेऊन तो पळतच यायचा. आणि मोती ती भाकर घेऊन दुसरीकडे पळून जायचा. मी मात्र त्याला माझ्या हिश्शाचीपण काही भाकर टाकायचा. तो लहान असताना मायनं दिलेले सर्व पैशे मी त्याला दूध आणण्यासाठी खर्च करायचा. आणि माय पण जाताना एक शिळी भाकर त्याला टाकून जायची. पण मी उठण्याच्या आतच तो कधीकधी मायने माझ्यासाठी ठेवलेली दुरडीतील भाकरसुद्धा खाऊन दोन पाय समोर पसरून झोपडी राखत बसायचा. मी त्या दिवशी नरडे, बिस्कीट, संतर गोळ्या, तळलेले पापड असे भेटेल ते दुकानावर जाऊन खायचा.

रोज एवढे भांडण आणू लागला की सांगता सोय नाही. एके दिवशी बापू दरडावून बोलला "ये हारामखोरा त्या कुत्र्याला कुठं तरी नेऊन सोड, नाहीतर बेदम मार खाशील" असे बापू मला म्हणतच होता; तोच मोती कुणाच्या तरी घरातील भाकर तोंडात घेऊन पळत येत होता. त्याच्या पाठीमागे खालच्या गल्लीतील एक माणूस हातात काठी घेऊन शिव्या देत त्याचा पाठलाग करीत होता. आणि मोती तोंडात भाकर घेऊन जणूकाही धावण्याच्या शर्यतीचे पारितोषिक जिंकून आल्यागत माझ्या पाठीमागं येऊन लफलफ... करीत थांबला. हा सर्व प्रकार बापूच्या समोरच घडत होता. बापूच्या बाजंजवळ एक, तीन-चार फुटांची

काठी होती. ती त्रास देणाऱ्या कुत्र्यांसाठीच ठेवली होती. ती काठी बापूने अगोदर मोतीच्या पाठीत घातली अन् नंतर मला झडकायला सुरुवात केली. मी विव्हळत होतो. मोती 'क्याँवऽऽक्याँव' करीत मागच्या परड्यात पळून गेला. मी मात्र बापूच्या तावडीत सापडलो होतो. मोतीनं ज्याची भाकर आणली होती, तो माणूस तर आनंदात काठी आपटत आपटत घराकडे जात होता. मोतीला आणि मला मारल्याचा आनंद तो साजरा करीत असावा. त्याला जीवनात पहिल्यांदाच एवढा आनंद झाल्यागत तो मागं वळून पाहत व हसत हसत पुढं जात होता.

माझ्या पाठीवर व हातावर बरेच वळं आले होते. बापू फार निर्दयीपणे मारायचा. मग काठी, वादी कुठे लागत आहे. हे त्याला कळायचे नाही. एवढा भयंकर मारायचा. कधीकधी बेहोश होईपर्यंत मारायचा. मला त्याच्या माराचा कंटाळा आला होता. मी एक दिवस घर सोडून जाण्याचा निर्णय घेतला. अणि 'थेट बंबईलाच जायचे.' असे म्हणून ठरवले. बंबईबद्दल बरेच लोक सांगायचे. तिथं कोणालाही काम मिळतं, मजुरी पण जास्त असते, असे बरेच जण सांगायचे. "मी घर सोडून चल्लो, आता मी इथं राहणारच न्हायी" असं अण्णाला म्हणून विनातिकीट बंबईच्या रेल्वेत बसलो. तो जनरल डब्बा होता. गाडी सुरू झाली. माझा बंबईचा प्रवास सुरू झाला. मी माझ्या शर्टाच्या खिशावर पेनने 'देविदास तारु' असं लिहलं होतं. तसेच माझ्या उजव्या हातावर माझे व बापूचे नाव एका भिकारणीकडून गोंदून घेतले होते. मला हाफ चड्डी व हाफ शर्ट होते. गुडघ्यापासून पाय उघडे व कोपरापासून हात उघडे, असल्यामुळे माझे हातावरचे गोंदण बघून समोरच्या सीटवर बसलेला एक माणूस मला म्हणाला. "काय मग! कुटं चल्लास बेटा?" "बंबईला" मी म्हणालो. "तुय्या हातावर देविदास कचरू लिव्हलय. तू भीमघाटचा हास काय?" असे तो म्हणताच माझ्या अंगाला घाम फुटला हा कोणीतरी ओळखीचाच असावा असे मला वाटले. त्यांनी मला विश्वासात घेऊन विचारले "तु बंबईला कशाला चल्लास?" मी म्हणालो "बापूने मला मारलंय म्हणून मी घर सोडून चल्लो. लयी मारतो मला तो." ती व्यक्ती पोलीस जमादार अमृत भद्रे असल्याचे मला त्यांनी सांगितले. मग मी त्यांना सर्व हाकिकत सांगितली. ते म्हणाले. "तुझा बाप कचरू पैलवान, मवां दोस्तं हाय, त्याला मी सांगतो समजून, तू चल मया सोबत" अशी आमची चर्चा होत असतानाच पूर्णा स्टेशन कधी गेले हे कळलेही नाही. आणि आम्ही परभणीच्या जवळजवळ आलो होतो, ही गाडी प्रत्येक स्टेशनवर थांबत होती. तशी ती परभणी स्टेशनवर थांबली अन् त्यांनी मला समजावून सांगितल्याप्रमाणे मी त्यांच्यासोबत परभणीला उतरलो. मी पहिल्यांदा परभणी पाहिली होती. यापूर्वी मी आणि बालुमामा पूर्णापर्यंतच येत असत.

जमादार भद्रे हे काहीतरी काम असल्यामुळे परभणीला आले होते. त्यांनी मला एका हॉटेलमध्ये ठेवले. ''मी येईपर्यंत या मुलाला कुठेही जाऊ देऊ नकोस,'' असे ते हॉटेल मालकाला हातातील काहीतरी दाखवत म्हणाले. त्यामुळे मालक माझ्याकडे लक्षच ठेवून होता. मला सुरुवातीला खिचडी, भज्जे खायला दिले. एक, कप-बशी भरून चहा दिला आणि नंतर कप-बशी धुण्याचे काम दिले. एका टोपल्यात स्वच्छ पाणी घेऊन, त्यात चहाचे कप-बशी धुवायचे व ते चहाच्या काउन्टरवर नेऊन ठेवायचे. अगदी गढूळ पाणी होईपर्यंत तेच पाणी वापरायचे. मधूनमधून मालक माझ्याकडे जास्तच बघत होता. कांहीतरी काळेबेरे दिसत होते. रेल्वे स्टेशनला अगदी लागूनच हे हॉटेल होते. माझ्या दोन झापातच रेल्वे स्टेशन होते. मी हॉटेल मालकाला म्हणालो, ''मुझे दो नंबर को जाना है'' त्याने मला बाजूच्या काटेरी झुडपात जाण्यास सांगितले. एक छोटा मग घेऊन मी संडासला जात आहे असे दाखविले. व थेट त्या झाडीझुडपातून रेल्वे स्टेशन गाठले. योगायोगाने नांदेडकडे जाणारी रेल्वे, स्टेशनवर थांबलेली होती. मी घाबरत घाबरत रेल्वेत बसलो व बंबई विसरून परत नांदेडला निघालो. रात्री बाराच्या पुढंच घरी आलो.

इकडं आमच्या घरी गावाकडचा कुणीतरी पाहुणा आला होता अन् त्या पाहुण्याला बापूने मोतीला देऊन टाकले होते. तो पाहुणा मटन-बिटन खाऊन मोतीला घेऊन निघून गेला होता. माझा बापू कुणी पाहुणा घरी आला तर, त्याला जेवल्याशिवाय जाऊ द्यायचा नाही. खूप आवभगत करायचा. ''पाहुणे म्हणजे देवच'' असा त्याचा विचार होता. आता मोती मला कुठच दिसत नव्हता. मी मात्र 'मोती ऽ मोती' म्हणून रडत होतो. माय म्हणू लागली. ''या कुत्र्यापायीच माझं पोरगं घरं सोडून गेलयं, बरं झालं कुत्रं त्यानं नेलं'' जाताना मी गंगाधर अण्णाला 'बंबईला घर सोडून चल्लो' म्हणून सांगितले होते. त्यांने ते सर्वांना सांगून टाकले होते.

बापूला दुपारी तीनची शिफ्ट होती तो रात्री अकरा वाजताच घरी येऊन झोपला होता. दुसऱ्या दिवशी भद्रे जमादार सकाळी सकाळी सात वाजताच घरी आले. त्यांनी बापूला सर्व सांगितले. ''तुझं पोरगं बंबईला जात व्हतं, पण मी त्याला परभणीला एका हॉटेलवर ठेवले होते व सायंकाळी परत येताना त्याला घेऊन येवावं या विचारात होतो, पण तो तिथून गायब झालाय, तो घरी आलाय की नाही.'' हे विचारण्यासाठी ते घरी आले होते. मी रस्त्यावरच गोधडं पांघरून त्यांचे बोलणे गुपचूप ऐकत होतो. जणूकाही झोपेतच आहे. असे त्यांना दाखवत होतो. गिरजामायनं केलेला चहा पिऊन भद्रे जमादार मी घरी आल्याची खात्री करून परत जात असताना मी तोंडावरचे गोधडे थोडे वर करून तोंड बाहेर

काढून बघतो तर काय! अंगावर खाकी वर्दी असलेला, पायात टकटक वाजणारा काळा बूट व डोक्यावर टोपी घालून उंच व धिप्पाड भद्रे जमादार पायांचा आवाज करीत जात होते. मी गोधडीमध्ये बाहेर तोंड काढून त्यांच्याकडे पाहतच राहिलो.

आता मव्हं काय!

आमच्या वार्डात गोविंद वन्ने नावाचे एक गृहस्थ होते. ते रोज विहारात रात्रीच्या वेळेला प्रार्थना घ्यायचे. एका पायाने ते अपंग होते. ते लटकत लटकत चालायचे. विहाराच्या पायऱ्यापण लीलया पार करून वर चढून जायचे. मला आश्चर्य वाटायचे की, यांना बरोबर पाय नसूनसुद्धा हे गृहस्थ किती धडपड करून विहारात यायचे. एखाद्या वेळी जर तोल गेल्यासारखे वाटून कुणी धरायला यायचे, तेव्हा ते त्याला नकार द्यायचे, आपले आपण ठरलेल्या ठिकाणी जाऊन बसायचे. प्रार्थना झाली की मुलांशी चर्चा करायचे. आमच्या मोहल्ल्यामध्ये त्यांचे शिक्षण सर्वात जास्त... बी.ए. झाले होते. पण बी.ए. म्हणजे किती शिक्षण झाले हे आम्हाला कळत नव्हते. मोहल्ल्यातील सर्वजण त्यांचा आदर करायचे. किंबहुना सर्व मुले त्यांचे ऐकत होते. भीमजयंती, बुद्धजयंती किंवा एखादी सार्वजनिक मीटिंग असली म्हणजे त्यांचा पुढाकार नेहमी सर्वांच्या पुढे असायचा. एके दिवशी प्रार्थना संपली व मुले गोविंद वन्ने यांच्या समोर गोळा होऊन बसली होती. मी नुकतेच गंवड्याच्या कामावरून आलो होतो. आणि जेवण करून विहाराकडं फेरफटका मारावा म्हणून आलेलो होतो. जेवण झाल्याबरोबर मंदिराच्या समोर जायचे. घोळक्याने वेगवेगळी चर्चा करायचे. बुजुर्ग माणसे वेगळी बसत, लहान मुले आपापले खेळ खेळत. या ठिकाणी दोन मोठे ट्यूबलाइट होते. मिल प्रशासनाने हे लावले होते. इतर तुरळक दोन-चार लोकांच्या घरीच लाइट होती. मध्येपर्यंत लाइट व खांब नव्हते. सगळीकडे अंधारच अंधार होता. मंदिरासमोरच लाईट असल्यामुळे रात्रीच्या वेळी लोक जमायचे. जवळपास अकरा ते बारापर्यंत विविध विषयांवर या ठिकाणी चर्चा चाले. तेही सर्व निष्फळच! कधीकधी चर्चेचे रूपांतर हाणामारीत व्हायचे. तेव्हा सर्व बायांपोरांसहित लोकं मंदिरासमोर जमायचे. आणि प्रकरण सामंजस्याने मिटवायचे. आम्ही विहाराला मंदिरच म्हणायचो.

विहारात एक ट्यूबलाइट होता. मिल प्रशासनाने हे लाइट कनेक्शन डायरेक्ट खांबावरून दिले होते. ९५ टक्के लोकांच्या घरी लाइट नव्हती. चिमणी किंवा मेणबत्तीने मुले अभ्यास करीत. मेणबत्ती संपली की अभ्यास बंद. अंधार होण्या अगोदरच बायकांचा स्वयंपाक व्हायचा व जेवणसुद्धा व्हायचे. अंधार पडला की काही बायामाणसं चर्चा करीतच घराच्या समोर रस्त्यावरच झोपी जायचे.

आज गोविंदअण्णा मुलांना काहीतरी सांगत होते. मुलांशी चर्चा करीत होते. त्यांच्या जीवनाबद्दल हितगुज करीत होते. आणि तो विषय होता. 'मोठे झाल्यावर तुम्हाला काय व्हायचे आहे?' मुले एका पाठोपाठ सांगत होती, "मला डॉक्टर व्हायचे आहे, कुणी म्हणत मला इंजिनियर व्हायचे आहे, तर कुणी म्हणे मला पोलीस व्हायचे आहे." मी फार कमी प्रमाणात विहारात यायचा. कारण सर्वच मुले शाळंत जाणारी असायची. इथं माझं काय काम? पण का कुणास ठाऊक मी आज या मुलांमध्ये शेवटी भिंतीला पाठ लावून बसलो होतो. मला वाटलं मी शाळेत जात नसल्यामुळे मला कशाला कोण प्रश्न विचारील. "तु कोण होणार आहेस म्हणून?" मी आपला शांत बसून सर्वांचे ऐकत होतो. सर्व मुले काहीना काही व्हायचे आहे. हे सांगत होती. मी लक्ष देऊन सर्वांचं ऐकत होतो. आणि बऱ्याच मुलांनाही माहीत होते की, हा काही शाळेत जात नाही. त्यामुळे माझ्याकडे कुणाचे लक्षही नव्हते. म्हणून मी अगदी निवांत बसलो होतो. गोविंद वन्ने... आम्ही सर्व त्यांना गोविंदअण्णा म्हणायचो. आता सर्वच मुलांचे सांगून झाले होते. मी आपला एकटा भिंतीला पाठ लावून बसलो होतो. तेच आचानक गोविंदअण्णाने मलाही तोच प्रश्न केला. जो इतर मुलांना केला होता. ते म्हणाले "सांग देविदास, तुला काय व्हायचे आहे.? ते मराठी शुद्ध बोलायचे." मला ते देविदास म्हणणारे वार्डामध्ये एकमेव होते. एरव्ही माझे नाव दैदास्या प्रसिद्ध असल्यामुळे तेच नाव ऐकण्याची कानाला सवय झाली होती. पण गोविंदअण्णाने मला "सांग देविदास तू मोठेपणी काय होणार?" असे विचारताच मी गोंधळून गेलो. गोविंदअण्णाला पण माहीत होते माझ्याविषयी. पण त्यांनीच हा प्रश्न विचारल्यामुळे मी इकडेतिकडे बघायला लागलो. सर्वांच्या मागे बसल्यामुळे सर्व मुले माना फिरवून माझ्याकडे पाहायला लागली. अन् वाट पाहू लागली हा काय म्हणतो ते! मी गोंधळलेल्या अवस्थेत म्हणालो "आता मव्हं काय?" एवढ्यात सर्व मुले जोरजोरात हसायला लागली. पुढील कित्येक दिवस मुले मला बघितले की, "आता मव्हं काय?" असे म्हणून चिडवायला लागली. आता मव्हं काय? हे वाक्य सर्व मोहल्ल्यात प्रसिद्ध झाले. पण माझ्या मात्र काळजावर जखम करावी तस कोरून गेलं.

संत कबीरांनी एका ठिकाणी म्हटले आहे,

बुरा जो देखना मै चला, बुरा न मिलीया कोय ।
जो दिल खोजा अपना, मुझसे बुरा न कोय ।।

याचा अर्थ असा, जेव्हा मी, जगात वाईट शोधायला निघालो. तेव्हा मला तिळमात्र वाईट दिसलं नाही. पण जेव्हा मी माझ्या अंत:करणात डोकावून

पाहिलं तेव्हा माझ्या लक्षात आलं की, जगांत माझ्यापेक्षा कोणीच वाईट नाही. संत कबीरांच्या या दोह्यातून बरंच काही शिकता येईल.

मी विचार करू लागलो. आता माझं काहीच नाही का? माझा जन्मं असाच वाया जाणार का? मी कोण आहे? माझा जन्म कशासाठी झाला आहे? मला काय व्हायचे आहे? असे प्रश्न मला पडू लागले. माणसाला स्वत:ला प्रश्न पडू लागले की, त्या प्रश्नाची उकल करण्यासाठी तो धडपडत असतो. म्हणून नेहमी स्वप्नं पडली पाहिजेत. असे माझे प्रामाणिक मत बनले. आता मव्हं काय? या एका वाक्याने माझ्या जीवनात हलचल निर्माण झाली. हे वाक्य मी रोज चार-पाच वेळातरी मुलांकडून ऐकायचा. ते मला या वाक्याने चिडवायचे. मी मात्र या वाक्याच्या मुळापर्यंत जाऊ लागलो. आता मव्हं काय? (आता माझे काय?)

माझे मन कुठेच रमेना. मला शिकण्याची ओढ निर्माण झाली. मी मायला म्हणालो. "आता मी शाळेत जातो." मायला खरे वाटेचना. मी चांगले पैसे कमवत असल्यामुळे अन् ते मायच्या हातात देत असल्यामुळे "शाळा शिकून काय करशील?" असे ती म्हणायला लागली. माझा स्वभावच असा होता की, मला नको म्हणलेली गोष्ट मी नक्कीच करायचा. मी शाळेत जाऊ लागलो. मी चौथी पास कसा झालो ते माझे मलाच कळले नाही. पण येथून चौथीला पास करून मला पाचवी वर्गात पाठवण्यात आले. कदाचित या बोर्डालाच माझी दया आली असेल. मी शिवाजी विद्यालय, वजिराबाद येथे प्रवेश घेतला. भगवान गौतम बुद्धांनी दिलेला एक उपदेश मला आठवतो. 'शक्ति चाहिए तो ज्ञान हासिल करो और सन्मान चाहिये तो चरित्र अच्छा करो ।' आणि इथून माझ्या जीवनाचा दुसरा आध्याय सुरू झाला.

माझा शिवाजी शाळेत प्रवेश

मी सिद्धार्थ विद्यालय सोडून शिवाजी विद्यालयात प्रवेश केला. या शाळेत माझा पहिलाच दिवस होता. लहान लहान मुले दिसत होती. मी सर्वात उंच व मोठा दिसत होतो. सर्व मुले माझ्याकडे बघून हसू लागली. मी मात्र अवघडल्यागत शेवटच्या बाकावर जाऊन बसलो. सर वर्गात येताच 'गुड मॉर्निंग सर' असे म्हणून मुले उभी राहिली आणि सैनिक ठोकतात तसा सॅल्युट मुलांनी ठोकला. अर्थात मी त्यांच्यासारखेच सॅल्युट ठोकले. सरांनी 'सिडाऊन' म्हटल्याबरोबर सगळी मुले बसली. मी मात्र थोडावेळ उभाच होतो. नंतर माझ्या लक्षात आले की, 'सिडाऊन' म्हणजे बसा. बरेच वर्षे शाळेत न गेल्याचा परिणाम होता. मी सर्वात मोठा दिसत होतो. पण छोटा होऊन शिकत होतो. मला अपराध्यासारखं

वाटायचं. अपमानित झाल्यासारखं वाटायचं. कधीकधी मनात विचार यायचा; सोडून द्यावी शाळा, काय पडलंय शाळेत. आपलं रेल्वेवरून पळणं, पिक्चरला जाणं, कोणत्याही हॉटेलमध्ये भज्जे-खिचडी, बिर्याणी खाणं व स्वच्छंदी होऊन जगणं. असा विचार मनाला स्पर्श करून जायचा. पण लगेच मनात विचार येई. आपण जर शिकलो, नोकरीला लागलो तर, हेच लोक उद्या आपणास मानसन्मान देतील. म्हणून परमेश्वराजवळ प्रार्थना करायचो. 'मला अपमान सहन करायची शक्ती दे. या सगळ्या वाईट परिस्थितीतून निघण्यासाठी मला बुद्धी व सामर्थ्य दे.' माणूस कितीही छोटा असला तरी, शिक्षणाने तो मोठा होतो, असे इथले सर सांगायचे.

निंदास्तुति सम मानिती जे संत
पूर्ण धैर्यवंत साधु ऐसे ॥

या संत नामदेवांच्या ओळीप्रमाणे मी मान अपमान पचवून शिक्षण घेण्याचे मनी बाणले. आणि आठ-दहा दिवसातच सर्वांमध्ये मिसळून गेलो. वर्गातील मुलांपेक्षा चार-पाच वर्षांने मोठा असल्यामुळे मला गणित, इंग्रजी, मराठी कविता इतर मुलांपेक्षा लवकर समजायची. मी लवकर उत्तर सांगाचो. कधीकधी काही शिक्षक म्हणायचे. "ए ठोंब्या तू सांगू नको, दुसऱ्याला सांगू दे, वासरात लंगडी गाय शहाणी" असे हळू स्वरात म्हणायचे. पण या म्हणीचा अर्थ मला त्या वेळी कळायचा नाही. मला वाटायचे... तु शहाणा आहेस इतरांना सांगू दे. असे सरांना म्हणायचे असेल. पण पुढे पुढे या म्हणीचा अर्थ मला कळला. पण तोपर्यंत मी चांगलीच ग्रिप घेतली होती. सर्व मान-अपमान पचवून आपण शिकले पाहिजे. कारण शिक्षणानेच माणसाची प्रगती होते. हे डॉ. बाबासाहेब आंबेडकरांनी सांगितले आहे. असे शिक्षक आपल्या शिकवणीतून सांगायचे. या ठिकाणी मला प्रेरणा व जीवनाला दिशा देणारे शिक्षक मिळाले. त्यात तेलंग सर, टी.एन. सोनकांबळे सर, शंकर वाडेवाले सर, देबडवार सर हे सर्व सर्वोच्चस्थानी होते.

एकदा शाळेत डॉ. बाबासाहेब आंबेडकरांचा ६ डिसेंबर महापरिनिर्वाण दिन होता. मुले भाषण करीत होते. माझ्यापेक्षा खूप लहान लहान मुले होती. पण बोलताना कुठेच अडखळत नव्हती. त्यांच्या आई वडिलांनी त्यांना भाषण लिहून दिले असेल, कदाचित त्यांनीही स्वतः लिहिले असेल. डॉ. बाबासाहेब आंबेडकरांच्या लहानपणापासून ते घटनाकार होईपर्यंत इसवी सनासह मुले भाषण करायचे. मला त्यांचे आश्चर्य वाटायचे. अन् बाबासाहेबांनी किती त्रास सहन करून शिक्षण घेतले. हे कळू लागले. मला भाषण तेव्हा येत नव्हते. पण मी गाणे

म्हणायचा. आमच्या मोहल्ल्यात भजन पार्टी होती. ते विहारात गाणे म्हणायचे. त्या वेळी मी तेथे जाऊन बसायचा आणि गाणे ऐकायचा. मला एक गीत थोडेसे पाठ होते. तेव्हा तेलंग सर मुख्याद्यापक होते. ज्यांनी चांगले भाषण केले त्याला वही-पेन, कंपास इत्यादी त्याच ठिकाणी अध्यक्षांच्या हस्ते बक्षिस मिळणार होते. आता भाषण करणारी मुले संपली होती. निकाल येणे बाकी होता. एवढ्यात शिक्षकांमधून कुणी तरी म्हणाले. ‘‘निकाल येण्यास थोडा वेळ आहे. कुणाला गाणे येत असेल तर म्हणां.’’ मी लगेच हात वर केला. सरांनी मला स्टेजवर बोलावे. माईक होता. एक भोंगा शाळेच्या छतावर ठेवला होता. वजिराबादच्या मागेच आमची शाळा होती. परिसरात सगळीकडून इमारती होत्या व मध्यभागी शाळा होती. म्हणून आवाज घुमू लागला. आणि मला पाठ असलेले गाणे–

‘तु जळणारांचे, हो अवघे सर्वांग
हो हृदय तयांचे, सोड सुखाचा छंद
जळताना दे तू मंत्र, जगा जळण्याचा
दुःखाच्या तिमिरा, सदैव संपविण्याचा
तु कळ्या फुलांतील, कोमलता हो
सुगंध आनंद हो, अत दीप भव
तु स्वयं दीप हो...’

हे गीत म्हणायला सुरुवात करताच सर्वजण स्तब्ध झाले. मुले शांतपणे ऐकू लागली. आणि मी आपल्या चिंगऱ्या आवाजात गाणे म्हणत होतो. गाणे संपताच टाळ्यांचा प्रचंड कडकडाट झाला. मी जागेवर जाईपर्यंत मुले माझ्याकडे वळून पाहत होती. लगेच तेलंग सरांनी मला पुन्हा स्टेजवर बोलावले. ते कार्यक्रमाचे अध्यक्ष होते. तेलंग सरांनी मला स्टेजवर बोलावून त्यांच्या खिशाला असलेला सुंदर बॉलपेन बक्षीस म्हणून दिला. हे माझ्या आयुष्यातील मिळालेले पहिलेच बक्षीस होते. सरांनी माझ्या पाठीवरून प्रेरणेचा हात फिरवताच पुन्हा एकदा टाळ्यांचा कडकडाट झाला. या नंतर देबडवाड सर, शंकर वाडेवाले सर व सोनकांबळे सर या सर्वांनी मला पैशाच्या स्वरूपात बक्षिसे दिली. आणि माझ्या जीवनाला व जगण्याला वेगळी दिशाच मिळाली. डॉ. बाबासाहेब आंबेडकर लिहितात ‘मॅट्रिकच्या परीक्षेत यश मिळाल्यावर माझ्या सत्कार सोहळ्यात प्रमुख पाहुणे असलेल्या, कृष्णाजी केळूसकरांनी मला गौतम बुद्ध हे त्यांनी लिहिलेलं पुस्तक भेट म्हणून दिलं. ‘या पुस्तकाने मला गौतम बुद्धाची, त्यांच्या तत्त्वज्ञानाची नुसती ओळख करून दिली असं नव्हे, तर माझ्या आयुष्याला या पुस्तकाने

जगण्याची दिशा दिली.' तद्वतच मी अतिशय भयानक स्थितीतून, व्यसनाधीनतेतून, वाईट कृतीतून स्वतःला बाहेर काढत असतानाच तेलंग सरांचा बक्षीसरूपी पेन हा मला शिकण्यासाठी प्रेरित करून गेला. यापूर्वी माझ्या वाट्याला तिरस्कार, अपमान, अवहेलना याच्या व्यतिरिक्त काहीही आलेले नव्हते. पण आज माझा कितीतरी मुलांच्या समोर सन्मान झाला होता. हाच सन्मान मला शिक्षण घेण्याची व पुढे बाबासाहेबांच्या विचाराने स्वतःला सिद्ध करण्याची ऊर्मी देऊन गेला. आता मी शाळेत प्रसिद्ध झालो होतो. तथागत गौतमबुद्ध व डॉ. बाबासाहेब आंबेडकर यांचा सुंदर विचार असलेले हे गीत स्वतःचा मार्ग स्वतः शोधा, स्वतःच प्रकाशमान व्हा आणि आपल्या स्वप्रकाशाने आसमंत उजळवून टाका. असा अर्थ असलेल्या एका गाण्याने मला क्षणात प्रसिद्धी दिली होती. शाळेतील मुले माझा आदर करू लागली. मी वर्गात व वयाने इतरांपेक्षा थोडा मोठा असल्यामुळे बरेच शिक्षक मला काही काम सांगायचे. त्यामुळे शालेय उपक्रमात माझा पुढाकारही वाढला होता. 'स्वतःच्या मनाचा अंतिम निर्णय हा जग बदलून टाकणारा असतो, तसाच अंतिम निर्णय मी घेतला. पहिला म्हणजे बिडी-दारू सोडायची, दुसरा चोरी करणे सोडायचे आणि तिसरा म्हणजे काही झाले तरी, शिक्षण घेणे सोडायचे नाही.'

मोहल्ल्यात भजनी मंडळी आठवड्यातून एकदा विहारात जमायचे. गाणे म्हणायचे, त्यात भीमगीते, लोकगीते असायची. ठेक्यावर गाणे म्हणता येणे आवश्यक असायचे. कारण इथे कोणीच शास्त्रीय संगीत शिकलेले नव्हते. काही जण सुरात तर कुणी बे-सूर पण सूर लावत. या ठिकाणी सर्वच गाणे चालत. कुणाला मनाई नव्हती. यात देविदास पंडित, दामोदर खंदारे, मधूकर हणमंते, शंकर तारु, हैबती एडके ही मंडळी प्रमुख गायक होती. त्यांना दूरदूरचे निमंत्रण यायचे. १४ एप्रिल ते ३० एप्रिलपर्यंत हे जवळपास कुठे ना कुठे कार्यक्रम करायचे. देविदास पंडित हे गाण्याबरोबर सुंदर गीतरचना करायचे. त्यांचा सगळ्यांनाच आदर होता. पोलीस खात्यात असूनसुद्धा एवढी सुंदर रचना करतात याचे अनेकांना कौतुक वाटायचे. त्यांची गीते मनाला भिडणारी असायची.

कर्माची माझ्या मी सांगते कहाणी । ऐका गं शेजारणी
राजरत्न माझा सोडून गेला । परदेशी गेले धनी

डॉ. बाबासाहेब आंबेडकरांचा मुलगा राजरत्न वारल्यानंतरची परिस्थिती, रमाबाई ही शेजाऱ्यांना सांगत आहे. हे गीत ते गाता गाताच स्पष्टीकरण देऊन सांगायचे. हे गाणे मला आजही जसेच्या तसे आठवते. मी त्यांच्यात सामील व्हायचा. पण आता शाळेत माझा गाण्यामुळे सन्मान झाला होता. आणि माझे

सर्व व्यसनही सुटले होते. दारूपासून तर केव्हाच दूर गेलो होतो, बिडी ओढणे बंद झाले होते. मी एकदा मनात ठरवले की, ती गोष्ट करणार ही काळ्या दगडावरची पांढरी रेघ आहे. मी दारू, गांजा, बिडी आणि कोणतेच व्यसन करायचे नाही, असे मनोमन ठरवून प्रतिज्ञाच केली होती. मी शाळेत जाऊ लागल्यामुळे चांगले काय, वाईट काय, हे कळू लागले. धूम्रपान केल्याने काळीज जळते, लिव्हर खराब होते, असे शिक्षक सांगत असत. तसेच आपले संपूर्ण घर दारूमुळे उध्वस्त होते. त्यामुळे शिक्षण हेच त्यावर एकमेव उपाय आहे. असे मुलांना शिक्षक सांगायचे. 'शिक्षण हे वाघिणीचे दूध आहे. ते पिल्यावर माणूस गुरगुरल्या शिवाय राहणार नाही.' हे डॉ. बाबासाहेबांचे वाक्य प्रत्येक भाषणात मी ऐकत होतो. याचा अर्थ सुरुवातीला कळायचा नाही. तेवढी समज माझ्यात नव्हती. पण हे काहीतरी भारी आहे असे वाटायचे.

मी या भजनी मंडळींसोबत राहायला लागलो. मला हे लोक बाहेरगावी घेऊन जात असत. मी त्यांची पेटी (हार्मोनिअम) डोक्यावर घेऊन जात असे. त्या काळी ऑटोरिक्षाची व्यवस्था नव्हती. म्हणून त्यांनाही वाटे याला घेऊन चला. आपले ओझे हलके होईल. मोहन ससाणे, मधुकर हणमंते, अशोक पंडित, शंकर तारु (चुलते) आणि कोरसला मी व अजून कुणीतरी एकजण सोबत असायचा. मी गावोगावी त्यांच्यासोबत जाऊ लागलो. रात्रभर गाणे म्हणायचे, कधीकधी भजन म्हणतानाच झोप लागायची, तेव्हा ससाणे मामा हाताने मारून उठवायचे, त्याच स्थितीमध्ये मी त्यांना कोरस द्यायचा. अशावेळी मलाही वाटायचे मला कुणीतरी म्हणावं की ''तूपण एक गाणं म्हणं'' पण कोणीच म्हणायचे नाही. एक झालं की दुसरे, तिसरे असे त्यांचेच सुरू रहायचे. मग मीच न राहवून ''मलाही एक गाणं म्हणू द्या'' असे म्हणायचा. मग कुठेतरी रात्री बाराच्या सुमारास माझा गाण्यासाठी नंबर लागायचा.

भजन चालू असताना काही लोक जागच्या जागी बसून डुलक्या घेत. कुणी जमिनीवर खर्राटे देत. ज्यांना खूप झोप येत आहे, पण त्यांना भजन ऐकल्याशिवाय पर्याय नाही असे संयोजक, डोळ्यांची उघडझाप करीत गाणे ऐकायचे. भजनी मंडळीमधील पेटी वाजवणारे, तबला वाजवणारे व प्रत्यक्ष गायक सोडून सगळेच जण एक दोन डुलक्या घेऊन ताजेतवाने व्हायचे. काही कोरस देणारा तर, झोपेमध्ये गायकाचे गाणे दुसरेच आणि तो तिसरेच गाणे म्हणायचा. मग कुणीतरी हाताने मारून झोपेतून त्यांना उठवायचे. कुणाकुणाला तर अशी झोप यायची पण झोपायचे कसे? तर... बसल्या बसल्या गाण्याच्या तालावर अंगात आल्यागत जागच्या जागीच हलायचे. अशा परिस्थितीत माझे गाणे संपून जायचे. सकाळी चार ते साडेचार वाजता तांबडं फुटल्याने भजन बंद व्हायचं. मग पेटी बांधायची,

कपड्यात गुंडाळायची व डोक्यावर घेऊन निघायचे. गाव मुख्य रस्त्यापासून तीन ते चार कि.मी. असायचा. एवढा रस्ता डोक्यावर पेटी घेऊन मी चालायचो. एवढ्यात कुणाला तरी माझी दया येऊन माझ्या जवळचं जास्त ओझं बघून कुणीतरी मला पेटी धरू लागायचा. पेटीच्या दोन्ही बाजूला कड्या होत्या. त्या धरून दोघांनी काही वेळ चालायचे. त्या कड्या धरून बोटांची आग व्हायची. मग नांदेडला आले की, जमलेल्या पैशातून दोन-तीन रुपये मला द्यायचे. रात्रभर जागा असल्यामुळे घरी येऊन जे मी झोपायचा, ते दुपारी तीन-चारलाच उठायचा. यामुळे अभ्यासाकडे माझे दुर्लक्ष व्हायचे. कधीकधी शाळेला डुम्मे पडायचे. परिणामी शाळेत माझी अनुपस्थिती वाढू लागली. पण हा कार्यक्रम एप्रिल महिन्यात असल्यामुळे आणि जयंतीच्या अगोदर परीक्षा संपत असल्याने मी त्यांच्या सोबत जायचा. यातून मला काही पैसे मिळायचे, मानसन्मान मिळायचा.

माझा डबा-शाळेत वास

मी ज्यावेळेला शिवाजी हायस्कूलमध्ये जाऊ लागलो, तेव्हा शिकून मोठे होण्याचे स्वप्नं पाहू लागलो. शाळेत मुले एवढे छान छान डब्बे आणत. त्यांच्या डब्यात मऊ मऊ पोळ्या, लोणचं, तोंडाला पाणी आणणारी त्यांची भाजी, आलू खिचडी, शाबुदाना खिचडी, सोबत चमचा, पाण्याची बॉटल, कुणाच्या डब्यात गाजर, काकडी हेही असे. शाळेच्या इंटरवेलमध्ये मुले आपले डब्बे उघडून पटापटा बेंचावरच खायला बसायची. पण आपण जिथे शिकायला बसतो, तिथे मात्र ती बसायची नाहीत. दुसऱ्याच बेंचवर बसायची. मी मात्र नकळत त्यांच्या डब्यांकडे डोकावत व आपणास असा डबा मायने दिला असता तर कित्ती मज्जा! असे मनात विचार यायचे. पण माझी माय सकाळीच बिटंवर जात असल्यामुळे, एक भाकर व घराची पाचट स्पष्ट दिसणारी दाळभाजी करून जायची. मग मी ती घरीच खावून शाळेत जायचो.

मी एक दिवस मायजवळ हट्टच धरला ''मला चपाती करून दे! सर्व मुले छान छान डब्बा सोबत आणतात, तसा मला पण न्यायचा आहे.'' असे मी मायला सांगितले. मी शाळेत सर्वांमध्ये मोठा दिसत असल्यामुळे मला कुणी सोबत डब्बा खायला बोलवायचे नाहीत. मी एका मुलासोबत मैत्री केली होती. पण केवळ ती वर्गात बेंचवर सोबत बसण्यापूर्तीच होती. त्याचा डब्बा उघडताच नाकात घमघमाट शिरायचा. मी फक्त सुगंध घेऊन तृप्त व्हायचो. एवढे भारीचे जेवण माझ्या घरी कधी व्हायचे नाही.

आज मी हट्ट धरल्यामुळे मायने मला चपाती करून दिली. त्यावर मोकळी

मसुरची दाळ. मसुरची दाळ म्हणजे मायची फेवरेट; किंवा मला ती आवडते असे काही नाही. पण चुलीवर टाकल्याबरोबर ती इतर दाळींपेक्षा पटकन शिजते. म्हणून ती ही दाळ करायची. शिवाय थोडी स्वस्त पण असे. चपाती व दाळ तयार होती. मायने एका कपड्यामध्ये बांधून ठेवली होती. ''शाळंत जाताना घेऊन जाय'' असे म्हणून माय बिटंवर निघून गेली. सर्व मुले रंगीबेरंगी डब्बे आणायची. मी जर या कपड्यात नेले तर मुले हसतील म्हणून माझ्या मनात एक विचार आला. घरात एक मोठा तोशा (टिफीनचा वरचा डबा) होता. त्यात दोन डब्बे होते. गंवडी कामाला मी जेव्हा जात होतो. तेव्हा तो मी डबा विकत घेतला होता. त्यातला वरचा एक डब्बा त्याला टक्का होते, तो मी घेतला त्याला आम्ही तोशा म्हणत. कारण तो आकाराने थोडा मोठा होता. मला एक दप्तर पण होते. त्यात तो तोशा ठेवल्यावर दप्तर उंचच उंच दिसायला लागले. शाळा भरली वर्ग चालू झाले, पण माझे सर्व लक्ष आज इंटरवेलकडे होते. कधी एकदाची इंटरवेल होते, अन् कधी एकदाचा डबा खाईन असे झाले होते. कारण घरी जेवायचे ते सोबत आणले होते. त्यामुळे खूप भूक लागली होती. माझे लक्ष आज कोणत्याच शिकवणीकडे नव्हते. माझे कान शाळेची घंटा कधी वाजते हे ऐकण्यासाठी आतुर होते. आज शाळेत पहिल्यांदाच मी डबा आणला होता.

एकदाची घंटा कानावर पडली, मी लगेच तोशा काढला. माझ्या मित्राजवळ बसलो. त्यालाही आश्चर्य वाटले. ''तू डबा आणलास?'' असे तो म्हणाला. ''हो मी आता दररोज डब्बा आणणार आहे.'' असे म्हणून मी जवळचा तोशा उघडला. समोरच्या मित्राची पोळी व भाजी पाहून माझी इच्छा होती की मला त्याने किमान त्याच्या जवळची भाजी तरी द्यावी. मी त्याला माझी भाजी देण्याचा प्रयत्न केला. पण त्याने घेण्यास नकार दिला. मी त्याला भाजी दिल्यामुळे तोही मला 'माझी भाजी घे' असे म्हणेल. असे मला वाटले. पण तो असे कांहीही म्हणाला नाही. तो मला पाहतच डबा खात होता. माझी चपाती ही जाडच्या जाड दिसत होती. त्याच्या चार नाजूक पोळ्या व माझी एकच रफ अन् टफ चपाती होती. बराच वेळ चपाती तोशात असल्यामुळे आणि मायनं तिला तेलच तेल लावल्यामुळे तिला वेगळाच रंग आला होता. बाजुच्या कडा या पूर्णपणे कच्च्या होत्या. मी अर्धीकच्ची व अर्धी तेलाने माखलेली चपाती भूक लागल्यामुळे एका दमात खाऊन टाकली.

एकदा असेच घरी तेल नसल्यामुळे मायनं मटणाच्या चिकण्यायावरचं तेल काढून बाटलीत भरून ठेवलं होतं. जेव्हा ती चपाती करायची तेव्हां याच तेलाचा वापर करायची. आणि अशा तेलानं केलेली चपाती व भाजी मी एक दिवस

शाळेत घेऊन गेलो असता, इंटरवेलच्यावेळी सर्व मुले आपापले डबे काढून जेवायला बसली होती. त्यातच मी माझा डबा उघडताच डब्यातून अतिशय घाणेरडा वास यायला लागला. बाजूच्या एक-दोन मुलांनी तर ओकाऱ्या करून घेतल्या. त्यात एक मुलगी पण होती. माझ्या डब्याची खबर शिक्षकांना लागली. व त्यांनी माझा चांगलाच समाचार घेतला. या घटनेनंतर मी कधी शाळेत डबा नेलाच नाही.

चांदाची चांदणी उपर आ जाओ

मी झोपलो असता अनेकदा भयानक स्वप्ने पडायची. तेव्हा माझी माय डोक्याखाली इळा ठेवायची. ''झोपताना उशीखाली इळा ठिवला की, भयानक सपनं पडत न्हाईत. भुतं इळ्याला भित्यात.'' असे माय म्हणायची. माझी माय एक नंबरची भित्री. पायाखाली एखादा किडा जरी बुळबुळला तरी ''आब्बोवं ऽऽ ई ऽऽ '' असे घाबरून हातभर उंच उडी मारायची. रात्रीला, कुत्रे रडण्याचा जरी आवाज आला तरी ती घाबरायची. भुतांची तिच्या मनात मोठ्या प्रमाणात भीती होती. याचे कारणही तसेच होते. आमच्या पाहुण्यातील गव्हाणे मामा एखादे वेळी आमच्या घरी यायचा. बापूचा तो कुणीकुण तरी जवळचा मेव्हणा लागत होता. तो गोष्ट फार छान सांगायचा. तो आला म्हणजे आजूबाजूचे एक दोन शेजारी, बाया माणसे जेवण करून पोते घेऊन यायचे व त्यावर बसून ते गोष्ट ऐकायचे. गव्हाणे मामा गोष्ट एवढी सुंदर सांगायचा की, ती ऐकतच राहावी असे वाटायचे. त्या गोष्टीतील पात्र तो जिवंत असल्यागत करून सांगायचा. तो कधी भुतांची गोष्ट सांगत, कधी बिरबलाची सांगत, कधी राजाराणीची तर कधी राजकुमार व राजकुमारीची यांची गोष्ट सांगताना तो अरोह-अवरोहासहित वेगवेगळे आवाज चढ-उतार करून सांगायचा. गव्हाणे मामा डरावण्या आवाजात, भयानपणा आणून गोष्ट सांगत असताना जणूकाही भूत जवळच आल्यागत वाटायचे. भुतांची गोष्ट ऐकताना माय कितीदा तरी, इराकतीला जायची. भूतांना घाबरायची. एखाद्या वेळंस तो गोष्ट सांगता सांगता थांबला तर आमच्यातील कोणीतरी ''हा... आता पुढं काय झालं? सांग की मामा, सांगा की बापू'' म्हणायचा. मग तो पुन्हा एकदा गोष्ट सांगायला सुरुवात करायचा. तो अंदाज घेत असे आम्ही कुणी झोपले तर नाही ना!

तो सांगायचा, ''एक विहिर होती. त्या विहिरीमध्ये राजकुमारीचे भूत होते. त्या विहिरीचे पाणी कोणी पिले तर, तो दगड होऊन त्याच ठिकाणी पडायचा. 'एके दिवशी राजकुमार येईल व तुला घेऊन जाईल आणि तू त्याला भेटल्या बरोबर तू या शापातून मुक्त होशील.' असे राजकुमारीला वरदान होते. पण

कोणीही पाणी पिले की दगडच व्हायचा. असे कित्येक वर्षे झाली राजकुमारी ही विहिरीतच होती. राजकुमारीला कुण्यातरी साधूने शाप दिला होता. आणि या शापामुळे ती विहिरीत अडकून होती. पण काही वर्षांने तुझी सुटका एक राजकुमारच करील व त्याच्याशी तुझे लग्न होईल. तोपर्यंत हा भोग तुला भोगावाच लागेल.'' असेही तिला वरदान होते. तो तन्मयतेने गोष्ट सांगायचा. पुन्हा त्या गोष्टीचा पुढील भाग सांगताना तो म्हणत, ''एक राजकुमार राजकुमारीच्या शोधात होता. अनेकांना एक सुंदरी या विहिरीत आहे. तिच्याजवळ खूप दागिने आहेत. तिला जर आपण कोणत्याही पद्धतीने आपलेसे केले तर ती सुंदरी व तिचा सर्व खजिना भेटणार, या हेतूने तिला मिळवण्याच्या नादात अनेकजण इथे दगड होऊन पडले होते. एक दिवस राजकुमार फिरत फिरत त्या विहिरीच्या जवळ आला. त्याला खूप तहान लागली होती. त्या विहिरीचे पाणी प्यावे असे त्याला वाटून तुडुंब भरलेल्या विहिरीत त्याने पाणी पिण्यासाठी हात टाकला. तोच विहिरीचे पाणी एकदम गडऽगडऽगडऽ आवाज करीत खाली खाली जात असल्याचे त्याला दिसले. आणि अचानक एक सुंदर लावण्यवती त्या विहिरीच्या खाली राजकुमाराला दिसली. आणि ती अचानकपणे गायब झाली. राजकुमाराला एका साधुने याच विहिरीविषयी सांगितले होते. हे त्याच्या लक्षात आले. आणि अशी विहिर तुला जर सापडली तर तू एक गोष्ट म्हणायची, 'चांदाची चांदणी उपर आ जाओ' असे तीन वेळेस म्हणावे. तीन वेळेस म्हणे पर्यंत ती वर आली तर राजकुमारी तुझी होईल. पण तीनदा म्हणे पर्यंत ती जर वर आली नाही, तर मात्र तू दगड होऊन पडशील' राजकुमाराला साधूचे हे सांगणे आठवले, तो मोठ्या आत्मविश्वासाने म्हणाला, 'चांदाची चांदणी उपर आ जाओ' आतापर्यंत या ठिकाणी कुणी असे म्हटले नव्हते. पण असा आवाज आल्याबरोबर तिने खालून म्हटले, 'शीळ हो जाओ' असे म्हटल्या बरोबर राजकुमार कमरेपर्यंत दगड (शीळ) झाला. दुसऱ्यांदा राजकुमार म्हणाला 'चांदाची चांदणी उपर आ जाओ' पुन्हा खालून तोच आवाज 'शीळ हो जाओ' अन् राजकुमार आता गळ्यापर्यंत दगड झाला. आता फक्त डोके व तोंड बाकी होते. तो तिसऱ्यांदा म्हटल्यानंतर पुर्ण शरीर दगडाचे होणार होते. पण राजकुमारला विश्वास होता, आपण राजकुमारीला घेऊन जाणारच याचा. 'चांदाची चांदणी उपर आ जाओ' असे तिसऱ्यांदा राजकुमारने म्हटले अन् खालूनही 'शीळ हो जाओ' असा प्रतिध्वनी आल्याबरोबर राजकुमारच्या गळ्यापर्यंत आलेली शीळही खाली गळून पडली. त्याच वेळेला विहिरीतून अतिशय सुंदर राजकुमारी लावण्यवती सर्व दागिन्यासह बाहेर आली. तिने राजकुमाराला आपला पती म्हणून स्वीकारले, या दोघांचे लग्न झाले. आणि ते आनंदाने राहू लागले.'' अशा कथा गव्हाणे

मामाच्या सांगण्याच्या ढंगामुळे लोक कानात जीव ओतून ऐकायचे. पण तो प्रसंग सांगताना भयाण प्रसंगाच्या वेळी आवाजही हृदयात धडकी भरवणारा काढायचा. लोक कथा ऐकताना एकदमच दचकत व नंतर भानावर येत. त्यामुळे (काल्पनिक) भुतांची मायला भीती वाटायची.

मला मात्र अशा कथा ऐकताना मज्जा वाटायची. मी हे ऐकतानाच कथेतील राजकुमार मीच आहे असे स्वत:ला समजत. त्या कथेतील नायक मीच होणार असे ठरवून टाकायचा. म्हणून मला त्या राजकुमाराचे आव्हान पेलणे खूप भारी वाटायचे. संकटाचा मुकाबला करण्याची त्याची धाडसीवृत्ती माझ्या बालमनाला आकर्षित करायची. मी या झोपडीत नाही तर महालातच आहे असा मला भास व्हायचा. मी ती कथा ऐकत ऐकतच झोपी जायचा. त्या रात्री मी आनंदाने स्वतःला राजकुमार समजून झोपी गेलो. राजकुमाराने बागेतून फेरफटका मारावा तसे सकाळी उठून मी राजकुमार असल्यागत चालायला लागलो. अन् मायने सकाळी पाणी भरून ठेवलेल्या टोपल्यात माझा पाय पडून टोपल्यातील सर्व पाणी सांडून गेले व मी पडता पडता वाचलो. यानंतर मी मायच्या मनसोक्त शिव्या खाल्या. नंतर लक्षात आले, 'अरे! आपण तर कथा ऐकत होतो' पण आपणही असेच काही असामान्य करायचे. असा विचार मनात दिवसभर अंतर्मनाला उत्साहित करायचा.

संभा मामा उठला!

मोहल्ल्यात कुणी मेले, तर भजनपार्टी त्याच्या घरी जावून रात्रभर जागरण करायची. बाहेरगावाहून आलेले पाहुणे रात्रभर भजन ऐकायचे. मोहल्ल्यातील लहान-मोठी बाया-माणसे, एकमेकांच्या घरी सुख-दुःखात सामील व्हायची. सर्वजण एकाच कुटुंबातले असल्यासारखे सर्वांसोबत प्रेमाने वागायची. मला गाणे गाता येते, हे सर्व मोहल्ल्यात माहिती झाले होते. "जमनाबाईच्या पोरानं मड्यावरच्या दिवशी लई छान गाणं म्हनलं" म्हणून माझा प्रचार झाला होता. मला लोक चांगल्या नजरेने बघू लागले.

निवृत्ती गजभारे हे एक जबरदस्त व्यक्तिमत्त्व, धिप्पाड शरीर आपल्या पायाच्या अंगठ्याएवढे त्यांच्या हाताचे एक बोट होते. आणि ते तबला एकदम भारी वाजवायचे. त्यांचे छन्नी व तबल्यावर बोटं पडली की, आता ही छन्नी किंवा तबला फुटूनच जाणार असे वाटायचे. पण तसे व्हायचे नाही आणि जास्त वेळ ते वाजवायचेही नाही. दोन-चार गाणे वाजवले की, निघून जायचे. ते बाहेर इतरत्र कुठे फारसे जायचे नाहीत. मोहल्ल्यात काही कार्यक्रम असेल तरच ते

तबलावादन करायचे. माझे चिंगऱ्या आवाजातील गाणे त्यांना खूप आवडायचे.

मी हळूहळू हार्मोनिअम स्वत: वाजवून गाणे म्हणायची सवय केली. मला पेटीवर वेगवेगळे गाणे वाजवता येऊ लागले. पण जे मुख्य पेटीमास्तर असायचे; ते माझ्या पेटी वादनामुळे थोडे विचलित व्हायचे. दोन-तीन गाणे वाजवले की, बरेचजण लघुशंकेच्या निमित्ताने इकडेतिकडे जायचे. तेव्हा मी पेटीचा भाता खोलून पेटी वाजवत बसायचो. गाणे एकदम बरोबर वाजवायचा. लघवीला गेलेल्या पेटीमास्तरला गाणे ऐकू गेले की, लगेच येऊन तो, "थोडं शांत बसा. पेटीला दम खाऊ द्या" असे म्हणून पेटीचा भाता बंद करायचे. मी मात्र ओशाळून गप्प बसायचा व पुन्हा एकदा भजन सुरू व्हायचे.

असे एक-दोन वर्षे चालले होते. मी आता सातवी पास झालो होतो. आणि आठवीला गेलो होतो. आमची भजनी मंडळी मल्टीपर्पज होती. ते बारशाचा कार्यक्रम, लग्नाचा कार्यक्रम, भीमजयंतीचा कार्यक्रम, मेलेले मडे जागरण करण्याचा कार्यक्रम असो, प्रत्येक कार्यक्रमास तयार असायचे. विशेष म्हणजे यातील सदस्यांना पिल्याशिवाय भजनच म्हणता यायचे नाही. मधुकर हणमंते व अशोक पंडित हे दारू प्यायचे नाहीत. पण अशोक पंडित सिगारेटचा झुरका मारायचा. मी त्यांना अंकल म्हणत. मडे जागरणास तर हमखास दारू असायलाच पाहिजे. नसेल तर भजन पुढे जाणारच नाही. दारूसाठी संयोजकाला सारखे इशारे करीत राहायचे आणि एकदाची व्यवस्था झाली की, आडवं जाऊन पॅक मारायचे. पॅक मारण्याची एखादा माणूस खास व्यवस्था करीत असे. मला मात्र या सगळ्या गोष्टींचा राग येई. मी त्यांना म्हणत, "हे काही बरोबर नाही! दारू पिऊन भजन म्हणणे चुकीचे आहे" पण ते थोडेच माझे ऐकणार होते! आतापर्यंत तर मीच हे सगळं करीत होतो. हे त्यांना पण माहिती होते. "तू आम्हाला शहाणपण सांगू नको" असे ते म्हणायचे व भजनात गुंगून जायचे. एकदा पॅक मारून झाला की आवाजामध्ये दमदारपणा, कणखरपणा, भारदस्तपणा यायचा. सुरांची व आलापांची मैफल रंगायची अन् अंगातली उतरेपर्यंत जुगलबंदी चालायची. दुसऱ्यांदा व्यवस्था होते का, याची पण चाचपणी व्हायची. झाले तर चांगले. नाही तर पहिलीच व्यवस्था गोड मानून घ्यायचे व रात्रभर गाणे गात राहायचे.

एकदा असेच आम्ही एका गावात मडे जागरणासाठी गेलो होतो. शहराच्या जवळच हे पाथरंट गाव होते. त्या गावचे लोक येऊन आमच्या भजन पार्टीला काही पैसे देऊन आम्हाला येण्यास सांगून गेले होते. मधुकर हणमंते यांना मी अण्णा म्हणत. त्यांच्याकडेच सर्व व्यवहार होता. त्यांनी सर्वांना सांगितले "आपणास कार्यक्रमास जायचे आहे." रात्री नऊच्या दरम्यान आम्ही त्या ठिकाणी पोहचलो. मडे ज्या ठिकाणी बसवले होते, त्या ठिकाणी बाया, माणसे, लेकरे रडत होती.

रडण्याचा आकांत होता. त्याच्या बाजूलाच रोडवर एक सतरंजी टाकली होती. दोन ठिकाणी बत्ती (पेट्रोमॅक्स) जळत होती. आमच्या भजन पार्टीच्या जवळच एक बत्ती लावण्यात आली होती. मड्याच्या ठिकाणी शक्यतो साउंड सिस्टिम राहत नसे. त्यामुळे ओरडून ओरडून अनेकांचा थंडीने आवाज बसून जायचा. एरव्ही कोणताही कार्यक्रम असो साउंडची व्यवस्था असायची. आज हा मडे जागरणाचा कार्यक्रम असल्यामुळे इथे ही व्यवस्था नव्हती. थंडीचे दिवस होते. कार्यक्रम सुरू होण्यापूर्वी काळी चार किंवा काळी दोन मध्ये छन्नी लावून घेतली जाई व डग्गा (तबला) याला हातोडीने बाजूच्या वादीवर मारल्या जाई, त्यामुळे डग्गा चांगला वाजत असे. पेटीवर धून सुरू झाली की, बघता बघता कार्यक्रम सुरू व्हायचा.

रात्रीचे दहा वाजले होते. मड्यावर बाया रडत होत्या. आमचे वंदनगीत सुरू झाले होते. इकडे गाणे सुरू झाले की बायांच्या रडण्याचा आवाज येत नसे. पण गाणे थांबले की, त्या भयाण रात्री शांतता पसरायची व फक्त बायांचे रडणे ऐकू यायचे. रात्रभर रडून रडून बायांचा-बहिणीबाळींचा आवाज बसून जात असे. अशा या परिस्थितीत मला एक गाणे म्हणू देण्याची सूचना मी मंडळ प्रमुखाला केली, पण थोडे थांबावे लागले आणि जवळपास रात्री एक वाजता माझा गाण्यासाठी नंबर लागला. मी एक शोकगीत म्हटले. महत्त्वाचे म्हणजे मड्यावर गाणे म्हणताना दुःखद आशयाचेच गाणे असायचे. मड्यावरचे गाणे वेगळे, वाढदिवसातील गाणे वेगळे व भीमजयंती मधील गाणे, हे वेगळेवेगळे असायचे. वामन कर्डकांचे

केस माझे हे जेव्हा गळू लागले.
तेव्हां जीवन मला हे कळू लागले... किंवा
कानात कान माझ्या माझे मरण म्हणाले
तन मन तुलाच माझे शरण म्हणाले...
अशा आशयाचे गाणे असायचे... किंवा
एक दिन पंछी उड जायेगा । रहेगा पिंजरा खाली... किंवा
दो घडीचे हे सारे थवेच्या थवे
पाखरा एकट्याला उडणे आहे...

हे मोहन नौबत्ते यांची रचना असलेले गीत या ठिकाणी म्हणून मी थंडगार वातावरणात भावनिकतेचा ओलावा निर्माण केला होता. लोक शब्दांकडे लक्ष देऊन गाणे ऐकत होते. अशा आशयाच्या अनेक रचना सादर करून मृत्यू हेच सत्य आहे. हे गीतातून सांगण्याचा गायक प्रयत्न करीत होते. माझे गीत संपले. 'खूप छान पद्धतीने मी सादर केले' असे तेथील ऐकणारे लोक म्हणत होते.

एवढ्यात दुसऱ्या गायकाचे गाणे सुरू झाले. आम्ही भजनी मंडळी भजनात तल्लीन झालो होतो. काहीजण रंगात भिजून चिंब झाले होते. बेभान होऊन गाणे म्हणत होते. तेवढ्याच तन्मयतेने तबला व हार्मोनिअमची जुगलबंदी लागली होती. रात्रीच्या भयाणरात्री रातकिड्यांचा अंधूकपणे आवाज त्या संगीतात मिसळत होता. जवळपास रात्रीचे दोन वाजले होते. आणि एकाएकी मड्याजवळची बाया-माणसे घरातून बाहेर पळत येत होती. ''पळाऽऽ पळांऽऽ संभा मामा उठला'' असे कुणीतरी ओरडतच पळत होते. संभा मामा म्हणजे तो मेलेला माणूसच होता. ''मडे उठले पळा ऽऽ पळा ऽऽ'' असा एकच आरडाओरडा सुरू झाला होता. अनेकजण तर आमच्यावरून उड्यामारून पळाले. मडे उठले हे ऐकल्याबरोबर आमच्या भजनी मंडळातील लोक सर्व सामान सोडून हात हात उड्या मारत भजनाच्या ठिकाणापासून दूर पळत सुटले. त्यातला एकजण तबल्याला अडकून खाली पडला. तो तोंडावर पडल्यामुळे तोंडातून रक्त येत होते. त्याने अंधारातच तोंडाला चाचपून बघितले आणि तो भीतीने थरथरू लागला. काही जणांनी पॅक मारला होता. त्यांची कधी उतरली हेही त्यांना कळले नाही. सर्वलोक भयभीत झाले होते. मेलेल्या माणसाचे सर्व नातेवाईक अंधारात कुठे लपून बसले; हे कोणालाच कळेना. एवढ्यात एक अनुभवी तरुण घाबरत घाबरत व धीटपणे भिंतीला मडे लावले होते, त्या ठिकाणी गेला त्याने सर्व प्रकार बघितला व तो सर्वांना सांगू लागला ''घाबरण्याची काही गरज नाही; संभामामा उठला नाही. तुम्ही सर्वजण परत या.'' गावात माणूस मेला की, त्याची मांडी घालून त्याला भिंतीला टेकवून बसवले जाते व त्यावर कपडा टाकून भिंतीमध्ये मयताच्या तोंडाच्या दोन्ही बाजूने लाकडाच्या खुट्ट्या मारल्या जातात. त्यामुळे मयताच्या हनुवटीला धरून कपड्याने दोन्ही खुट्ट्याला बांधले होते. भिंत ही चिखलमातीची होती. रडणाऱ्या बाया मयताच्या मांडीवर व छातीवर हात मारून रडू लागल्या. त्याची आठवण सांगू सांगू आपले डोके त्याच्या मांडीवर मारू लागल्या. जसजसे मयताच्या मांडीवर हात व डोके मारत तसतशी भिंतीची एका बाजूची खुट्टी ढिली होत होती. आणि अचानकपणे एका बाजूची खुट्टी सैल झाली आणि मयत संभामामा रडणाऱ्या बाईच्या अंगावर पडला होता. त्यामुळे संभामामा उठला म्हणून पळापळ सुरू झाली होती.

अनेक दिवस संभामामाच्या नावाने अंगात कापरे भरत होते. आमच्या भजनी मंडळातील काही जण धसकीने बीमारही पडले होते. अनेक दिवस मनात या घटनेची भीती होती. मी मात्र तेव्हापासून मडे जागरण करणे बंद केले आणि आपापली शाळा धरली.

पहिल्याच प्रेमात भाऊ झालो

आता मी सातवी पास होऊन आठवीत गेलो होतो आणि माझा भाऊ ११वी पास होऊन कधीच १२वी मध्ये गेला होता. आण्णा दहावीमध्ये पहिल्यांदा नापास झाला होता. नंतर सप्लिमेंटरी परीक्षा देऊन राहिलेल्या इंग्रजी व गणित विषयात पास झाला. आणि आता १२ वी मध्ये होता. त्याने पीपल्स महाविद्यालयात प्रवेश घेतला होता. माझी शालेय जीवनातील चार-पाच वर्षें वाया गेली. परंतु अजून वेळ गेलेली नव्हती. शिक्षणामुळे आण्णाचा मानसन्मान वाढला होता. त्याला घरातील सर्वजण घाबरत असत. तो आमच्या घराण्यातून प्रथमच कॉलेजला गेला होता. अण्णा कुठेही गेला तरी घरातील लोक ''कॉलेजला गेला आहे'' असे म्हणून सांगत.

मी आठवीमध्ये गेलो होतो. इथे देशमुख मॅडम, कुलकर्णी मॅडम, सोनकांबळे सर, भांगे सर, सुरसे सर, कुरूडे सर, मोरे सर अशा दिग्गज शिक्षकांची फौज होती. भांगे सर गणित शिकवायचे. मुलांना शिक्षा करताना मुलाच्या कॉलरमध्ये त्याचा कान धरायचा, त्याच्यात खडूचे तुकडे किंवा रेतीचे कण कॉलरवर टाकून जोरात कान पिळायचे. मुलगा नाचतच जोरात ओरडायचा.

ही शाळा उमरेकर मार्केट, शिवाजीनगर येथे दुसऱ्या व तिसऱ्या मजल्यावर भरत असे. मी सातवीला असताना आंबेकर सर यांनी शाळेतील कलाकार मुलांचा ऑर्केस्ट्रा तयार केला होता. मलाही त्यात संधी मिळाली होती. मला भजनी मंडळी सोबत राहून हार्मोनिअम वाजवायला यायचे, तसेच हार्मोनिअम वाजवत गाणे म्हणायलाही यायचे. त्यामुळे आंबेकर सरांनी मला माझ्या आवाजामुळे ऑर्केस्ट्रामध्ये घेतले होते. इतरांपेक्षा मी वयाने थोडा मोठा असल्यामुळे दहावीतील मुलांच्या बरोबरीचा दिसत होतो. या आर्केस्ट्रामध्ये नृत्य करणाऱ्या काही मुली या दहावीतील होत्या. पण त्यातीलच एक मुलगी मला फार आवडायची. ती दिसायला गोरीपान होती. ती पण दहावीमध्येच शिकत होती. मला प्रेमाची भाषा कळत नव्हती. पण मला ती आवडत होती एवढंच! शाळेत गॅदरिंगला मुलांच्या समोर माझा कार्यक्रम झाल्यामुळे मला अनेक मुले-मुली ओळखायला लागली होती. येथील शिक्षक माझ्या सोबत चांगले वागायचे. चारुशिला देशमुख मॅडम तर माझा खूपच लाड करीत. ते मला कधीकधी त्यांच्या घरी नेत असत. त्यांची लहान मुलगी प्राची ही कदाचित दोन वर्षांची असेल. तिला मी घेऊन फिरायचो, तिच्या सोबत खेळायचो. मी तिचा खूप लाड करायचो. मॅडमचा रिकी नावाचा मुलगा हा प्राचीपेक्षा तीन वर्षाने मोठा होता. मी दोघांच्याही सोबत खेळत. त्यांचा मला व माझा त्यांना खूप लळा लागला होता. देशमुखबाई या जातपात मानायच्या

नाहीत. मी त्यांच्या सर्वांसोबत डायनिंग टेबलवर बसून जेवण करायचा. जणूकाही त्यांच्या घरातीलच एक सदस्य आहे. घरभर फिरायचा. बाईचे मिस्टर पण मला खूप छान बोलायचे. "देविदास, जेवण कर, चहा घे" असे प्रेमाने म्हणायचे. शिवाजी हायस्कूलमध्ये देशमुख मॅडम या माझ्या आदर्श होत्या. माझ्यासाठी त्या मातृतुल्य होत्या आणि आजही आहेत. माझ्या बऱ्याच वाईट सवयी देशमुखबाईंमुळे मी सोडून दिल्या. उदा. उशिरा उठणे, वेळ वाया घालवणे, विनाकारण फिरणे, अशा गोष्टी. तर अभ्यास करणे, संगत चांगली धरणे, शिकून आईवडिलांचे नाव काढणे. या गोष्टी सतत मला त्या सांगत असत. आजही मी बालभारतीच्या बैठकांच्या निमित्ताने किंवा काही कामानिमित्ताने पुणे येथे गेलो असता त्यांच्या घरी त्यांना भेटायला आवर्जून जात असतो.

तर मी हे सांगत होतो आर्केस्ट्रामधली एक मुलगी मला आवडायची, पण तिला सांगायची हिंमत होत नसे. ती फार रागीट होती. पण ती नृत्य अतिशय सुंदर करीत असे. आणि मी तिला बोलण्याचा प्रयत्न करायचा, पण जमतच नव्हते. एकदा आंबेकर सरांनी आमचा कार्यक्रम कंधारमध्ये ठेवला होता. कारण आमच्या शाळेचे संचालक माजी खासदार भाई डॉ. केशवराव धोंडगे असल्यामुळे त्यांच्या घराजवळच गणपती बसवण्यात आला होता. आणि गणपती निमित्त तेथे आमचा कार्यक्रम ठेवण्यात आला होता. आम्हाला एका जीपने कंधार येथे नेण्यात आले. दुपारी धोंडगे साहेबांच्या घरीच आमचे जेवण झाले. आंबेकर सरांनी ऑर्केस्ट्रामधील सर्व विद्यार्थ्यांचा साहेबांशी परिचय करून दिला. धोंडगे साहेबांना मुलांच्या हाताचा मुका घ्यायची सवय होती. माझा परिचय करून देताना आंबेकर सर, "हे आमच्या ऑर्केस्ट्रामधील गायक आहेत." असे म्हणताच धोंडगे साहेबांनी माझ्या हाताचा मुका घेतला व हातावर अत्तर लावले. तसेच इतर मुला-मुलींच्या हातावर अत्तर लावून मुका घेतला. आम्हाला खूप आनंद झाला. आम्ही त्या आनंदात कार्यक्रमाच्या स्थळी पोहचलो. कारण सर्वांना मेकअप करून तयार व्हायचे होते. मी मात्र त्या मुलीकडेच पाहत होतो. ती जिकडे जाईल तिकडे माझी तिच्यावर नजर असायची. पण बोलायचा काही नाही. ती दहावीमध्ये होती व मी आठवीमध्ये होतो. पण मी तिच्यापेक्षा दोन-तीन वर्षांने मोठा दिसत होतो. अजून काही केल्या जोड लागत नव्हती. ती माझ्या गाण्यावर नृत्य करायची.

छुमक छुम नाचे
छुमक छुम नाचे
छुमक छुम नाचे
नाचे नर्तकी...

हे मी गाणे म्हटले की, माझ्या सर्वांगामध्ये रोमांच उत्पन्न होत असत. मला एखाद्या पिक्चरमध्ये नायक गात आहे, आणि नायिका नृत्य करीत आहे, असा भास होत असे. आणि त्या लाइटच्या प्रकाशामध्ये निळे, पिवळे, हिरवे, नारंगी अशा रंगाचा प्रकाश आमच्यावर पडत असताना आम्ही सर्व जग विसरून जाऊन अशा त्या सप्तरंगात मिसळून जात असत. आम्हाला कुठलेही भान असायचे नाही. मी संपूर्ण गीत तिच्याकडे बघून म्हणायचा. तर ती संपूर्ण नृत्य प्रेक्षकांकडे बघूनच करायची. गाणे संपेपर्यंत तिने एकदा तरी माझ्याकडे पाहावे, जेणेकरून जीवनाचे सार्थक होईल, असे मला वाटायचे. पण ती एकदाही माझ्याकडे बघत नसे. नृत्य संपले की, मीच पडद्यामागे जाऊन तिचे अभिनंदन करीत व ''खूप छान नृत्य केलेस'' असे प्रेरणादायी व स्तुती करणारे दोन वाक्य म्हणत. ती फक्त 'थँक्यू' एवढेच म्हणायची. परत मी स्टेजवर निघून जायचा.

माझा एक चंदू नावाचा मित्र तिच्याच वर्गात होता. तो ढोलकी खूप छान वाजवायचा. आमची मस्त जुगलबंदी जमायची. तो माझा शाळेतला विश्वासू मित्र होता. ऑर्केस्ट्रामुळे त्याची आणि माझी गट्टी जमली होती. त्याच्या जवळ एखादी गोष्ट सांगितली तर तो कुणाला सांग म्हणेपर्यंत सांगायचा नाही. मला वाटले आपण याचा फायदा करून घ्यावा. तो तिच्याच वर्गात असल्यामुळे, आपले काम सोपे होईल, असे मला वाटून, माझी मनातील इच्छा त्याच्याजवळ बोलून दाखवली. तो तर माझ्यापेक्षा एकदोन वर्षांनी मोठा दिसायचा. त्यामुळे त्यातला तो मास्टर होता. त्याने मला चिठ्ठी लिहिण्याचा सल्ला दिला. त्याचा सल्ला ऐकून मी त्या रात्री पत्र लिहिण्याच्या नादात वेळेवर झोपलोच नाही. कवितेच्या ओळी, सुभाषिते, आणाभाका (वचने) इत्यादी मजकूर टाकून पत्राच्या शेवटी इंग्रजीमध्ये 'आय लव्ह यू' असे टाकून दिले. आणि 'मान्य असेल तर चंदू जवळ निरोप सांग' असाही उल्लेख पत्रात केला. पत्र तर लिहिले, पण तिला द्यायचे कुणी, हा मोठ्ठा प्रश्न होता. मी चंदूलाच तयार केले. दुसऱ्या दिवशी मी रोजच्याप्रमाणे शाळेला गेलो. चंदू कुठे दिसतो का ते पाहत होतो. कारण ती तर रोजच येत होती. फार सिन्सिअर होती. ती शाळा बुडवायची नाही, हे मला पक्कं माहीत होतं.

त्या वेळी तिसऱ्या मजल्यावर नववी दहावीचे वर्ग चालायचे. आणि पाचवी ते आठवीपर्यंत दुसऱ्या मजल्यावर वर्ग भरत असत. मी शाळा भरण्याच्या आत चंदूला गाठले. चंदूला ती चिठ्ठी देऊन, तिच्यापर्यंत पोहचवण्याची विनंती केली. चंदूला ती 'चंदूभाऊ' म्हणायची. चंदूभाऊने इंटरवेल मध्ये तिला चिठ्ठी दिल्याची मला खबर कळाली. आणि शाळा सुटताना आंबेकर सरांचा निरोप पण आला की, 'शाळा सुटल्यावर आर्केस्ट्रा मधल्या सर्व मुलांनी शाळेत थांबायचे आहे.'

सरांनी आपला ऑर्केस्ट्राचा कार्यक्रम कुठेतरी ठेवला असेल, त्यासाठीच थांबायला सांगितले आहे. असे मला वाटले. थोड्याच वेळात शाळा सुटली व संपूर्ण मुले पायऱ्या उतरून खाली जात होते. मी शिक्षकांच्या स्टाफ रूमच्या बाजूलाच उभा होतो. सर्व इमारत रिकामी झाली. मी एकटाच त्या ठिकाणी दिसत होतो. शिक्षक अजून जायचे होते. इतक्यात ''आंबेकर सरांनी आठवीच्या वर्गात येण्यास सांगितले आहे.'' असे चंदूने मला येऊन सांगताच मी तिथे गेलो असता... बघतो तर काय ती मुलगी आणि आंबेकर सर हे दोघेजण तिथे उपस्थित होते. आंबेकर सरांचा मार म्हणजे कुणी वैऱ्याला पण मारत नसत एवढे ते मारत; हे मला माहीत होते. मनात चलबिचल सुरू झाली. अंग घामाने उभ्याउभ्याच डबडबू लागले. हात थरथर कापत होते. आता हिच्यासमोर आपला पंचनामा होणार हे नक्की झाले होते. ती समोर आली व तिने आंबेकर सरांच्या हातात मी चंदूजवळ दिलेली चिठ्ठी दिली. आता माझं काळीज धडधडू लागलं, काय करावे काहीच कळेना! मी मान खाली घालून अपराध्यासारखे उभा होतो. तिने माझ्याकडे बघून 'नालायक' म्हणून शिवी दिली. आणि लगेच ''भाऊ, असे फालतू काम पुन्हा करू नकोस.'' असे समजदारीच्या सुरात म्हणाली. सरांनी अगोदरच तिला समजावून सांगितले होते. ''तो चांगला मुलगा आहे. त्याला आपण समजावून सांगू या'' सरांनी तिचा राग अगोदरच कमी केला होता. तिने मला 'भाऊ' म्हटल्याबरोबर तर माझ्या कानातून मुंग्या निघून गेल्यागत वाटले. त्या दोघांना जाण्यास सांगून सरांनी मला थांबवून घेतले. व जीवनातील अतिशय महत्त्वाच्या गोष्टी मला सांगितल्या ''तुझ्यात एवढा टॅलेन्ट आहे त्याचा फायदा करून घे, पण प्रेमाबिमाच्या नादी लागलास तर तू जीवनात काहीच प्रगती करू शकणार नाहीस.'' असे ते म्हणाले. माझ्या घरच्या परिस्थितीविषयी माहिती झाल्यावर तर, ते खूपच चिडले. त्यांनी मला ''प्रगतीच्या शिखरावर जा. अशा कित्येक मुली तुझ्या पाठीशी लागतील.'' असे आत्मविश्वासपूर्वक सांगितले. आणि ''हे प्रकरण मी इतर कुणालाही सांगणार नाही'' असा विश्वास देवून मला जाण्यास सांगितले. अशाप्रकारे माझे प्रेम जुळण्या अगोदरच मी 'भाऊ' झालो होतो.

सातवीतून छलांग मारली दहावीत

मी आता नियमित शाळा करू लागलो. आठवीमध्ये बसू लागलो. शाळा सुरू होऊन एकदोन महिनेच झाले होते. या वर्गामध्ये माझ्यापेक्षा चार-पाच वर्षांनी छोटी मुले होती. मी सर्वात मोठा होतो हे सहजच कुणालाही ओळखू यायचे.

एके दिवशी ऑफिसमधून मुख्य लिपिक ''निरपणे सरांनी तुला बोलावले

आहे.'' असे सेवकाने येऊन सांगितले मी लगेच वर्गावर असलेल्या शिक्षिकेला विचारून ऑफिसमध्ये गेलो व त्यांना भेटलो. त्यांनी मला, ''१७ नंबरचा फॉर्म भरून १०वी ला बसतोस का?'' असे विचारले. मी लगेच ''हो सर'' असे म्हणालो व सरांनी माझा १७ नंबरचा फार्म भरला व मी सातवी मधून डायरेक्ट दहावीला बसलो. दुसऱ्या दिवशी मी या संदर्भात मायला सांगितले. पण मायला त्यातले काहीच कळले नाही. ''ठीक हाय, तुला मास्तर मनले तसं कर'' असे म्हणून ती फळं विकायला निघून गेली. मी मात्र आता दहावीमध्ये बसणार होतो. हा फॉर्म शाळेच्या बाहेरून (बहिस्थ विद्यार्थी) म्हणून भरला असल्याचे निरपणे सरांकडून कळले. आणि त्यांनी एक सल्ला दिला, आता ''शाळेत यायची गरज नाही, हजेरी द्यायची गरज नाही. एखादे ट्यूशन लाव आणि अभ्यास कर, पंधरा-वीस दिवसाला शाळेत येऊन मला भेटून जात जा'' असे ते म्हणाले. मी 'ठीक आहे सर' म्हणून घरी आलो.

ही माहिती मी माझ्या भावाला सांगितली. त्याला १७ नंबर फॉर्मबद्दल माहिती होती. मी चांगले वागू लागल्यामुळे तोही माझ्याशी चांगले वागू लागला. मी बापूला सांगितले, ''मला पंचाहत्तर रुपयाचे नवनीत गाईड घेऊन दे, आता मी दहावीला गेलो.'' बापूला काही कळेचना हा तर सातवीमध्ये आहे आणि याला दहावीची पुस्तके कशाला पाहिजे असतील? हा काहीतरी बनवत असल्याचे त्याला वाटू लागले. पण भावाने ''ज्यानं शाळा सोडून दिली असल, अन् ज्याचं वय जास्तं झालं आसल तर अशा पोरांना एकदम १७ नंबरचा फारम भरून दहावीला बस्ता येते.'' असे समजावून सांगितले. तेव्हा कुठे माझा बापू तयार झाला. माझ्या भावाला वह्या, पुस्तके, कपडे बापू घेऊन द्यायचा. आता मी पण शिकत असल्यामुळे, मला पण वह्या, पुस्तके बापूने घेऊन द्यावे असे वाटू लागले. मी आता चांगलाच मोठा झालो होतो. जीवनातून गेलेल्या पाच वर्षाची भरपाई म्हणून मला दोन वर्षे मिळाली होती. सातवी पास आणि आठवी-नववी न करताच मी एकदम दहावीला जाणार होतो. पास होवो अथवा न होवो पण ''मी दहावीला आहे.'' असे सांगणे म्हणजे मोहल्ल्यात फार मोठेपण वाटायचे. तरीही बापू कां-कू करीत होता. मग भावानेच मला पंचाहत्तर रुपयाच्या नवनीत गाईडचा सेट घेऊन दिला आणि मी अभ्यासाला लागलो.

चिमणीला अभ्यास अन् नाकात काळे

मुबलक पाणी सोडले तर, आमच्या वार्डात फारशा काही सुविधा नव्हत्या. गंगानळ हे मोहल्ल्यात दोन ठिकाणीच होते, एक मंदिरापाशी (विहारापाशी),

दुसरा वरच्या मोहल्ल्यात. पाणी भरून झाले की लहान मुले इथेच नळावर अंघोळ करीत. थोडी मोठे असलेली मुले नदीला अंघोळ करीत. कामावर जाणारी माणसे मात्र घरीच अंघोळ करायची. अन्यथा नदी हेच आमचे स्नानगृह होते.

मंदिरापाशी एक रस्त्यावर, व मंदिराच्या जवळ असे दोनच लाइटचे खांब होते. रात्री उशिरापर्यंत मुले या लाइटखाली बसून गप्पा मारत, खेळत, आटाचम्मा, गुडगुडी हे रात्रीलाही खेळता येणारे डाव या ठिकाणी रंगत असत.

मी शाळेत जाऊ लागल्यामुळे मला आता अभ्यास चांगला वाटू लागला. मी रात्ररात्र अभ्यास करू लागलो. घरात लाइट नसल्यामुळे एक दोन रुपयांचे रॉकेल आणून ते चिमणीत टाकणे व चिमणीशी बसून अभ्यास करू लागलो. चिमणीच्या अगदी जवळ बसावे लागे. अन्यथा पुस्तकांतील अक्षरे अंधूक दिसत. चिमणीच्या जवळ बसल्यामुळे चिमणीचा धूर डायरेक्ट नाकात जाई. तसेच तोंड काळे होऊन जात. सकाळी उठल्यानंतर नाकात बोटे टाकून किंवा एखादा कपडा घेऊन तो बोटावर लावून नाकात टाकून बराच वेळ नाकातील काळा धूर स्वच्छ करावा लागे.

पुढे मी एसएससीला असताना लाइट विभागाच्या नवागोंढा येथील प्रमुख अधिकाऱ्याला भावनिक पत्र लिहून व स्वत: त्यांना भेटून इथल्या भयाण परिस्थितीची जाणीव करून दिली. व इथल्या विद्यार्थ्यांच्या अंधारमय जीवनाचा जीवनपट त्यांच्या समोर ठेवला असता, त्या भल्या अधिकाऱ्याने पंधरा ते वीस दिवसातच स्वत: वार्डामध्ये येऊन पाहणी करून मंदिरापासून ते वार्डाच्या शेवटपर्यंत चार नवीन खांब टाकले. आणि त्यावर ट्यूबलाइट बसवले. हे माझ्या जीवनातील पहिल्या सार्वजनिक प्रयत्नाचे यश होते. मी त्यांचे अंत:करणपूर्वक मनोमन आभार मानले. त्यानंतर वर्षभर वार्डातील अनेक मुले याच खांबाखाली बसून अभ्यास करीत. मी मात्र माझ्या घराच्या जवळच हा खांब असल्यामुळे व घरात लाइट नसल्यामुळे अनेकवेळा इथेच बसून दहावीचा अभ्यास केला.

व्यक्तिमत्त्व घडविण्याचे केंद्र-प्रेरणा क्लासेस

मला कुणीतरी सांगितले की, पंचाहत्तर रुपयांत प्रेरणा क्लासेसमध्ये दोन महिने दहावीची व्हॅकेशन बॅच सुरू झाली आहे. आणि मी लगेच तिथे प्रवेश घेतला. चार दिवस क्लास करून नंतरच प्रवेश घ्यावा असे जाहिरातीत लिहिले होते. चार दिवस मी फुकट क्लास केला. राजेश कुलकर्णी व उमाकांत जोशी हे दोघे मामा-भाचे हा क्लास चालवत. कुलकर्णी सर मराठी भूमिती इ. विषय विनोदी

पद्धतीने शिकवत तर जोशी सर एकदम शिस्तबद्ध पण समजेल असे इंग्रजी व बीजगणित शिकवत. पंचाहत्तर रुपयांत सर्व विषयाचा अभ्यासक्रम दीड-दोन महिन्यात संपवणार होते. मी वीस रुपये भरून प्रवेश घेतला व माझ्या दहावीच्या अभ्यासक्रमा बरोबरच सर्वांगीण जीवनाच्या प्रगतीचा मार्ग सुरू झाला.

हे ट्यूशन नव्हे तर, ते एक व्यक्तिमत्त्व घडवण्याचे केंद्र होते. दोन महिन्याची व्हॅकेशन बॅच संपली व रेग्युलर बॅच सुरू झाली. मी रेग्युलर बॅचला प्रवेश घेतला. पंचवीस रुपये दर महिना अशी फीस होती. इथे महिन्याला वेगवेगळे कार्यक्रम व्हायचे. काही स्पर्धा व्हायच्या. स्पर्धेचे बक्षीस देण्यासाठी मान्यवरांना बोलवायचे. कुलकर्णी सर कार्यक्रमाचे सूत्रसंचालन अतिशय सुंदर करायचे. मी नंतर कलेक्टर साहेबांचा शासकीय निवेदक म्हणून नावारूपाला येण्यामध्ये कुलकर्णी सरांचा खूप मोठा वाटा आहे, असे मला वाटते. जोशी सर विषयाची मांडणी सुंदर करायचे. व कोणत्याही गोष्टीचे त्यांचे जबदरस्त नियोजन असायचे. भाषण करणे, वादविवाद करणे, संचालन करणे, कविता गायन करणे, गीतगायन करणे, नाटकामध्ये एखाद्या पात्राची भूमिका वटवणे इ. गुणांत मी पारंगत झालो. याच क्लासमधून माझे व्यक्तिमत्त्व घडायला सुरुवात झाली होती. जणूकाही मला ही शाळाच वाटत होती. दर महिन्याला शाळेसारखाच कोणता ना कोणता कार्यक्रम असायचा. विजय होकर्णे प्रेस फोटोग्राफर हे कुलकर्णी सर व जोशी सरांचे मित्र असल्यामुळे एखादा कार्यक्रम झाला की, लगेच सकाळी अनेक वर्तमानपत्रांत आमच्या कार्यक्रमाच्या बातम्या छापून यायच्या. त्यात आमची नावे व फोटो छापून आलेली पाहून आम्हाला खूप आनंद व्हायचा. सांस्कृतिक कार्यक्रमात तर बरीच मुले भाग घेत होती. याच ठिकाणी मला चांगले मित्रही मिळाले. प्रशांत मोहिते (आयपीएस), निळेकर (अमेरिकेत डॉक्टर), इर्लेवाड दिनेश (वैज्ञानिक– मेलबर्न, ऑस्ट्रेलिया), विनोद हजारी (हजारी ग्रुप उद्योजक), राजेवार (वर्ग-२ अधिकारी), गंगाधर चित्ते (संगीतकार) अशा कितीतरी गुणवान मित्रांची ओळख याच प्रेरणा क्लासेसने मला करून दिली.

परीक्षा जवळ येत होती. मी अभ्यासात स्वत:ला संपूर्णपणे गुंतवून घेतले होते. आमच्या विनंतीला मान देऊन सरांनी ट्यूशनमध्ये अभ्यास करण्यास व तिथेच झोपण्याची परवानगी दिली होती. आम्ही पाच-सहा मित्र इथेच अभ्यास करायचो. सकाळी पाच वाजता उठून सतरंजी आवरून झाडझूड करून अंथरूण-पांघरूण एका लाकडी कपाटात ठेवून तोंड धुवून क्लासमध्ये सर्वांसोबत बसायचो. प्रशांत मोहिते हा माझ्या बाजूलाच झोपायचा. पण त्याने अभ्यास केलेला आम्ही कित्येक दिवस पाहिला नाही. जेव्हा पाहिले तेव्हा तो पांघरूण घेऊन झोपलेलाच

दिसायचा. पण नंतर कळले की, हा आम्ही रात्री बारा-साडेबाराला झोपलो की, हळूच रात्री एक ते दीडला आम्ही गाढ झोपेत असताना उठून चार वाजेपर्यंत अभ्यास करायचा. प्रथम तो गणिते सोडवायचा. त्यामुळे त्याची झोप जायची. आणि नंतर विज्ञान व इतर विषय घ्यायचा. म्हणून जे जे अवघडातले अवघड गणित फळ्यावर सरांनी लिहिले की, लगेच उत्तर सांगायचा. तसेच दिनेश इर्लेवाड हा गणितामध्ये सर्वांत सुपरफास्ट होता. गणित व भूमितीचे प्रॉब्लेम तो झटक्यात सोडवायचा. गणित सोडवण्यामध्ये त्याचा हात कुणी धरायचा नाही. दिनेश पण ट्यूशनमध्येच आमच्या सोबत झोपायचा.

मी एकदा आजारी पडलो होतो. आणि परीक्षा जवळ आली होती. सर्व मुले अभ्यासात गुंग होती. माझी परिस्थिती चांगली नसल्यामुळे मी सरकारी दवाखान्यात दाखल झालो. मला भयंकर ताप होता. अस्वस्थ वाटत होते. प्रशांतचे वडील याच सरकारी दवाखान्यात मेडिकल ऑफिसर म्हणून कार्यरत होते. मी प्रशांतच्या घरी नेहमीच जात असे. त्यामुळे त्यांच्या आई-वडिलांची व सर्व कुटुंबाची ओळख होती. त्या दिवशी प्रशांतचे वडीलच ड्यूटीवर होते. मला त्यांनी ओळखले व माझी चांगली देखभाल करण्याची नर्सला सूचना केली. जनरल वार्ड होता तो. दुसऱ्या दिवशी त्यांनी दोन्ही बाजूने बॅरीकेट्स लावल्या होत्या. प्रशांतला डॉक्टर साहेबांनी सांगितले असावे. प्रशांत सोबत माझे दोनचार मित्र मला भेटायला दवाखान्यात आले. आम्ही खूप गप्पा मारल्या, "ताऱ्या (तारु) लवकर बरा हो", असे म्हणून सर्वजण निघून गेले. नांदेडमध्ये गर्भश्रीमंत म्हणून उमरेकर घराणे प्रसिद्ध होते. त्यांचा हा प्रशांत भाचा होता. करोडपती घरचा मुलगा असून अतिशय सामान्य पद्धतीने तो आमच्यात मिसळायचा. कसलाच अहंकार मनात न ठेवता आमच्या सोबत वागायचा. मी तर सर्वात दारिद्र्य रेषेखालील घरातला मुलगा होतो. आणि तो मला मित्रांबरोबर पहायला आल्याचा खूप आनंद झाला. मी दोन दिवस दवाखान्यात राहून घरी आलो. आणि अभ्यास सुरू केला. माझे डोके मात्र दुखायचे राहत नव्हते. येथील माझ्या बऱ्याच मित्रांना चष्मा होता. त्यांनी डोळे तपासून घेण्याचा सल्ला दिल्यामुळे मी बापूला तगादा लावला "मला चष्मा घेऊन दे." मायला म्हणायची सोय नव्हती. तिनेच अनेकांचे पैसे व्याजाने काढले होते. ते व्याज फेडण्यातच तिचे आयुष्य जात होते. गिरजामाय माझ्या चष्म्याला विरोध करीत होती. "पैसे नाहीत म्हणत होती. फुकटखाऊला पैशाची किंमत काय कळणार?" असेही वरून टोमणे मारत होती. वार्डातून दहावीला पहिल्या वेळेस कुणीही पास झाले नव्हते. माझा भाऊ पण दोनदा दहावीला गचांडी खाल्ला होता. त्याचेच उदाहरण गिरजामाय द्यायची "तू तर शाळा सोडून कित्येक दिवस येचून खात फिरलास, तू येका येळला

कसा पास व्हशील?'' म्हणून उपरोधिकपणे बोलायची. मी मात्र तेवढ्याच तीव्रतेने अभ्यास करायचा. मी तर म्हणतो ''माझ्या सावत्र मायने माझा तिरस्कार केला नसता, पदोपदी माझा अपमान केला नसता, तर मी पेटून उठलो नसतो. आणि आज इथपर्यंत आलोच नसतो. मला मोठं करण्यात तिचाही हातभार आहे.''

अशावेळी भाऊ मध्यस्ती करायचा. त्याने बापूला सांगितले व खूप वादावादी, रडापडी होऊन दीडशे रुपयांचा ०.२५ नंबरचा चष्मा मला घेऊन देण्यात आला. हा सामान्य नंबरचा चष्मा सर्वांनाच लागतो. पण त्या चष्म्याने मात्र माझे डोके दुखायचे थांबले.

परीक्षा जवळ आली होती. अभ्यास ट्यूशनवर करायचा. जोशी-कुलकर्णी सर अधूनमधून रात्रीच्या वेळी आम्ही काय करीत आहोत, हे पहायला यायचे. आणि अशातच परीक्षेची तारीख आली. मी शाळेत जाऊन निरपणे सरांना भेटून हॉल तिकीट घेतले. परीक्षेसाठी माझा नंबर पीपल्स हायस्कूल येथे आला होता. माझे सर्व पेपर अतिशय चांगले सोडवले गेले होते. आता ट्यूशन बंद झाले. पण आमचे रोज सरांना भेटणे चालू होते. आम्ही मित्र यानिमित्ताने एकत्र येत असत. रेल्वे स्टेशनला मलईचे दूध मिळायचे. ते पायी जाऊन प्यायचे व ट्यूशनमध्ये येऊन गप्पा मारायच्या आणि मैत्रीचा धागा वृद्धिंगत ठेवायचा असा आमचा रोजचा कार्यक्रम होता. कधीकधी आमच्या सोबत जोशी व कुलकर्णी सर मलईचे दूध पिण्यासाठी रेल्वे स्टेशनला पायीच यायचे.

उद्या निकाल लागणार होता. उत्कंठा शिगेला पोहचली होती. मी जर दहावी पास झालो तर कॉलेजमध्ये जाईन, मोहल्ल्यात आपले नाव होईल, हाच विचार मनात रात्रभर घोळत होता. त्या विचारात मी रात्रभर झोपलोच नाही; एवढी निकालाची उत्कंठा मनाला आतुर करीत होती. तो दिवस उजाडला जो माझ्या जीवनाचा दीपस्तंभ ठरणार होता. एका वर्तमानपत्राच्या ऑफिसमध्ये पाच-दहा रुपये घेऊन निकाल सांगायचे. सोबत टक्केवारी सांगायचे, पण आजच्या सारखी प्रिंट मिळायची नाही. मी पैसे दिले. प्रचंड गर्दी होती. मुले एकावर एक पडून त्या कार्यालयामध्ये घुसत होती. चिठ्ठीवर आपला परीक्षा नंबर लिहून मध्ये देत, व मधून त्याच चिठ्ठीवर पास किंवा नापास व टक्केवारी लिहून द्यायचे. भाऊ सोबतच होता आणि माझा रिझल्ट आला मी ६३ टक्के गुण घेऊन प्रथम श्रेणीत उत्तीर्ण झालो होतो. मी आनंदाने नाचू लागलो. आमच्या मोहल्ल्यात एखादी आनंदाची बातमी असेल, तर वार्डामध्ये पेढे वाटले जायचे. मी पण एक किलो पेढ्यात दोन किलो साखर मिसळली. एका टोपल्यात घेतली. संपूर्ण मोहल्ल्यामध्ये घरोघरी जाऊन ''मी एसएससी पास झालो, हे घ्या पेढे'' म्हणून

पेढेमिश्रित साखर वाटली. आता माझ्या जीवनाचे सोने होणार. आता मागे फिरायचे नाही, असा ठाम निर्धार केला. आणि काही दिवसातच प्रतिभा निकेतन महाविद्यालयाल ११वीला प्रवेश घेण्यासाठी गेलो.

A-1 रफु सेंटर

माझा स्वभाव मुळात संवेदनशील असल्यामुळे समोरच्याचे दुःख बघून मी दुःखीकष्टी व्हायचा. गरजवंताला सर्वच देऊन टाकायची सवय. एखाद्याला वाईट वाटेल असे आपण वागायचे नाही. शक्यतोवर कुणाचेही मन दुखवायचे नाही. पण समोरच्यांनी आपला अपमान केला की मन सुन्न व्हायचे. दिवसभर करमायचे नाही. 'किती टाकून बोलले त्या माणसाने' असा विचार करून मनामध्ये द्वंद्व चालत असे. एक मन म्हणायचे, की त्याच्या बोलण्याला उत्तर दिले पाहिजे. परंतु दुसरे मन संवेदनशीलतेने विचार करायचे. 'जाऊ दे, क्षमा कर त्याला.' असे मनाला लगेच समजावायचे. कोणी आपणास दुखवू नये. आणि आपण कुणासही दुखवू नये. असे मला प्रत्येक वेळी वाटायचे. आणि आजही मी असाच विचार करीत असतो.

असाच एक प्रसंग, मी कॉलेजला नुकतेच ११वीला गेलो होतो. नवीन कपडे घेण्याइतपत माझी परिस्थिती नव्हती. ७वी मधून डायरेक्ट १७ नंबरचा फॉर्म भरून मी १० वी पास झालो होतो. मला दोन पॅन्ट व दोन शर्ट होते. तेही जुनेच. परंतु त्यातला एक पॅन्ट वर्गातील एका बेंचचा खिळा लागून मांडीवर फाटला होता. माझ्या सोबत A-1 रफु सेंटरवाला मुलगा यापूर्वी शाळेत शिकत होता. त्याची आणि माझी चांगली ओळख होती. वजिराबादच्या मुख्य रस्त्यावर त्याची एक टपरी होती. त्या टपरीमध्ये तो मला बऱ्याचदा दिसायचा. मी त्याला चालत चालतच 'हॅलो' म्हणायचा. तोही मला तळ हात तोंडाकडे करून थोडे मानेत वाकून 'हॅलो' म्हणायचा.

माझी एक पॅन्ट ऐन मांडीवरच फाटल्यामुळे आता एकच पॅन्ट माझ्याकडे होती आणि लगेच नवीन पॅन्ट घेणे शक्य नव्हते. एवढ्यात मला त्या रफुवाल्याची आठवण झाली. ती पॅन्ट घेऊन मी रफुवाल्या मित्राकडे गेलो. ती पॅन्ट त्याला दाखवली. तो म्हणाला,

"बिल्कुल भी पहचाने नही जायेगी पॅन्ट कहाँ पर फट गई थी, ऐसा रफु करके दुँगा." त्यावर मी

"पैसे कितने लगेंगे?" असे म्हणताच तो हसून

"अरे कुछ भी दो न यार," असे म्हणून त्याने माझ्याचकडे तो शब्द

टोलवला. बराच वेळ सांगा सांगा म्हटल्यावर तो म्हणाला,

"मै दुसरोंसे पंधरा रुपये लेता हूँ, लेकीन हम एक स्कूल मे साथ साथ पढें है । तो आप दस रुपये दो ।" असे म्हणून रफुचे दहा रुपये ठरले. मी ती पॅन्ट तिथे रफुसाठी टाकली, दोन दिवसांनी तो मला पॅन्ट देणार होता. आता मला एकच पॅन्ट असल्यामुळे घरी जाऊन तिला धुवायचे व तांब्याने इस्तरी करून ती कॉलेजमध्ये घालून जायचे, असे मी करायचा.

दोन दिवसांनी मी A-1 रफु सेंटरवर गेलो असता. तो मुलगा तिथे नव्हता. त्या मुलाचे वडील दुकानावर बसले होते. मी त्यांना ओळख सांगितली. 'तुमचा मुलगा व मी एकाच शाळेत होतो.' असे सांगताच त्या गृहस्थाला आनंद झाला. तो पॅन्ट शोधू लागला. पण पॅन्ट कुठेच सापडत नव्हती. आता त्या मुलाची वाट पाहण्याखेरीज इलाज नव्हता. मी तिथेच त्याची वाट पाहत थांबलो. त्याचे वडील एका शर्टाला रफु करीत होते. अत्यंत नाजूक काम. त्याच शर्टाचा दोरा काढून जिथे फाटले आहे तिथे दोन भागांना एकत्र करून सूक्ष्मपणे शिवत होते. एकमेकांना एकजीव करीत होते. एवढे सूक्ष्म काम की, कुठे फाटले हे खूप निरीक्षण केल्यानेच कळायचे. मी त्या गृहस्थाच्या बोटांकडे व त्यांच्या कलेकडे पाहतच होतो.

त्यांचा मुलगा म्हणजे माझा शाळेतला मित्र यायला थोडा उशीर होता. मी त्यांना म्हणालो,

"मामू आपन चाय लेंगे, आपको टाइम है तो चलो" त्यांनी नको हो म्हणत चहा घेण्यास होकार दिला. बाजूलाच सात-आठ दुकाने सोडून चहाचे हॉटेल होते. आम्ही तिथे गेलो. मी खिशात पैसे बघितले तर फक्त १२ रुपये होते. त्यातले दहा रुपये रफुला दिल्यास केवळ दोनच रुपये माझ्याजवळ होते. मला चहा पिण्याची फार सवय होती. मी चहाला कधी नाही म्हणायचा नाही. एक चहा दोन रुपयांना होती. त्या वेळी वन बाय टू अशी काही पद्धत नव्हती. काचेच्या ग्लासमध्ये किंवा कप-बशीमध्ये हा चहा मिळायचा.

माझ्याजवळ केवळ दोन रुपये असल्यामुळे मी हॉटेलवाल्याला एकच चहा देण्याची विनंती केली. यावर मामू म्हणाले,

"आप भी लो ना"

मी म्हणालो, "मै चाय नहीं पिता, मुझे चाय की आदत नहीं है।"

"अरे व्वा! अच्छी बात है।" असे ते गृहस्थ म्हणाले व माझी इच्छा असूनसुद्धा माझ्याजवळ पैसे नसल्यामुळे मी चहाचा आनंद घेऊ शकलो नाही. पण त्या माणसाला नक्की समजले होते की, माझ्या जवळ पैसे नसल्यामुळे मी चहा घेतला नाही. मी मात्र माझ्याजवळ भरपूर पैसे असल्यागत दाखवत होतो.

छोट्या छोट्या त्यागातून माणूस मोठा होतो. हे मला त्यावेळी समजले. त्याग हा माणसाला जीवनाच्या उच्च ध्येयाप्रत घेऊन जातो. जीवन जगण्याचा मार्ग दाखवतो. तो त्याग छोटा असो की मोठा त्यागामुळे माणसे जोडली जातात. ती न तुटण्याच्या इराद्यानेच!

तेवढ्यात तो माझा मित्र आला. त्याने पॅन्ट रफु करून ठेवली होती. ती मला त्याने शोधून दिली. मी त्याला त्याचे दहा रुपये देऊन त्यांचा निरोप घेतला.

प्रतिभा निकेतन कॉलेजमध्ये प्रवेश

प्रतिभा निकेतन महाविद्यालय हे बंदाघाट येथील नदीच्या तीरावर चार मजली सुंदर कॉलेज आहे. महत्त्वाचे म्हणजे या महाविद्यालयाला, भव्य ग्राऊंड, सुंदर बगिचा होता. मी आज वेगळ्याच दुनियेत पाऊल ठेवले होते. १७ नंबर फॉर्मने पास झाल्यामुळे माझ्याजवळ दहावी पासची टी.सी नव्हती. ७ वी पास म्हणून माझ्याजवळ असलेली टी.सी घेऊन मी ॲडमिशन समितीकडे गेलो. पण त्यांनी दहावी पासची टी.सी पाहिजे असे सांगताच मी घाबरून गेलो. एवढे दिव्य करून दहावी पास झालो. पण दहावी पासची टी.सी नसल्यामुळे आपले ॲडमिशन होईल का नाही, याच विचारात मी होतो. कॉलेजला आल्या आल्या पहिली अडचण उभी होती. परंतु अशा अनेक अडचणी इथे येणार होत्या. त्यातून तावून सुलाखून निघायचे होते, याची कल्पना मला नव्हती. ॲडमिशन समितीने सांगितल्यानुसार मी उपप्राचार्य हरमहेंद्र सिंघ यांच्याकडे, दहावी उत्तीर्ण मार्कमेमो व सातवी पासची टी.सी घेऊन गेलो. त्यांनी माझी कागदपत्रे तपासून, मला माझ्या फॉर्मवर प्रवेश देण्यात यावा. असे लिहून सही केली. अशाप्रकारे माझा या महाविद्यालयात प्रवेश झाला आणि पहिली अडचण दूर झाली.

आता मी मागे वळून पाहणे शक्य नव्हते. मला कॉलेजचे खूप आकर्षण होते. मी दररोज कॉलेजला जायचा. पीरियड करायचा. कॉलेज माझ्या घरापासून साधारण दोन कि.मी. अंतरावर होते. मी हातात वही घेऊन कॉलेजकुमारासारखा चालत कॉलेजपर्यंत यायचा. अर्थात मी कॉलेजकुमारच झालो होतो. मोहल्ल्यातील लोक आता माझ्याकडे चांगल्या नजरेने पाहत होते. असे म्हणतात 'कॉलेजमध्ये आपल्या व्यक्तिमत्त्वाला धार प्राप्त होते.' माझ्या सोबतही असेच काहीसे घडले. या महाविद्यालयाने मला माझी स्वत:ची ओळख निर्माण करण्याची संधी दिली. मी सायन्स ११ वीला प्रवेश घेतला. कारण माझ्या सर्व मित्रांनी सायन्स घेतले होते. प्रयोगशाळा व प्रॅक्टिकल यामुळे मला वेळच भेटत नव्हता. मी फुल्ल बिझी झालो. पण विज्ञानाचे साहित्य घेणे तसेच विज्ञान विभागाची पुस्तके घेणे,

एवढी माझी ऐपत नव्हती. माय-बापू पण पैसे द्यायला तयार नव्हते. किंबहुना त्यांची पण तशी परिस्थिती नव्हती. आणि माझ्या भावानेसुद्धा पीपल्स कॉलेजला कला शाखेलाच प्रवेश घेतला होता. तो बी.ए.च्या पहिल्या वर्षाला होता. मी ११वीचा अभ्यास नवीन झालेल्या मित्रांची पुस्तके व साहित्य घेऊन केला. पहिल्या दहा विद्यार्थ्यांमध्ये मी ११वी मध्ये स्थान मिळवले. पण १२वीला टिविशन लावणे, वेगवेगळी महागडी पुस्तके घेणे, तसेच वेगवेगळ्या विषयाची टिविशनची दहा-वीस हजार रुपये फीस भरणे शक्यच नव्हते. म्हणून सिंग सरांना विनंती करून मी १२वी कला शाखेला प्रवेश घेतला आता फक्त इंग्रजीसाठी एकच टिविशन लावायचे होते. त्याकाळात इंग्रजी विषयासाठी प्रसिद्ध असलेले के.टी. सिद्दीकी सरांकडे टिविशन लावली. सायन्सऐवजी मी शाखा बदलून कला शाखेत प्रवेश घेतला. आणि माझे कॉलेज सुरू झाले.

मी आता माझे अतीत व लहानपणातील घटना संपूर्ण विसरून गेलो होतो. एका नव्या उमेदीने मी माझ्या आयुष्याची सुरुवात केली. मला या महाविद्यालयात चांगले मित्र मिळाले. ज्यात सुनील जोगदंड, राजु पिंपळपल्ले, के. टी. सूर्यतळ, किशोर महात्मे, मनोज दवणे, पप्पु जाधव, पिंटू जाधव, नरेश यादव इत्यादी. मित्र जर आपल्या चुका सांगणारे असतील तर, आपण चुका करण्यापासून परावृत्त होतो. इथे मला माझ्या चुका सांगणारे स्पष्ट बोलणारे व माझ्या व्यक्तिमत्त्वाचा विकास करणारे मित्र भेटले. म्हणून माझे व्यक्तिमत्त्व आकारास आले.

कॉलेजमध्ये विविध स्पर्धा व्हायच्या. व्हॉलिबॉल, क्रिकेट, हॉकी, कबड्डी, वेटलिफ्टिंग, रनिंग या मैदानी स्पर्धा, तर काव्यवाचन, गीतगायन, नाटक, नृत्य, एकपात्री अभिनय, फिशपॉन्ट, विविध विषयावर भाषण, वाद-विवाद, कथालेखन, कथावाचन इत्यादी वाङ्मयीन व सांस्कृतिक स्पर्धा व्हायच्या. तसेच विविध कलागुणदर्शन कार्यक्रम हा माझाच नाहीतर सर्व मुलामुलींच्या व्यक्तिमत्त्वाचा केंद्रबिंदू व आवडीचा विषय होता. आणि हा कार्यक्रम संपला की, सर्व मुलामुलींना सहभोजन असायचे व त्या नंतर एक दिवस श्रमपरिहारची सुट्टी मिळत असे.

मला वाटते मी, सायन्स विभागात असतो तर, परिस्थितीवर मात करून डॉक्टरही झालो असतो. किंवा याउलट, शिक्षण सोडून परिस्थितीशी झगडत बसलो असतो. पण कला शाखेने माझ्या जीवनाला व व्यक्तिमत्त्वाला वेगळी धार निर्माण करून दिली. माझ्यातील अनेक सुप्त गुण या वेळी बाहेर निघाले. मी ज्या वेळी बी.ए. प्रथम वर्षाला आलो, तेव्हा संपूर्ण कॉलेजमधील मुले व प्राध्यापक मला 'तारू' म्हणून ओळखायचे. मी भाषणाला उठलो तेव्हापासून ते भाषण संपेपर्यंत क्षणाक्षणाला टाळ्या मिळवायचो. मी विद्यार्थी मित्रांबरोबरच प्राध्यापकांचेही मन जिंकले होते. प्रत्येकांच्या मनात एक चांगला विद्यार्थी,

चांगला मित्र म्हणून कायम घर करून बसलो होतो. अनेक उपक्रमांमध्ये माझा सहभाग होता.

पहिले नेतृत्व-कॉलेज मोर्चा

या वेळी, मी १२ वी कला शाखेला असतानाचा एक प्रसंग सांगावासा वाटतो. तो प्रसंग माझ्या कॉलेज जीवनातील नेतृत्वाला उभारी देणारा आहे; असे मला वाटते. श्यामल कुरुंदकर मॅडम, गोरे सर, देशपांडे सर, मकरंद जोशी सर (बळी, चित्रपटातील सह-अभिनेते) कुमार मॅडम, प्रा. सी. टी. कांबळे, प्रा. मेहेत्रे सर, प्रा. हरमहेंद्र सिंध इत्यादी प्राध्यापकाचा मी लाडका विद्यार्थी झालो होतो. पण १२वीला असताना इथल्या बऱ्याच प्राध्यापक व मुलांची माझी नीट ओळख झाली नव्हती. ती प्रथम वर्षापासून घट्ट झाली. आता मी १२वीच्या वर्गात बसून नियमित क्लास करणे आणि मन लावून अभ्यास करायचा माझ्यासाठी आवश्यक होते. कारण दहावी पास झाल्यानंतर माझ्या जीवनाला आशेची पालवी फुटली होती आणि आता त्याचा वटवृक्ष होण्याची मी आतुरतेने वाट पाहत होतो. त्यासाठी मला जास्तीचा अभ्यास करणे गरजेचे होते. १२वी पास झाल्याशिवाय दिशा मिळणे आवघड होते. त्यामुळे कसून व प्रामाणिक अभ्यास करणे हेच माझ्या हातात होते.

माझ्या घरची परिस्थिती अतिशय हलाखीची होती. माय फळे, माळवं विकून घर चालवीत होती. बापू दोन धडी ज्वारी, शेरभर गहू व शेरभर तांदूळ महिन्याकाठी देत होता. त्यात भूक भागायची नाही. आता मी वयाने मोठा झालो होतो; पण माझ्या पोटाच्या भूकेपेक्षा माझ्या ज्ञानाची भूक वाढली होती. याची कल्पना माझ्याशिवाय इतर कोणालाही नव्हती.

या वेळी १० वी पास झालेल्यांना डी.एड् करून शिक्षक होता येत असे. परंतु १०वीच्या गुणांवरून मेरिट लिस्ट लागत होती. ६० टक्के ज्यांना गुण मिळाले तो हमखास डी.एड्.ला लागायचा. मला तर दहावीला ६३ टक्के गुण होते. मी याच आनंदात होतो. डी.एड्. प्रवेशाची तारीख कधी येईल, हे मी एसएससी पास झाल्या बरोबर वाट पाहत होतो. एवढ्यात डी.एड्. हे दहावीच्या ऐवजी १२वीच्या गुणांवर असेल, असा शासनाने निर्णय घेतला होता. त्यामुळे मी इथेच ११वी विज्ञान शाखेला प्रवेश घेऊन माझा शिक्षण प्रवास सुरू केला होता. आणि १२वीला जास्त गुण घेऊन डी.एड्. करून शिक्षक होण्याचा मी निर्णय घेतला होता. कारण माझी डी.एड्. होण्याची संधी हुकली होती. आता १२वीची संधी हुकता कामा नये, याची मी काळजी घेत होतो.

एक दिवस मी १२वीच्या वर्गात मराठी विषयाचा तास करीत असताना. स्कॉलरशिप धारकांचे, कॉलेज प्रशासनाने एक हजार रुपये कापून घेत असल्याचे कुणी तरी येऊन सांगितले. त्या वेळी स्कॉलरशिप धाराकांना सुमारे बाराशे रुपये १२ वी साठी स्कॉलरशिप मिळायची. ही स्कॉलरशिप ११ वी ते बी.ए.पर्यंत वेगवेगळ्या स्वरूपाची असायची. तीन महिन्याला कॉलेजकडून एकदा चेक मिळायचा. त्याच पैशावर आम्ही नवीन ड्रेस घेणे, चपला-बूट घेणे, काही पुस्तके घेत असत. कारण घरून काहीच पैसे मिळत नसत. माझ्यासोबत माझे अनेक मित्र असे होते की, जे गावांकडून येऊन रूम करून या ठिकाणी शिकत होते. कारण कॉलेजला हॉस्टेल नव्हते. त्यांना दोनशे-तीनशे रुपयांत रूम घेऊन राहावे लागे. कुणीकुणी तर सकाळी पेपर टाकणे, हॉटेलमध्ये वेटरचे काम करणे, इत्यादी कामे करत शिकत होते. आता त्यांच्या आशेवर पाणी फिरणार होते. त्याचवेळी एकदम माझ्यातील नेतृत्वाच्या गुणाने उचल खाल्ली आतून मला जणूकाही आवाज यावा "चल ऊठ या गरीब मुलांना न्याय मिळवून दे त्यात तू पण एक आहेस" मी सर्व मुलांना एका वर्गात जमा होण्याची विनंती केली. माझ्या आव्हानाला साथ देऊन स्कॉलरशिपधारकांनी संपूर्ण वर्ग खचाखच भरला होता. त्यात माझ्या जवळच्या मित्रांनी सर्व नियोजन केले होते. मुलींना व मुलांना वेगवेगळे बसवले होते. माझ्यात भाषण करण्याची कला असल्यामुळे व मी एखाद्या मुरलेल्या नेत्यासमान विद्यार्थ्यांना जवळपास ३० मिनिटे भाषण करून. कॉलेज प्रशासनाचा निषेध करण्यासाठी "आपणास जिल्हाधिकारी कार्यालयावर मोर्चा काढणे आवश्यक आहे. अन्यथा आपणास न्याय मिळणार नाही व आपली सर्व स्कॉलरशिप कॉलेज हडप करील," असे मी त्यांना भावनिक आव्हान केले. सर्वांनी टाळ्या वाजवून माझ्या प्रस्तावाला मंजुरी दिली.

मंत्री रामदास आठवले यांना घेराव

दुसऱ्या दिवशी आम्ही पाच-सहा मित्र एकत्र येऊन मोर्चा कसा काढतात, कुणाला पत्र द्यायचे असते, याविषयी चर्चा करू लागलो. कारण आम्ही सर्वांसमोर मोर्चा काढण्याचे बोलून तर गेलो, पण आम्हाला यातले कांहीही माहीत नव्हते. जिल्हाधिकारी यांना निवेदन द्यायचे यावर सर्वांचे एकमत झाले. पण आम्ही सर्वजण एकमेकांची मतं जाणून घेत असतानाच वर्तमानपत्रात समाजकल्याण मंत्री रामदास आठवले हे नांदेडमध्ये येत असल्याची बातमी छापून आली होती. बस्स्... ठरले...'कलेक्टरला सोडून मंत्र्याला घेराव घालायचा.' आम्ही सर्वानुमते प्लान केला. आणि एस.पी ऑफिस, जिल्हाधिकारी यांना पाच दिवस अगोदर,

कॉलेज प्रशासनाकडून आमच्यावर झालेल्या अन्यायाविरुद्ध वाचा फोडण्यासाठी मंत्र्यांना घेराव घालण्याचे निवेदन सर्व मुलांनी दोन-दोन रुपये जमा करून एक पत्र टाइप करून त्यांच्या कार्यालयात देऊन टाकले.

आम्ही नांदेडमधल्या सर्व कॉलेजच्या स्कॉलरशिपधारकांना आवाहन केले की, आपण या घेराव कार्यक्रमात सहभागी व्हावे. जवळपास सर्वच महाविद्यालयांमध्ये अशी एक हजार रुपये कापून घेण्याची कुणकुण लागली होती. म्हणून सर्वच विद्यार्थी नेत्यांना आम्ही एकत्र केले. रामदास आठवले उद्या नांदेडमध्ये येणार म्हणून वर्तमानपत्रात आजच छापून आले होते. तर आम्ही मुलांनी 'समाजकल्याण मंत्री रामदास आठवलेंना घेराव' घालणार असल्याचे नांदेडच्या सर्व महाविद्यालयांना पत्रके वाटली. प्रत्येकाला महाविद्यालये वाटून देण्यात आली. कुणी कोणत्या महाविद्यालयात जाऊन पत्रके वाटावीत व चिकटवावीत हे ठरले. त्या त्या महाविद्यालयाच्या भिंतीवर, नोटीस बोर्डावर ही पत्रके चिकटवली गेली. मोर्चा प्रतिभा निकेतन महाविद्यालय, बंदाघाट येथून निघणार असल्याचे पत्रात नमूद केल्याने दुसऱ्या दिवशी हजारो विद्यार्थी आमच्या महाविद्यालयामध्ये जमले. सर्व महाविद्यालय विद्यार्थ्यांनी फुलून गेले.

पत्रकावर कुणाचेही नाव नव्हते. फक्त 'संयोजन कृती समिती' असे असल्यामुळे महाविद्यालयाचे प्राचार्य, स. दि. महाजन व उपप्राचार्य हरमहेंद्र सिंग, प्रा. सी. टी कांबळे, प्रा. माने, प्रा. पाठक आणि संपूर्ण प्राध्यापक त्या संयोजकाचा शोध घेण्यात गुंतले होते. पण कुणालाच संयोजकाचा सुगावा लागत नव्हता. कुणी हा मोर्चा काढण्यास उत्तेजन दिले हे कुणालाच माहिती होत नव्हते. पण ११ वी किंवा १२ वीला तो मुलगा शिकत असल्याचे कुठून तरी प्राध्यापक मंडळींना कुणकुण लागली होती. नांदेडच्या इतर कॉलेजच्या विद्यार्थ्यांचे लोंढेच्या लोंढे आमच्या कॉलेजच्या दिशेने येत होते. गर्दी वाढत होती. सगळे प्राध्यापक डोळे वटारून सर्व मोर्चेकऱ्यांकडे पाहत होते. एवढ्यात एक सीआयडीचे पोलीस शेख साहेब महाविद्यालयात आले. ते थेट प्राचार्य स. दि. महाजन यांच्या केबिनकडे गेले. व ''देविदास तारु कोण आहे?'' असे प्राचार्यांना विचारले. पण महाजन सर सीनियर कॉलेजला अध्यापन करीत असल्याने ११-१२ वीच्या विद्यार्थ्यांशी त्यांचा संबंध येत नसे. त्यामुळे ''तारू नावाच्या विद्यार्थ्याला मी ओळखत नाही.'' म्हणून त्यांनी सांगितले.

त्यानंतर प्राचार्यांनी ११ वी १२ वीच्या वर्गांना अध्यापन करणाऱ्या काही प्राध्यापकांना बोलावून 'हा देविदास तारु कोण आहे?, कोणत्या वर्गात शिकतो. ते जरा बघा' म्हणून विचारले. त्यात प्रा. सी. टी. कांबळे तसेच क्रिडा शिक्षक प्रा. माने, प्रा. पाठक हे मुलांमध्ये चौकशी करीत होते.''यातील देविदास तारू

कोणता मुलगा आहे?'' पण कुणालाही माझ्याबद्दल माहिती नव्हती. ज्यांना माहिती होती ती मुले मुद्दाम सांगत नव्हती.

विद्यार्थ्यांची संख्या वाढतच होती. प्रवेशद्वारापाशी, सायकल स्टँड व खेळाचे मैदान विद्यार्थ्यांनी खचाखच भरून गेले होते. सगळीकडे विद्यार्थ्यांचा आवाजच आवाज ''नही चलेगी, नही चलेगी तानाशाही नही चलेगी, विद्यार्थ्यांची स्कॉलरशीप हडपणाऱ्या कॉलेज प्रशासनाचा-निषेध असो ऽ ऽ स. दि. महाजन मुर्दाबाद'' अशा विविध घोषणांनी सारे कॉलेज दणाणून गेले. माझे चार-पाच मित्र सोडले तर, माझी कुणालाच ओळख नव्हती. आता हा देविदास तारू कोण आहे? कोणत्या वर्गाला आहे, कसा दिसतो, याचा कुणाला थांगपत्ताच लागत नव्हता. पण जिल्हाधिकारी आणि पोलीस अधीक्षक यांना दिलेल्या पत्रात कृती समिती संयोजक म्हणून माझे नाव व सही असल्यामुळे पोलीस माझा शोध घेत होते. सोबतच कॉलेजच्या प्राध्यापकांची टीमही मला शोधत होती. मी मात्र मित्रांना बोलत होतो. इकडून तिकडे फिरत होतो. किती मुले आली, याचा मागोवा घेत होतो. त्या वेळी मी पोलिसांच्या बाजूने कितीतरी वेळा गेलो होतो, पण तो हा, मीच आहे, हे त्यांना माहिती नव्हते. माझ्या मित्रांना मी सांगितले. आता सर्वांना एकत्र करा. मी त्यांच्याशी स्कॉलरशिप संदर्भात बोलणार आहे. एक दिवस अगोदरही सीआयडी ब्रँचचे कर्मचारी महाविद्यालयात येऊन गेल्याचे मला समजले होते. पण प्राचार्य त्या दिवशी सुट्टीवर होते म्हणून ते परत गेले होते. तसा मी सावधच होतो. विविध महाविद्यालयांतील सर्व मुले प्रतिभा निकेतन कॉलेजच्या आतल्या प्रवेशद्वारासमोर जमले. कॉलेजचे मुख्यद्वार जमिनीपासून पाच ते सहा फूट उंच होते. त्या ठिकाणी जाऊन सुनील जोगदंड या माझ्या मित्राने, जोराने घोषणा केली, ''देविदास तारु हा आपल्याशी हितगुज करणार आहे.'' हे ऐकल्या बरोबर प्राचार्य, सर्व प्राध्यापक मंडळी तसेच पोलीस कर्मचारी दरवाजाच्या त्या उंच ठिकाणाकडे बघायला लागले. कोण असेल हा मुलगा? ज्याने महाविद्यालयाचे नाव खराब करण्याचा प्रयत्न केला. कारण आत्तापर्यंत या कॉलेजमधून अशाप्रकारे विद्यार्थ्यांचे बंड झाले नव्हते. किंवा मोर्चा वगैरे निघाला नव्हता.

प्राचार्य स. दि. महाजन यांचा दरारा म्हणजे सैन्यातील एखाद्या कॅप्टनचा जसा दरारा असतो, तसा होता. त्यांना विद्यार्थी तर सोडाच पण प्राध्यापकसुद्धा घाबरायचे. अशा या कडक व शिस्तप्रिय वातावरणात मी कॉलेजमधून मोर्चा काढणार होतो. एवढेच नाही तर एका मंत्र्याला थेट घेराव घालणार होतो. आणि तेही १२वीला शिकत असताना.

सर्वजण मी त्या ओट्यावर येण्याची वाट पाहत होते. बरोबर सकाळी १०.३० वाजता एखाद्या पिक्चरमध्ये नायकाने एंट्री करावी तसा मी त्या

ओट्यावर (स्टेजवर) उंच भागावर चढलो, आणि "माझ्या बंधू आणि भगिनींनों" असे म्हणून मी विद्यार्थ्यांशी संवाद साधायला सुरुवात केली. सुमारे १५ ते २० मिनिटे मी तुफान भाषण केले. त्यात "आपल्या स्कॉलरशिप मधून १ हजार रुपये कॉलेज प्रशासन कसे कापून घेत आहे." हे मी जबरदस्तपणे विद्यार्थ्यांच्या समोर मांडले. आणि "आता आपण समाजकल्याण मंत्री रामदास आठवले यांना घेराव घालणार आहोत, ज्यांना भीती वाटते त्यांनी इथून निघून जावे. ज्यांना आपल्यावर झालेल्या अन्यायाला वाचा फोडावी असे वाटत असेल त्यांनीच मोर्चात सहभागी व्हावे." असे मी भावनिक आवाहन केले. सर्वांनी प्रचंड टाळ्यांनी माझ्यासोबत येण्याची संमती दिली प्राचार्य, प्राध्यापक गाइयाबळे बघून आश्चर्यचकित झाले. त्यांना माझा प्रचंड रागही येत होता. आपल्या महाविद्यालयात असे कधीच झाले नाही, असे ते एकमेकांस सांगत होते. प्राचार्य स. दि. महाजन सर तत्काळ तिथे आले आणि ते सर्व विद्यार्थ्यांना काहीतरी सांगण्याचा प्रयत्न करीत होते. पण विद्यार्थी काही ऐकण्याच्या मन:स्थितीत नव्हते. "कॉलेज प्रशासन मुर्दाबाद, स. दि. महाजन मुर्दाबाद, नहीं चलेगी; नहीं चलेगी तानाशाही नही चलेगी, डॉक्टर बाबासाहेब आंबेडकर की जय ऽऽ!" जमलेले विद्यार्थी अशा जोरजोरात घोषणा देत होते. त्यांना बोलूच देत नव्हते. त्यामुळे ते रागारागाने त्यांच्या केबिनकडे निघून गेले.

मोर्चा निघाला. काही पोलीस कर्मचारी ड्रेसवर आमच्या सोबत बंदोबस्तावर होते. सीआयडीचे कर्मचारी सुद्धा साध्या कपड्यात सोबत होते. प्रचंड नारे देत विद्यार्थ्यांचा मोर्चा रेस्ट हाउसकडे जात होता. जवळपास दोन हजार विद्यार्थी या मोर्चात सहभागी झाले होते. मुलींची संख्याही मोठ्या प्रमाणात होती. मोर्चा आयटीआय महात्मा फुले पुतळ्याजवळ आला. सर्व रस्ता जाम झाला. मी विद्यार्थ्यांना पुढे कसे जायचे हे सांगितले. "कदाचित ते आपणास मंत्र्यांना भेटू देणार नाहीत. पण आपण मात्र भेटल्याशिवाय राहायचे नाही." असा पक्का निर्धार केला. पाच-सहा विद्यार्थी ज्यामध्ये हातात एक छडी घेऊन मुलांना एका लाइनमध्ये चालण्यास विनंती करत होते. जेणेकरून ट्रॅफिक जाम होणार नाही. आणि आपल्यातील शिस्तही राखली जाईल. रेस्ट हाउसवर मोर्चा धडकला, मंत्री रामदास आठवले यांच्या गाड्यांचा ताफा सायरन वाजवत नुकताच रेस्ट हाउसमध्ये घुसला होता. विद्यार्थ्यांमध्ये प्रचंड जोश होता. "डॉ. बाबासाहेब आंबेडकरांचा ऽऽ विजय असो ऽऽ, विद्यार्थ्यांची शीष्यवृत्ती हडपणाऱ्या कॉलेज प्रशासनाचा ऽऽ मुर्दाबाद!" अशा घोषणांनी संपूर्ण रेस्ट हाउस परिसर दणाणून गेले. गाडीमधून रामदास आठवले आमच्याकडे पाहत होते. आम्ही मात्र जीव तोडून घोषणा देत होतो. एवढ्यात त्यांचे कार्यकर्ते प्रा. नरेंद्र गायकवाड हे

आमच्या मोर्चाकडे आले आणि "फक्त पाच विद्यार्थी साहेबांना भेटून आपले निवेदन किंवा म्हणणे मांडतील" असे सांगितले. मी व पाच-सहा माझे विद्यार्थी मित्र ज्यामध्ये पप्पु जाधव, मनोज दवणे, राजेंद्र लोणे, सुनील जोगदंड, के. टी. सूर्यतळ, राजू पिंपळपल्ले, पिंटू जाधव, नरेश यादव इत्यादी साहेबांना भेटण्यासाठी गेलो. इथून पाच-सहाजण निघालो. पण त्यांच्या केबिनमध्ये जाईपर्यंत २५ ते ३० विद्यार्थी आमच्या शिष्टमंडळात घुसले. आम्ही आमचे म्हणने शांतपणे मंत्री महोदयांना सांगितले. त्यांनी लगेच समाजकल्याण अधिकाऱ्यांना बोलावले. पण ते बाजूलाच उभे होते. त्यांनी "विद्यार्थ्यांचे १ हजार रुपये का कापून घेतलं जात आहेत?" याचे कारण विचारले असता. तेव्हा संबंधित अधिकाऱ्यांनी अडखळतच काहीतरी उत्तर दिले. "तत्काळ महाविद्यालयांना पत्र लिहून विद्यार्थ्यांची स्कॉलरशिप न कापण्याची सूचना करा आणि विद्यार्थ्यांचा संभ्रम दूर करा. पुन्हा हा प्रश्न माझ्यापर्यंत येऊ नये. योग्य ती कारवाई लवकरात लवकर करा." असा दम मंत्र्यांनी त्या अधिकाऱ्यांना दिला. आणि आमची १ हजार रुपये न कापण्याची मागणी आम्ही तत्काळ मंजूर करून घेतली. लढाई छोटी असली तरी आमच्यासाठी हा विजय खूप मोठा होता. आम्ही बाहेर येऊन "आपली मागणी मान्य झाल्याचे व १ हजार रुपये कापणार नसल्याचे प्रशासनाला कळवण्यात आलेले आहे." असे म्हणताच सर्व विद्यार्थ्यांनी टाळ्या वाजून आनंद साजरा केला व माझे अनेकांनी अभिनंदन केले. माझ्या मित्रांनी मला खांद्यावर उचलून घेतले व एकच जल्लोष केला. मी सर्वांचे आभार मानून "आणि अशा प्रसंगी सर्वांनी एकत्र येऊन लढा दिल्याशिवाय आपले प्रश्न सुटणार नाहीत." असे सांगून, सर्वांना घरी जाण्याची विनंती केली व सर्वांचा निरोप घेतला.

कॉलेजमधून टाकले काढून

आम्ही सर्व मित्र त्या दिवशी एका टपरीवर बसून चहा पिलोत. त्यावेळी २ रुपयाला चहा होता. माझ्या जवळ फक्त दहा रुपये होते. मी त्याचा सर्वांना चहा पाजला व आपापल्या घरी निघालो.

दुसऱ्या दिवशी माझ्या एका मित्राने मला सायकलवर येऊन एक बातमी दिली. तो म्हणाला "ताऱ्या (तारु) तुझे नाव नोटीस बोर्डावर चिकटवण्यात आले असून तुला कॉलेजमधून काढून टाकण्यात आले आहे." मी घाबरून गेलो. आता तर मी अभ्यास करू लागलो होतो. दोन-तीन वर्षाच्या अभ्यासामध्येच मला अनेक गोष्टींची माहिती होऊ लागली. आणि मला माझे जीवन प्रगतीच्या पथावर नेण्याचा योग आताशी कुठे आला असताना ध्यानीमनी नसताना कॉलेजमधून

काढण्यात आले होते. माझा गुन्हा काय, तर मी मोर्चा काढला होता. उगाच मोर्चा काढून आफत ओढवून घेतली, आता मोहल्ल्यात समजल्यावर आपली नाचक्की होईल, शिक्षक होण्याचे आपले स्वप्न अधुरेच राहील, बापू आपल्याला अजून धुतल्याशिवाय राहणार नाही, अशा नाना विचारांनी मनात तुंबळ गर्दी केली होती. या विचारांमध्येच मी काही मित्रांच्या घरी गेलो व त्यांना ही माहिती देऊन मित्रांसोबत कॉलेजमध्ये गेलो. पाहतो तर काय? नोटीस बार्डावर 'कॉलेजची शिस्त बिघडवल्याच्या व विद्यार्थ्यांना भडकावल्याच्या कारणावरून' मला प्राचार्यांच्या आदेशान्वये कॉलेजमधून काढून टाकण्यात आले होते. ही बातमी बघता बघता आमच्या संपूर्ण महाविद्यालयात पसरली. आम्ही चार-पाच मित्र कॉलेजच्या स्टेजकडील गार्डनमध्ये विचार करीत बसलो होतो. काय करावे? कशामुळे कॉलेजमधून काढून टाकले? याचा जाब प्राचार्यांना विचारावा हे सर्वांनुमते ठरले. कारण आम्ही तर आमच्या न्याय्य मागणीसाठी मोर्चा काढला होता. आम्ही कोणताच गुन्हा केलेला नव्हता. 'न्याय्य हक्कासाठी लढणे गुन्हा आहे का?' अशी एकमेकांमध्ये चर्चा करू लागलो. तोपर्यंत अनेक मुलांना मला कॉलेजमधून काढल्याची खबर लागली होती. पाहता पाहता पन्नास ते साठ मुले माझ्या आवती भोवती जमा झाली.

आम्ही प्राचार्यांच्या केबिनकडे निघालो. त्यांना येण्यास काही वेळ होता. आम्ही त्यांची वाट पाहत होतो. प्राचार्यांचा फार दबदबा होता. त्यांना विद्यार्थ्यांबरोबरच प्राध्यापकही घाबरायचे. शरीरयष्टी उंच धिप्पाड, रंग थोडा काळा, उरात धडकी भरवणारा आवाज, जर ते कॉलेजच्या व्हरांड्यातून येत असतील तर, प्राध्यापक असो, की विद्यार्थी लगेच अंग चोरून हळूहळू भिंतीला खेटून, मान खाली घालून व पटकन नमस्कार करून पुढे निघून जात. एवढा त्यांचा दरारा होता.

आता त्यांची येण्याची वेळ झाली होती. आम्ही सर्व मुले केबिनच्या समोर गर्दी करून उभे होतो. एकजण कॉलेजच्या गेटलाच थांबला होता. 'प्राचार्य आल्याचे' त्याने निरोप दिला. प्राचार्य आले म्हटल्याबरोबर आमच्यातील हरीण काळीज मित्र हळूहळू नकळत गार्डनमध्ये निघून गेले. समोरून प्राचार्य येत असल्याचे दिसताच, अजून त्यातले पाच-सहा जण गळाले. आम्ही रोज एकत्र राहणारे मित्र मात्र भक्कमपणे माझ्यासोबत उभे होते. प्राचार्य येताच त्यांना आम्ही 'नमस्कार' केला. त्यांनीही 'नमस्कार' असे म्हणून ते थेट केबिनमध्ये गेले. आम्ही आठ ते दहा विद्यार्थी त्यांच्या मागेच केबिनमध्ये गेलो. त्यांनी मला दुसऱ्यांदा बघितले होते. पहिल्यांदा भाषण करताना, त्यानंतर आता. माझ्या किडकिडीत शरीरयष्टीकडे बघून मला त्यांनी "बोला काय म्हणता?" असे विचारले. मग मी त्यांना, मला कॉलेजमधून काढले असल्याचे सांगितले. ते

म्हणाले "हो, तुला कॉजेमधून काढले आहे. तू टी.सी. घेऊन दुसऱ्या कॉलेजमध्ये जा." खूप चर्चा झाली. ते खूप जोराने बोलत होते. शेवटी त्यांनी निर्णय बदलला नाही. आणि आम्ही सर्वजण केबिनच्या बाहेर पडलो आणि माझ्यासोबत असलेल्या मुलांनाही त्यांनी काढून टाकण्याची धमकी दिल्यामुळे सर्वजण माघारी फिरले होते. माझी धडधड अजून वाढली. काय करावे हे कळत नव्हते? न्याय्य मागण्यासाठी बोलणे गुन्हा आहे का, असे अनेक प्रश्न माझ्या मनात येवू लागले. तो दिवस तसाच गेला. मार्ग निघाला नाही. घरी येऊन विचार करू लागलो. काहीतरी वेगळे करण्याचे मनात येत होते. पण कसे करावे कळत नव्हते. मी या ठिकाणी शिकून मोठा होईल, या विचाराने आलो होतो. १२वी नंतर डी.एड्.ला जाऊन शिक्षक होवून दारिद्र्यातून बाहेर पडावे असा विचार मनात घेऊन कॉलेजमध्ये आलो होतो. मन लावून आभ्यास करत होतो. पण अचानक हा प्रसंग उद्भवला आणि मी त्यात गुंतलो गेलो. परिणामी आज माझ्यासाठी कॉलेजचे दार बंद झाले होते.

सकाळी ७.२० वाजता पहिला तास असायचा. मी जवळपास आठ वाजता कॉलेजमध्ये गेलो. अचानक एक मित्र मला भेटला, "प्रा.सी.टी.कांबळे सर यांना भेट आणि त्यांच्यासमोर तुझे म्हणणे व्यवस्थित मांड, प्राचार्य सर हे त्यांचे नक्की ऐकतील." असे म्हणून तो वर्गात निघून गेला. प्रा. सी. टी. कांबळे सर म्हणजे, प्राचार्य स. दि. महाजन यांच्यानंतर जर कॉलेजमध्ये कुणाचा दरारा असेल तर तो कांबळे सरांचा. कॉलेजमध्ये बाहेरची मुले आली किंवा कॉलेजच्या एखाद्या मुलाने शिस्त बिघडवण्याचे कारस्थान केले तर त्यांना व्हरांड्यात किंवा गार्डनमध्ये जिथे दिसेल तिथे बेदम मारायचे. त्यामुळे आमच्या कॉलेजमध्ये बाहेरची मुले यायचीच नाहीत. उंच सडपातळ, पण अंगात प्रचंड रग, चालताना हातातले कंगण (कडे) खाली-वर करीत चालत, डाव्या हाताच्या बोटाने नाकाला सारखे दाबायचे व विक्स इन्हेलरचा थोड्याथोड्या वेळाने झुरका मारायचे. एकदम जबरदस्त पर्सनॅलिटी.

मी काही एक-दोन मित्रांना सोबत घेऊन त्यांच्या घरी गेलो. त्यांचे घर वरसणी येथे आकाशवाणीच्या बाजूला होते. आम्ही सायकलीवर तिथे गेलो. आम्ही त्यांची घरी राहण्याची वेळ, याची माहिती काढूनच गेलो होतो. तेव्हा दूरध्वनी शिवाय इतर संपर्काचे साधन नव्हते. आम्ही घरी गेलो असता सर घरीच होते. माझे नाव सध्या प्रसिद्धीच्या झोतात होते. आम्हाला पाहताच "या नेते..." म्हणून त्यांनी आम्हाला घरात बोलावले. आम्ही तिघे, चौघेजण आत गेलो. सरांना काही सांगावे असे काही नव्हते. त्यांना सर्वच माहिती होते. मी विनंती केली, "सर, स्कॉलरशिपधारकांच्या हक्कासाठी लढणे म्हणजे गुन्हा आहे का?

अनेक विद्यार्थी अत्यंत गरीब असून ते या ठिकाणी स्कॉलरशिपवरच शिकत आहेत. त्यांचे १ हजार रुपये कपात करून घेणे हा त्यांच्यावर अन्याय नव्हे का?'' असे मी त्यांना भावनिक निवेदन केले. त्यांनाही ते पटत होते. ''पण आता काय करावे'' असे म्हणून ते क्षणभर थांबले. मोर्चात कुणीतरी ''सी. टी. कांबळे मुर्दाबाद'' असा नारा दिला होता. हे त्यांना माहिती झाल्यावर तेही आमच्यावर रागात होते. पण ''आम्ही प्रशासनाच्या विरोधात बोललो, आपल्या विरोधात नाही.'' असा विश्वास आम्ही त्यांना दिला. आणि ''सर, यापुढे असे काही होणार नाही. मला कॉलेजमध्ये परत घेण्यासाठी प्राचार्यांना आपण बोलावे'' असे मी व माझ्या मित्रांनी त्यांना विनंती केली कांबळे सरांनी मला व माझ्या मित्रांना काही गोष्टी समजावनू सांगितल्या आणि ''उद्या कॉलेजला या, बघू काय होते ते.'' असे ते म्हणाले. आम्ही चहाचा कप रिकामा करून सरांचा निरोप घेऊन निघालो.

दुसऱ्या दिवशी सकाळी १० वाजता मी कॉलेजला पोहोचलो. १२वीचे वर्ष होते. अभ्यास होत नव्हता. कॉलेजमध्ये पुन्हा घेतील की नाही, याची चिंता होती. बरोबर ११ वाजता प्राचार्य कॉलेजमध्ये आले. मी आणि प्रा. सी. टी. कांबळे सर त्यांची वाटच पाहत होतो. कांबळे सरांनी मला बाहेरच थांबायला सांगितले व ते आतमध्ये गेले. त्यांनी प्राचार्यांना बराच वेळ समजावून सांगितले व दहा-पंधरा मिनिटांनी मला आत बोलावण्यात आले. मी आत गेलो प्राचार्यांना नमस्कार केला. आणि ''यापुढे तू मोर्चे काढ किंवा नेतेगिरी कर आम्हाला त्याचे काहीही देणे-घेणे नाही, पण कॉलेजमध्ये बाहेरचे विद्यार्थी आणायचे नाहीत, कॉलेजची शिस्त बिघडवायची नाही. अन्यथा कॉलेजमध्ये पुन्हा घेतले जाणार नाही.'' असा दम देऊन कांबळे सरांवर माझी जबाबदारी सोपवून मला पुन्हा कॉलेजमध्ये घेण्यात आले. ''यापुढे असे होणार नाही सर'' म्हणून मी प्राचार्य व कांबळे सरांना धन्यवाद दिले. अशाप्रकारे माझे कॉलेज पुन्हा सुरू झाले.

यानंतर, अतिशय मेहनत घेऊन मी १२ वीचा अभ्यास सुरू केला. अधूनमधून प्रेरणा क्लासेसला जात होतो. जोशी सर, कुलकर्णी सर यांना भेटत होतो. त्यांच्या क्लासमध्ये थांबून रात्रीला अभ्यास करीत होतो. कारण माझ्या घरी लाइटची व्यवस्था नव्हती. यापूर्वी दहावीला असताना मी लाइट विभागाचे प्रमुख यांना भेटून मोहल्ल्यामध्ये चार नवीन खांब टाकून घेतलेले होते. या खांबावर ट्युबलाइट बसवण्यात आले होते. मीटर घेण्याची आमची परिस्थिती नसल्यामुळे मी खांबाखाली बसून अभ्यास करीत असे. काही लोकांनी पैसे जमा करू करू मीटर घेतले होते. काही दिवसांनी आम्ही मीटर घेतलेल्या लोकांकडून दहा रुपये महिन्याप्रमाणे एक बल्ब अभ्यासासाठी घेतला होता.

१९९३ला मी १२वी ला ५९ टक्के गुण घेऊन उत्तीर्ण झालो. मला वाटले आतातरी आपला नंबर डी.एड्.ला लागेल व आपण शिक्षक होऊ. मी डी.एड्.चे प्रवेश फार्म निघण्याची वाट पाहत होतो. एकदाचे डी.एड्.साठीचे प्रवेश फार्म निघाले. त्या वेळी डी.एड्.साठी प्रवेश परीक्षा (सीईटी) नव्हती. गुणांच्या आधारेच प्रवेश निश्चित होत असे. मग तो डी.एड्, बी.एड्, एम.बी.बी.एस. किंवा अभियांत्रिकी असो सर्वांना टक्केवारीच्या आधारावरच प्रवेश मिळायचा.

डी.एड्.चा शेवटचा रॉउंड होता. पहिल्या राऊंडमध्ये ६५ टक्के गुण असणारे विद्यार्थी प्रवेशपात्र झाले होते. आता मी दुसऱ्या राऊंडची वाट पाहत होतो. पण त्यातही माझा नंबर लागला नाही. शेवटची अंतिम यादी लागली तेव्हा ६० टक्के गुणांवर प्रवेश बंद झाला होता. आणि माझे शिक्षक होण्याचे स्वप्नं पुन्हा एकदा भंगले होते. अशाप्रकारे दोन वेळा शिक्षक होण्याची माझी संधी हुकली होती.

राष्ट्रीय सेवा योजनेमुळे (NSS) सामाजिक जडणघडण

मी नंतर बी.ए. प्रथम वर्षाला याच कॉलेजमध्ये प्रवेश घेतला. अर्थात यावेळी मला प्रा. सी. टी. कांबळे सर प्रा. हरमहेंद्र सिंग सर यांनी मदत केली. कारण प्राचार्य मला घ्यायला तयार नव्हते. पण अखेर या दोघांमुळे मला त्याच कॉलेमध्ये प्रवेश मिळाला. आणि मी बी.ए.च्या प्रथम वर्षात कॉलेजमध्ये प्रवेश घेतला.

प्रा. सी. टी. कांबळे हे राष्ट्रीय सेवा योजनेचे (NSS) जिल्हा समन्वयक होते. मी NSSमध्ये काम करण्याचे ठरवले आणि यामुळे माझ्यात सामाजिक दृष्टिकोन वृद्धिंगत होत गेला. हा देश, येथील जनता, ज्या समाजामध्ये आपण जन्मलो त्या समाजाचे काहीतरी देणे लागतो, हा भाव किंवा विचार प्रथमच माझ्या मनात यायला लागला. मी अभ्यास करतच NSSला संपूर्ण जीवनात उतरवण्याचे ठरविले. आणि NSSच्या अनेक कार्यक्रमात भाग घेऊ लागलो. जिल्हा पातळी, राज्य पातळी, तसेच राष्ट्रीय पातळीवरसुद्धा मी काम करायला लागलो. NSSच्या माध्यमातून शिबिरात दहा दहा दिवस राहू लागलो. त्यामुळे माझ्यात स्वावलंबन, स्वयंशिस्त निर्माण होऊन कठोर परिश्रम केल्यानेच माणूस मोठा होतो याची जाणीव होऊ लागली. अनेक राष्ट्रीय कार्यक्रमात मी भाग घेऊ लागल्यामुळे संपूर्ण भारतातील विद्यार्थ्यांची भेट होऊ लागली. तेथील परंपरा, चालीरीती, संस्कृती याविषयी माहिती होऊ लागली. NSSच्या एका राष्ट्रीय कार्यक्रमात १० दिवसांच्या वास्तव्यात मी असामी भाषेतील एक गीत पाठ

करून ते रात्रीच्या सांस्कृतिक कार्यक्रमात सादर केल्यामुळे असामी तरुण-तरुणींना मी जवळचा वाटू लागलो. त्यांनी अनेक दिवस माझ्यासोबत संपर्क ठेवला होता. त्या वेळी कॉलेजचा टेलिफोन नंबर मी त्यांना दिला होता. त्यावर ते बोलायचे. अशाप्रकारे भारतीय सांस्कृतिक परंपरा वृद्धिंगत ठेवण्याचा मी प्रयत्न करीत होतो. काश्मीरपासून ते कन्याकुमारीपर्यंत भारतातील सर्व प्रांतातील मुले या कार्यक्रमात सहभागी व्हायची. त्यामुळे त्यांची मातृभाषा, तिथली कला या सर्व गोष्टी मला जवळून पाहता आल्या. माणसाने जिज्ञासू वृत्तीने कार्य केल्यास बरेच काही शिकता येते. म्हणून प्रा. नितीन बानुगडे पाटील यांच्या पुस्तकात एका ठिकाणी लिहिले आहे. 'जिज्ञासा दाबू नका, ती खुलेगाणाने फुलू द्या.' जिज्ञासा अनुभव देते, अनुभव ज्ञान देतो! आणि ज्ञान शक्ती देते. शक्ती आत्मविश्वास देते. आत्मविश्वास यश देतो! ते पुढे लिहितात, समुद्राच्या पोटात काय आहे, आभाळाच्या उरात काय आहे, वाऱ्यांच्या अंगात काय आहे, या सृष्टीच्या पल्याड काय आहे, असे प्रश्न जोपर्यंत माणसाला पडणार नाहीत, तोपर्यंत आपल्या व्यक्तिमत्त्वाला धार प्राप्त होणार नाही. म्हणून माणसाने सतत ज्ञान ग्रहण करण्याचे प्रयत्न अंगी बाणवले पाहिजेत. याची कल्पना यायला लागली. माझे व्यक्तिमत्त्व घडण्यात राष्ट्रीय सेवा योजनेचा सिंहाचा वाटा आहे, असे माझे प्रामाणिक मत आहे.

मी प्रथम वर्षाला असताना, कॉलेजमध्ये गॅदरिंगच्या वेळी त्यात सहभाग घेतला व माझ्या जीवनाला एक चांगले वळण लागण्यास मदत झाली. मला सांस्कृतिक क्षेत्रात आवड असल्यामुळे कॉलेजमध्ये एक व्यासपीठ मिळाले. मी जवळपास पंधरा ते वीस विविध स्पर्धांमध्ये भाग घ्यायचा. आणि पंधरा ते सोळा पारितोषिके जिंकून दरवर्षी जनरल चॅम्पियनशिपचा मानकरी ठरायचा. त्यामुळे मी कॉलेजमध्ये प्रसिद्ध झालो होतो. मला बऱ्याच मुलामुलींची ओळख नसायची, पण मला मात्र ते सर्वजण ओळखायचे. मलाही चांगले वाटायचे. यामुळे याहूनही काहीतरी चांगले करावे, असा विचार माझ्या मनात सतत असायचा.

आपण एका स्वप्नवत, भयानक परिस्थितीतून इथपर्यंत आलो आहोत, त्या परिस्थितीवर मात करून नवनिर्माणाची आस मनात धरून नावीन्य शोधत राहायचे. असा मनाने ध्यास घेतला होता.

कॉलेज विद्यार्थी संसदेचा अध्यक्ष

मी महाविद्यालयात एवढा प्रसिद्ध झालो होतो की, मला मुलांनी प्रेसिडेन्ट पदासाठी उभे केले. माझे मित्र हरपाल सिंग, पप्पू जाधव, सुनील जोगदंड,

कामाजी सूर्यतळ, राजू पिंपळपल्ले, किशोर महात्मे इत्यादींनी खूप सपोर्ट केला. प्रेसिडेन्ट होण्यापूर्वी काही दिवस अगोदर इलेक्शनचे वारे वाहू लागले. सी.आर. निवड प्रक्रिया चालू होती. तेव्हा मला माझ्याच कॉलेजमधल्या एका शीख युवकाने धमकावले. ''प्रेसिडेन्ट के लिए खडे रहेने का नहीं'' तो रोज माझा रस्ता अडवायचा, पण मी त्यास काही बोलायचा नाही. बापूने मला खूप वादावादीनंतर कधी नव्हे एक सायकल घेऊन दिली व ती सायकल मी स्टँडवर लावायचा. या ठिकाणी एक लाला नावाचा माणूस होता. तो पार्किंगची व्यवस्था पाहत असे. त्याबदल्यात तो दर महिन्याला विद्यार्थ्यांकडून काही ठरावीक रक्कम घ्यायचा. एक दिवस मी सायकल स्टँडवर लावून पीरियड करण्यासाठी गेलो असता. याच मुलाने माझी सायकल तोडून टाकली. सीट फाडून टाकली, ब्रेक तोडून टाकले, टायर पंक्चर केले, अशाप्रकारे माझ्या सायकलचे बेहाल केले होते. आणि ते कुणी केले हे मला लालाने सांगितले होते. पण मी गप्प बसलो. या वेळी माझ्या मित्रांना ही घटना सांगितली. मित्रांनीही काही दिवस गप्प राहण्याची सूचना केली.

आता निवडणूक रंगात आली होती. सर्वांनी मला साथ देण्याचे आश्वासन दिले होते. मला मतदान करावे म्हणून महाविद्यालयातील वर्गावर्गात जाऊन माझे मित्र विद्यार्थ्यांना समजावून सांगत होते. ही गोष्ट त्या शीख युवकास कळताच त्याने मला एकट्याला गाठून माझ्या डाव्या कानावर ताडकन ठेवून दिली व त्यातच माझ्या कानाचा पडदा फाटला. माझ्या कानातून रक्त येऊ लागले आणि तो तिथून पळून गेला. मी जवळच एका दवाखान्यात गेलो. डॉक्टरांनी ''कानाचा पडदा फाटला आहे, नवीन पडदा यायला एखादा महिना लागेल''असे सांगितले. गोळ्या-औषधी घेऊन मी घरी गेलो.

नवीन सायकलचे हाल बघून बापूने रागाने त्या सायकलला कुलूप लावून टाकले. मला काही दिवस चावी दिलीच नाही. नंतर मी कॉलेजचा प्रेसिडेन्ट झाल्यावर भावाने मध्यस्ती करून मला सायकलची चावी दिली.

त्या मुलाकडे मी संपूर्ण दुर्लक्ष केले. याच्या नादी लागलो तर आपणास आपले ध्येय गाठता येणार नाही, हे मला पक्के माहीत होते. म्हणून मी गप्प होतो. त्याच्या विरोधात तक्रार दाखल केली नाही. किंबहुना त्याच्याकडे मी पूर्ण दुर्लक्ष केले. काही मित्रांनी मध्यस्ती केली व त्याला माझ्या मित्रांनी समजावून सांगितल्यानंतर त्याने माझा नाद सोडला.

प्रेसिडेन्ट निवडीचा दिवस उगवला. सर्व पंधरा सदस्य एकत्र आले. हरपाल सिंग नावाच्या माझ्या मित्राने प्रेसिडेन्ट म्हणून माझ्या नावाची सूचना केली. काही सदस्यांनी त्यास अनुमोदन दिले. जवळपास सर्वच सदस्यांनी माझ्या नावाला

पसंती दिली. आणि अशाप्रकारे मी कॉलेजचा प्रेसिडेन्ट झालो. ज्या शीख युवकाने मला कानावर मारून, माझी सायकल तोडून, माझा तिरस्कार केला होता. तो दुसऱ्या दिवशी कॉलेजमध्ये येऊन त्याने ''कॉंग्रेच्युलेशन्स'' म्हणून माझ्या हातात हात घालून अभिनंदन केले. त्यालाही कदाचित वाटले असावे की, हाच या पदासाठी लायक आहे. पण मी त्याला स्मितहास्य करून दाद दिली. आयुष्यात संयमाने काम केले तर शत्रूलाही आपण जिंकू शकतो. हा पाठ मी त्या दिवशी शिकला.

एकदा प्रा. सी. टी. कांबळे सरांनी १९९५ला NSSचे विभागीय शिबिर महाविद्यालयात घेतले होते. त्यावेळी डॉ. बाबासाहेब आंबेडकर मराठवाडा विद्यापीठाशी माझे कॉलेज संलग्नित होते. नांदेडला १९९४ ला स्वामी रामानंद तीर्थ मराठवाडा विद्यापीठाची स्थापना झाली होती. पण सदरील विद्यापीठ हे कार्यान्वित झाले नव्हते. १९९६ ला देखील डॉ. बाबासाहेब आंबेडकर मराठवाडा विद्यापीठानेच आमच्या परीक्षा घेतल्या होत्या. माझी बी.ए.ची पदवी ही बामुचीच!

तर मी हे सांगत होतो, NSSच्या विभागीय कार्यक्रमात राष्ट्रीय सेवा योजनेचे राज्य समन्वयक मा. राजन वेळूकर तसेच अनेक मान्यवर आमच्या कॉलेजमध्ये आले होते. त्यांच्याशी माझ्या भेटीगाठी झाल्या. प्रा. कांबळे सरांनी माझ्यातील नेतृत्वगुण ओळखून या शिबिराच्या नियोजनाची संपूर्ण जबाबदारी माझ्यावर सोपवली होती. मी संचालन करणे, भाषण करणे, आलेल्या पाहुण्यांची व्यवस्था करणे, स्टेज डेकोरेशन, विद्यार्थ्यांना कामाचे वाटप करणे. त्यांच्याकडून ती कामे करून घेणे. असे मल्टीपर्पज कामे करून हे शिबिर मी गाजवले होते.

१९९६ ला मी बी.ए. शेवटच्या वर्गाला असताना, NSS परेडसाठी राष्ट्रीय पातळीवर माझी निवड झाली होती. माझे सर्व स्तरातून अभिनंदन होत होते. याच काळात नांदेड येथील स्वामी रामानंद तीर्थ मराठवाडा विद्यापीठ हळूहळू कार्यान्वित होत होते. या विद्यापीठाचे NSSचे संचालक डॉ. नागनाथ मोटे हे एका कार्यक्रमानिमित्त महाविद्यालयात आले असता, कार्यक्रमात माझे लक्षणीय कार्य पाहून त्यांनी प्राचार्य स. दि. महाजन व प्रा. सी. टी. कांबळे सरांना सांगितले की, ''तारु नावाच्या मुलाला मला देऊन टाका.'' लगेच प्राचार्यांनी मला बोलवून घेतले. प्रा. कांबळे सरही त्या वेळी तेथे उपस्थित होते. आणि प्राचार्यांनी त्यांची ओळख करून दिली. अर्थात NSSच्या कार्यक्रमात माझी व डॉ.मोटे सरांची ओळख झालेलीच होती. तरी मी सरांकडे स्मितहास्य करून पाहिले. प्राचार्य म्हणाले, ''तुला विद्यापीठात काम करायला आवडेल का?'' मी लगेच होकार दिला. डॉ. मोटे सरांनी मला शेवटच्या वर्षात असतानाच NSS स्वयंसेवक म्हणून विद्यापीठात आणले व मला महिन्याला १ हजार रुपये

मिळूल लागले. माझा आर्थिक प्रश्न थोड्याफार प्रमाणात सुटू लागला व माझा विद्यापीठात प्रवास सुरू झाला.

एस.आर.टी.एम.यू.ची पहिली विद्यार्थी संसद

तीन वर्षाच्या माझ्या कॉलेज जीवनात अनेक राज्य व राष्ट्रीय कार्यक्रमात सहभागी होऊन कॉलेजचे नाव रोशन केले. सर्व प्राध्यापकांचा तसेच प्राचार्य स. दि. महाजन. प्रा. सी. टी. कांबळे, उपप्राचार्य. हरमहेंद्र सिंग, प्रा. श्यामल कुरुंदकर मॅडम व इतर प्राध्यापकांचा मी आवडता विद्यार्थी झालो होतो. किंबहुना मी सर्व विद्यार्थी व प्राध्यापक मंडळींच्या गळ्यातील ताईत बनलो होतो.

मी राष्ट्रीय सेवा योजनेत मनापासून काम करीत असल्यामुळे आणि स्वा. रा. ती. मराठवाडा विद्यापीठ हे कार्यान्वित झाल्यामुळे माझे वारंवार विद्यापीठात जाणे होऊ लागले. या विद्यापीठाची पहिली संसद बनविण्याचा बहुमानही मीच मिळविला. लातूर, हिंगोली, नांदेड आणि परभणी या चार जिल्ह्यांसाठी हे विद्यापीठ कार्यान्वित करण्यात आले होते. त्यामुळे या चारही जिल्ह्यातून विद्यापीठ प्रतिनिधी येथे आले होते. विद्यापीठ विद्यार्थी संसदेची कार्यकारिणी निर्माण करावयाची होती. एका नामवंत कॉलेजचे प्रतिनिधी बालाजी चव्हाण व इतर मुलांनी प्रेसिडेन्ट होण्यासाठी फील्डिंग लावली होती. बालाजी चव्हाण व त्यांचे प्रतिस्पर्धी यांच्यामध्ये चांगलीच जुंपली होती. हे प्रकरण हातघाईवर आले होते. त्या वेळी विद्यापीठ हे एका गोदामात थाटले गेले होते. इथूनच कुलगुरू डॉ. जनार्दन वाघमारे यांच्या दृष्टिकोनातून विद्यापीठाची दमदार सुरुवात झाली होती. अतिशय अभ्यासू व दूरदृष्टी असलेले व्यक्तिमत्त्व पहिले कुलगुरू म्हणून या विद्यापीठास लाभले होते. त्यांच्या कार्यकाळात विद्यापीठाची भरभराट झाली. विद्यापीठ नावारूपाला आले.

प्रेसिडेन्ट पदासाठीचा वाद चिघळत होता. वातावरण गंभीर होत होते. त्यामुळे चव्हाण व त्यांच्या प्रतिस्पर्ध्यांना तसेच ठेवून लातूरच्या एका मुलीला विद्यापीठ संसदेचा पहिला अध्यक्ष होण्यासाठी मी पुढाकार घेतला आणि ही निवडणूक शांततेत पार पडली. तेथील भांडणावर पडदा पडला, यानंतर काही सदस्यांनी कुलगुरूची गाडी अडवणे, त्यांना काळे झेंडे दाखवणे इत्यादी कार्यक्रम केले. अशाप्रकारे विद्यापीठाची पहिली विद्यार्थी संसद निर्माण झाली.

NSS पुरस्कारासाठी माझ्या नावाची शिफारस

कॉलेजमध्ये असताना एकदा प्रतिभा निकेतन संस्थेचे सदस्य श्री. ग. ना आंबेकर हे अतिशय गंभीर स्थितीमध्ये दवाखान्यात दाखल असताना त्यांना ओ पॉझिटीव्ह रक्तगटाची नितांत गरज होती. माझाही रक्तगट ओ पॉझिटीव्ह असल्यामुळे प्रा. सी. टी. कांबळे, प्रा. डी. यु. देशपांडे यांनी सांगितल्यामुळे मी श्री. ग. ना. आंबेकर यांना एक बाटली रक्त दिले. रक्तदान करण्याची माझी ही पहिलीच वेळ होती. रक्त दिल्यानंतर मला एक कॉफी दिली गेली. आमच्या वार्डामध्ये 'रक्तदान केल्यास चक्कर येते, कमजोरी येते' असे मोठी माणसे म्हणायची. पण मला तसे काही झाले नाही. आपल्या एका रक्ताच्या बाटलीमुळे जर कुणाचा प्राण वाचत असेल तर ते काम सर्वात महान काम आहे असे मला समजले होते. शिवाय NSSमध्ये काम करीत असल्यामुळे सेवाभाव माझ्या अंगात भिनला गेला होता. 'माणसांची पूजा करा खरा देव माणसांत आहे.' असे गाडगे महाराज सांगायचे. म्हणून जीवनात माणुसकी जपली पाहिजे. हा मंत्र मी अंगी बाणवून घेतला. माणुसकी सोडून जगणे म्हणजे, पशूसमान जगणे होय. यानंतर अनेकवेळा रक्तदान केले. पुढे हाच माणुसकीचा दृष्टिकोन जपून मी अनेक कार्यात व लोकांना मदत करण्यासाठी स्वत:ला झोकून दिले.

प्रा. कांबळे सर यांच्या मार्गदर्शनाखाली मी NSSला वाहून घेतले होते. महाराष्ट्रातीलच नव्हे तर देशातील अनेक राष्ट्रीय सेवा योजनेचे कार्यक्रमाधिकारी व विद्यार्थी माझ्या परिचयाचे झाले होते. माझे प्रथम व द्वितीय वर्ष क्लियर होते आणि तृतीय वर्षाच्या अभ्यासाचा ताण होताच, पण NSSचे काम करीत, तसेच विद्यापीठात राष्ट्रीय सेवा योजना विभागात काम करीत मी तृतीय वर्षाचा अभ्यास चालू ठेवला. विद्यार्थी संचालक व राष्ट्रीय सेवा योजनेचे प्रमुख म्हणून डॉ. नागनाथ मोटे सर हे दोन्ही विभागाचे काम पाहायचे. माझा पत्रव्यवहार व टायपिंग, नोट लिहिणे, इत्यादींचे खरे प्रशिक्षण मला डॉ. मोटे सरांकडून मिळाले. या विभागात नसीर देशमुख म्हणून एक लिपिक होता. तो सरळ व मेहनती मुलगा होता. त्याचे लग्न झालेले नव्हते. पण कामाचे टेन्शन तो घेत असे. मी मात्र बिनधास्त होतो. कधीच टेन्शन घेत नव्हतो. उलट माझ्या काही सूचना डॉ. मोटे सर मान्य करायचे. मलापण चांगले वाटायचे. माझी सर्वांबरोबर दोस्ती होती. काळबा हनवते, घोगरे, नसीर देशमुख, सुनील रावळे, बियाबाणी इत्यादी माझे जिवलग मित्र झाले होते. मी अभ्यास करीत येथे काम करायचा.

राष्ट्रीय सेवा योजनेमध्ये तीन वर्षांत उत्कृष्ट कार्य केलेल्या विद्यार्थ्यांना महाराष्ट्र शासनाकडून 'उत्कृष्ट स्वयंसवेक' म्हणून राज्यस्तरीय पुरस्कार दिला

जात असे. त्या वेळी चारही जिल्ह्यात माझे नाव NSSचा विद्यार्थी म्हणून सुपरिचित झाले होते. शिवाय विद्यापीठात असल्यामुळे डॉ. मोटे सरांसोबत विविध महाविद्यालयांना व NSSच्या १० दिवसीय शिबिरांना भेटी देऊन NSSचे महत्त्व पटवून सांगायचा. त्यामुळे डॉ. मोटे सरांनाही माझ्या कार्याबद्दल चांगलीच माहिती झाली होती. तसेच अनेक कार्यक्रमांचे संचालन मी करीत असल्यामुळे कुलगुरू डॉ. जनार्दन वाघमारे हेसुद्धा मला जवळून ओळखायचे. बस्स्... माझे नाव विद्यापीठाकडून पाठविण्याचे निश्चित झाले.

१९९६ हे वर्ष मी कधीही विसरू शकत नाही. कारण याच वर्षांत मी कॉलेजचा प्रेसिडेन्ट झालो. याच वर्षी मला दिल्ली येथे NSSचे प्रतिनिधी म्हणून पहिल्यांदा दिल्लीला जाण्याचा योग आला. याच वर्षात मला महाराष्ट्र शासनाचा राज्य पुरस्कार जाहीर झाला. तसेच सर्वात महत्त्वाचे म्हणजे. १९९६ लाच माझे लग्न झाले. हा सर्व योगायोगच म्हणावा लागेल.

पल्लवीची ओळख

बापूची मावस बहीण तान्हाबाई, तिची मुलगी म्हाळसा, ही माझी सख्खी आत्या धुरपताबाईच्या घरी येत असे. भीमघाटला आम्ही सर्वजण जवळ जवळच राहत होतो. त्यामुळे मला गंगानळाचे पाणी भरत असताना आत्याच्या घरासमोरूनच ये-जा करावी लागत. म्हाळसा ही कधीकधी आत्याच्या दारात मुलींसोबत बसत. तसेच माझ्या आत्याची मुलगी जयश्री हिच्यासोबत नळावर पाणी भरण्यासाठी यायची. एकदा ती नळावर आली असता. आमच्या वार्डातील नरबाजी हनमंते यांनी मला सहजच विचारले, "ही पोरगी कोणाची हाय?" लगेच मी त्यांना सांगितले "ही माझ्या आत्याची मुलगी आहे." "अरे व्वा! नवरी म्हणून चांगली हाय." असे नरबाजी हनमंते म्हणाले. त्या वेळी मला काहीच वाटले नाही. तेव्हा मी बी. ए. द्वितीय वर्षाला होतो. लग्न हे माझ्या डोक्यात नव्हते. अजूनतरी लग्नाचा विचार नव्हता. पण त्या माणसाचे शब्द माझ्या मनात घोळत होते. 'नवरी चांगली हाय.' म्हाळसा ही शांत, सुस्वभावी, कमी बोलणाी, दिसायला नाजूक, रंग गोरा, लांबसडक नाक, पुनवेच्या चंद्रासारखे मोठे मोठे डोळे, अंगात सडपातळ, कमरेच्या खालपर्यंत सळसळणारे काळेभोर केस, त्या केसांच्या पडलेल्या दोन वेण्या; कधी डावीकडे तर कधी, उजवीकडे पाठीवर झोका खेळायच्या. जणू ही कलाकृती परमेश्वराने माझ्यासाठीच निर्मिली असावी आणि हीच माझी सुरुवात अन् शेवट असावी असा मनगंध माझ्या हृदयात क्षणभर दरवळून गेला.

आता मी अधूनमधून ती आली की, आत्याच्या घरी जात असे. तिला उगीच दुरून बघायचे. पण ती काही दाद द्यायची नाही. मी थांबून थांबून माझा मेव्हणा राजू याला बोलून परत यायचा. असे बरेच दिवस चालले. पण मार्गच सापडत नव्हता. एक दिवस तिची आई म्हणजे माझी मावस आत्या मला रस्त्यात भेटली, मला सहजच म्हणाली. ''म्हाळसाची दहावीची परीक्षा हाय, मल्टीपर्पज साळंला नंबर आलाय जरा ध्यान ऱ्हावू दे बापू'' तिने असे म्हणताच ''माझ्या ओळखीचे काही लोक तिथे आहेत, तू काही चिंता करू नकोस आत्या'' असे मी उगीच म्हणालो. अशाप्रकारे मी आत्यासोबत ओळख वाढवली. आत्याला माझा स्वभाव आवडत होता. जेव्हा ती माझ्या सख्ख्या आत्याच्या घरी येत, तेव्हा ती माझ्या बापूला हमखास भेटून जात असे. त्या वेळी माझे पण तिच्यासोबत बोलणे होत असे. ती नगरपालिकेमध्ये काम करायची.

आता माझ्या द्वितीय वर्षाच्या परीक्षा संपल्या होत्या. एके दिवशी मीच विषय काढून आत्याला विचारले, ''म्हाळसाच्या लग्नाबिग्नाचं बघतीस का नाही?'' कारण ती आमच्या नात्यातली होती. अडचण काहीच नव्हती. मी बिनधास्त बोलायचा, तरी पण मला या विषयावर बोलायची भीती वाटायची. ''बघनं चालू हाय, बग की एखादा चांगला मुलगा आसला तर!'' असे ती म्हणायची. काही दिवस असेच गेले. मी म्हाळसाच्या घरी एक दोन वेळा उगीचच गेलो होतो. आत्याशी इकडच्या तिकडच्या गप्पा करीत असे एकदा मी बोलता बोलता, ''बापूला एकदा म्हणून बघ'' असे म्हणालो. आत्याला माझा स्वभाव आवडायचा. पण म्हाळसा काही मला बोलायची नाही. ती पटकन इकडून तिकडे खाली मान घालून निघून जायची. कॉलेजमधल्या मुली मला एकदम फ्री बोलायच्या. मीही त्यांना मोकळेपणाने बोलायचा. पण म्हाळसाबद्दल मला काही तरी वाटायला लागले होते आणि नात्यातले असल्यामुळे हे अगदी सोपे होते.

सुट्ट्यांमध्ये किंवा एखाद्या कार्यक्रमाच्या निमित्ताने माझ्या धुरपत आत्याच्या घरी ती आली की, कारण नसताना मी आत्याच्या घरी जायचो. ''आत्या ऽऽ मामा कामावरून आला नाही का?'' असे उगीच ज्याच्याशी कसलाही संबंध नाही अशा गोष्टींबद्दल मी विचारायचा. आत्याच्या पण हा इथे कशासाठी येतो हे आता लक्षात यायला लागले होते. एक दिवस माझ्या सख्ख्या आत्याने बापूला सांगितले आणि यातुनच आमच्या लग्नाची बोलणी सुरू झाली. पण मला ना नोकरी, ना कामधंदा होता, दरम्यानच्या काळात, माझा सावत्रभाऊ पोलीस विभागात पोलीस कॉन्स्टेबल म्हणून नोकरीला लागला होता. या वेळी भाऊ माझ्याकडे लक्ष देऊ लागला, ''सावत्र झालं तर काय झालं? तो मवा भाऊ

हाय.'' असे तो गिरजामायला सांगू लागला. पण गिरजामायची पोझिशन आता वाढली होती. आता ती म्हणेल तेच व्हायला लागले होते. मी बी.ए.ला असल्यामुळे माझे पण बाहेरचे, घरातील लोक कदर करायला लागले होते. गिरजामायच्या मनात मात्र माझ्याबद्दल कायम तिरस्कार असायचा. पण पहिल्यासारखा ती आता विरोध न करता. तिचा छुपा विरोध सुरूच होता. कारण तिचा मुलगा आता पोलीस झाला होता. मला सतत ऐतखाऊ म्हणून ती हिणवायची व सारखी अपमानित करायची. बापाच्या देखत मात्र आपल्या सख्ख्या मुलापेक्षा याला जास्त करते, अशी दाखवायची. तिला आता एवढे माहीत होते की, हा शिक्षणामुळे हुशार झाला आहे. आज ना उद्या यालासुद्धा नोकरी लागेल. पण तो आपल्या मर्जीखाली राहिला पाहिजे. आणि आपल्या मर्जीतल्या मुलीसोबत याचे लग्न झाले पाहिजे. असे वाटून बापूला व भावाला उचकून देऊ लागली. बापू पूर्णपणे तिच्या मर्जीत होता. तो तिची प्रत्येक गोष्ट ऐकत होता. एवढेच नाही तर, सकाळी उठताना तिचे तोंड बघूनच उठत होता. यावरून तिचा दरारा आपण समजू शकता.

पण मी मात्र म्हाळसाच्या स्वप्नात दंग होतो. गिरजामाय वेगळ्या हेतूने हे सर्व करीत होती. त्यामागची भावना माझ्या हिताची नव्हती. म्हणून त्याकडे मी दुर्लक्ष केले व अभ्यासावर लक्ष केंद्रित केले. यापुर्वी १९९४ ला माझ्या भावाचे लग्न झाले होते. दोघी बहिणींचे लग्न तर कधीच झाले होते. आता माझी बारी (वेळ) होती.

माझ्या मायचा खर्चीक स्वभाव

माझी माय खाण्यावर पैसे उधळत असे. बापूला तिचा खूप राग यायचा. पण आता मारणे बंद झाले होते. भाऊ पोलीस झाल्यामुळे पाचट निघून त्यावर पत्रे आले होते. एक विटांच्या खांडाची गाडी आणून चिखलात बांधकाम करून त्यावर पत्रे टाकली व माझ्या मायला व मला त्यांच्या सोबत एक रूम बांधून दिली होती. अशा परिस्थितीत मी कुणासोबत लग्न करायचे हे ठरविण्याचा अधिकार गिरजामायला प्राप्त झाला होता.

अशी माझी माय. ''फळे, माळवं विकायला जाऊ नको'' असे म्हणालो तरी ती ऐकत नव्हती. मी एक दिवस भावाला सांगितले, त्याने तिचे माळवे विकणे बंद करून टाकले. ''व्याजाचे पैसे मी देतो, पण आता मोडंवर जाऊन माळवं विकत बसु नको'' असे तो दरडावून म्हणाला, तेव्हा कुठे तिने ते काम बंद केले. मी जवळपास तिचे व्याजाचे ६ हजार रुपये फेडले. त्यातच गिरणी

बंद झाल्यामुळे गिरणी प्रशासनाने कर्मचाऱ्यांना काही पैसे दिले होते. त्यात मायला सात हजार रुपये आले होते. त्यात राहिलेले काही पैसे व व्याजाची व मुद्दल अशी सरसकट रक्कम ज्याचे व्याजाने पैसे घेतले होते, त्यांना ते देऊन टाकले आणि सावत्र बहिणींना त्यातूनच दोन-दोन ग्राम सोने घेऊन दिले. त्या वेळी चारशे रुपये तोळा सोन्याचा भाव होता.

आता आम्ही एकत्र राहू लागलो. मायचे व सावत्र मायचे काही जमायचे नाही. पण आमच्या दोघा भावांपुढे ते गप्प रहायचे. गिरजामाय घरीच राहत असल्यामुळे तिला घरी राहणे अवघड जात नव्हते. पण माझी माय रोज फळे, माळवं वगैरे विकायला जात असल्यामुळे तिला घरी राहवत नसे. मग ती कुण्यातरी पाहुण्याकडे जायची. तिथून पन्नास किंवा शंभर रुपये उसने आणायची. असे अनेकांकडून तिने उसने पैसे आणले होते. एखादा पाहुणा जर घरी आला तर त्या पैशाबद्दल तो बोलायचा. तेव्हा कुठे आम्हाला कळायचे की, मायने उसने पैसे आणले आहेत. या प्रकारामुळे बापू खूप चिडायचा, खूप शिव्या द्यायचा. हे फक्त ती खाण्यासाठीच करायची. रोडवर फळे विकत असताना, ती मुरकूल, पापड, भज्जे खायची व दिवसातून आठ-दहा तरी चहा प्यायची. चहा आणि खाण्यावरती ती निघालेले मुद्दल व नफा खर्च करून यायची. असा माझ्या मायचा खर्चीक स्वभाव. त्यामुळे बापूच्या मनातून माय कधीच हद्दपार झाली होती. पण आता मी वयाने मोठा झाल्यामुळे माझ्याकडे बघून बापू गप्प बसायचा. गिरजामायला तर एवढेच कारण पुरेसे होते. ती पण तिला खूप भांडायची. मी हिच्यासोबत राहत नाही. म्हणून तगादा लावायची. पण भाऊ तिचे काही चालू द्यायचा नाही.

माझी हुशारी बघून उद्या हा नोकरीला लागणार, चांगल्या पदावर जाणार हे फक्त भावालाच माझ्याबद्दल वाटायचे. सावत्र भाऊ असूनसुद्धा त्याने मला वेळोवेळी खूप सपोर्ट केला. जसे लहानपणी अनेकदा त्याच्यामुळे मी वादीने मार खाल्ला होता. पण आज माझी हुशारी पाहून तो माझा खंदा समर्थक झाला होता.

ज्यांनी ज्यांनी माझे बालपण बघितले होते. त्यांनी स्वप्नांतही विचार केला नसेल की, पुढे जाऊन हा मुलगा एवढी प्रगती करेल. एवढे माझे बालपण नियतीने माझ्यापासून हिरावून घेतले होते. अशा भयाण परिस्थितीतून माझे बालपण होरपळून निघाले होते की, कोणीच म्हणणार नाही. हा या जगण्यातून सहीसलामत बाहेर पडून स्वबळावर आपले विश्व निर्माण करेल. आजही मला माझे बालपणीचे मित्र भेटतात. जेव्हा ते मला बोलत असतात, तेव्हा त्यांचा ऊर भरून येतो. मग ते, देगावचाळीतील असो, भैयासाहेब नगरातील असो, गंगाचाळ, पथ्थरचाळ येथील असो किंवा नल्लागुट्टाचाळ या ठिकाणी राहणारे असो.

बालपणी मला जे आपल्या घरात येऊ देत नसत. ते आज माझ्या येण्याने "आम्ही धन्य झालो" असा शेरा मारताना अंत:करणात ओलावा निर्माण होऊन मन आनंदाने चिंबचिंब भिजून जाते हे मी शब्दात व्यक्त करू शकत नाही.

कॉलेज अन् माझा ऋणानुबंध

मी बी. ए. शेवटच्या वर्षाला होतो. कॉलेजच्या विद्यार्थी संसदेचा अध्यक्ष होतो. अनेक मान्यवरांना कॉलेजमध्ये बोलावून त्यांचे मार्गदर्शन मी ठेवले होते. या ना त्या कारणाने मी वर्षभर भरगच्च कार्यक्रमांची मेजवानी विद्यार्थ्यांना उपलब्ध करून दिली होती. आमच्या कॉलेजची विद्यार्थी संख्या भरपूर होती. विद्यार्थ्यांबरोबरच, प्राध्यापक मंडळी, खुद्द प्राचार्य स. दि. महाजन, उप-प्राचार्य हरमहेंद्र सिंघ, प्रा. सी. टी. कांबळे, प्रा. गोरे, प्रा. देशपांडे, प्रा. मकरंद जोशी, प्रा. शामल कुरूंदकर ही सर्व मंडळी माझ्यावर जाम खूष होती. विद्यार्थी संसदेचा उद्घाटन कार्यक्रम, गॅदरींग, विविध कला गुणदर्शन अशा भरगच्च कार्यक्रमाची रूपरेषा ठरली.

पंधरा दिवसांवर कार्यक्रम येऊन ठेपला होता. एवढ्यात एक माझ्यासाठीच नव्हे तर माझ्या कॉलेज व विद्यापीठासाठी भूषणावह गोष्ट घडली होती. मला प्राचार्य, महाजन सरांच्या केबिनमध्ये बोलावण्यात आले. तिथे उपप्राचार्य सिंघ सर, प्रा. कांबळे सर, प्रा. देशपांडे सर, प्रा. गोरे सर आणि इतर प्राध्यापक मंडळी उपस्थित होती. "मी आत येऊ का सर?" अशी परवानगी घेऊन आत गेलो असता. प्राचार्यांच्या हातात. महाराष्ट्र शासनाचे दोन पानी पत्र दिसत होते. मी, तसाच उभा होतो. प्राचार्यांनी मला मोठ्या आनंदाने "ये तारु बस... बस" असे म्हणून खुर्चीवर बसायला सांगितले. मी त्यांच्या आदेशाचे पालन करून खुर्चीवर बसलो. हीच व्यक्ती होती ज्यांनी मला कॉलेजमधून काढून टाकले होते. अनेक दिवस मला पाण्यात पाहत होते. आणि आज मला ते खुर्चीवर बस म्हणून सांगत होते. खुर्चीवर बसताच माझ्यावर अभिनंदनाचा वर्षाव झाला. आणि महाराष्ट्र शासनाने समाजकार्यासाठी माझी राज्य पुरस्कारासाठी निवड केली होती, त्याचे ते पत्र होते. हा पुरस्कार मला राष्ट्रीय सेवा योजनेत उत्कृष्ट कार्य केल्याबद्दल जाहीर झाला होता. आणि विशेष म्हणजे. कॉलेजनेही मला तीन वर्षांत उत्कृष्ट कार्य केल्याबद्दल 'बेस्ट स्टुडंट अॅवार्ड' देण्याचे घोषित केले होते.

मला जीवनात एवढा आनंद कधी झाला नसेल; येवढा आनंद आज झाला होता. माझ्या आनंदाला पारावार उरला नाही. एकामागून एक आनंद वार्ता मला

ऐकायला मिळत होत्या. मी सर्वांचे आभार मानून कॅबिनमधून बाहरे पडलो, तोच प्रा. कांबळे सर व प्रा. देशपांडे सरांनी "NSS विभागात ये थोडे काम आहे." असे म्हणून मला NSSच्या विभागाला येण्याची सूचना केली. त्या ठिकाणी एका टेलरला बोलावून घेण्यात आले होते. त्यांनी माझे ब्लेझरचे (सूट/कोट) माप घेतले. नांदेड टेक्सटाईल मिलच्या कपड्या व्यतिरिक्त कधीतरी पॉलिस्टर कपडे मला भेटायचे. त्या वेळी खूप आनंद व्हायचा. आता तर मला महाविद्यालयाकडून ब्लेझर मिळणार होता. यापूर्वी एकदा गुजरात येथील युवक महोत्सवासाठी मला विद्यापीठाकडून ब्लेझर दिला गेला होता. पण हा कॉलेजचा ब्लेझर म्हणजे माझ्या जीवनातील परमोच्च आनंद होता. आणि माझ्यासाठी तो खारा होता.

मी ते पत्र घेऊन घरी आलो. सर्व मित्रांना, नातेवाइकांना दाखवले पण नातेवाईक व माय-बापूला त्याचे काहींच कौतुक नव्हते. हां... तीन हजार रुपये मिळणार असल्याचे, मात्र त्यांना काहीतरी वेगळं असल्याचे जाणवून "ठीक आहे" म्हणून आपापल्या कामाला निघून गेले. भावाला व मित्रांना मात्र हा खूप मोठा सन्मान असल्याचे माहीत होते. मुख्यमंत्री यांच्या हस्ते व अनेक मान्यवरांच्या उपस्थितीत मुंबईमध्ये हा समारंभ मे महिन्यात होणार असल्याचे पत्रान्वये मला कळविण्यात आले होते. मी जाम खूश होतो. या खुशीतच मी मित्रपरिवाला चहा, पोह्याची पार्टी दिली. एवढे पैसे खर्च करणे माझी कुवत नव्हती. पण पुरस्कारासोबत तीन हजार रुपये येणार होते, याचे मला अप्रूप होते.

विद्यापीठात गेल्यावर डॉ. मोटे सरांनी माझे अभिनंदन केले आणि मला कुलगुरू डॉ. जनार्दन वाघमारे यांच्या कॅबिनमध्ये नेऊन त्यांच्या हस्ते माझा सत्कार करण्यात आला. या वेळी माझ्या डिपार्टमेंटच्या मित्रांनी सुद्धा मला भरभरून शुभेच्छा दिल्या. मी मात्र आता भूतकाळाकडे पाठ करून वर्तमान काळासोबत चालत भविष्याचा वेध घेत होतो.

या वर्षी माझ्या कॉलेजमध्ये गॅदरिंगसाठी प्रा. चौबे नावाचे नागपूर येथील हिंदी कवी येणार होते. प्रा. नामदेव उतकर हे गॅदरिंग प्रमुख होते. पण कॉलेज विद्यार्थी संसदेचा अध्यक्ष या नात्याने मला विचारूनच त्यांनी तो पाहुणा निश्चित केला होता. ह्या पाहुण्याला निमंत्रण देण्यासाठी मी आणि प्रा उतकर सर नागपूर येथे गेलो होतो. प्रा. चौबे यांना कार्यक्रमाचे निमंत्रण देऊन व त्यांची संमती घेऊन आम्ही नांदेडकडे परत निघणार होतो. आमच्या गाडीला अजून बराच वेळ होता. प्रा. उतकरसर म्हणजे एक किडकिडीत शरीरयष्टी, साधारण चार ते सव्वाचार फूट उंची पण अस्खलित हिंदी बोलणारे. आवाजात दमदारपणा तसेच अत्यंत रोमँटिक स्वभाव असलेल्या उतकर सरांनी मला नागपूरमधील आंबाझरी बाग येथे फिरायला नेले असता, तेथे तरुण मुलामुलींची जोडपी गळ्यात गळे

घालून प्रत्येक सात ते आठ फुटावर बिनधास्त बसलेली होती. त्यांना बाह्यजगाची कुठलीच चिंता दिसत नव्हती. हा प्रसंग म्हणजे माझ्यासाठी नवीनच होता. उतकर सर मात्र हा प्रसंग पाहून मला ''क्यूँ तारु कैसा है नजारा?'' असे रोमँटिक मूडमध्ये व मिस्कीलपणे म्हणत होते. एवढ्यात आमच्या गाडीची वेळ झाली आणि आम्ही नांदेडकडे निघालो.

१९९६चे गॅदरींग म्हणजे या महाविद्यालयातील माझे शेवटचे गॅदरींग होते. यानंतर आम्ही या कॉलेजमध्ये शिकणार नव्हतो. आज शेवटचा दिवस होता. मित्रपरिवार सर्व आनंदाने एकत्रितपणे गॅदरिंग सुरळीत कशी पार पडेल याची काळजी घेत होते. आमच्या कॉलेजमध्ये गॅदरिंगला प्रत्येक वर्षी 'राडा' हा ठरलेलाच होता. पण आम्ही जे जे राडा करणारे होते त्यांना मानसन्मान देऊन त्यांच्याकडे एखाद्या विभागाची जबाबदारी सोपवून त्यांना कामात गुंतवले. जसे भोजन समिती, शांतता समिती, स्टेज सजावट समिती, सत्कार समिती, पुरस्कार समिती व एक सल्लागार समिती आणि सोबतच संयोजन समिती अशा विविध समित्या तयार करून यातीलच एका विद्यार्थ्यांना प्रमुख करण्यात आले. त्यामुळे गोंधळ करणारेच आता शांतता प्रस्थापित करीत होते. प्राचार्य व सर्व प्राध्यापक मंडळींना याचे आश्चर्य वाटत होते. तेही त्यांच्याकडे कौतुकाने पाहत होते. ही मंडळी मात्र आपल्या घरातीलच हा कार्यक्रम आहे असे समजून स्वयंस्फूर्तीने काम करीत होती.

अशा पद्धतीने एवढे सुंदर नियोजन पाहून प्राचार्यांनी व्यासपीठावरून माझ्याबद्दल गौरवोद्‌गार काढले. उपप्राचार्य सिंघ सर हे तर आमच्या कॉलेजचे कोहिनूर हिराच होते. त्यांच्या कविता, शेरोशायऱ्या, त्यांचे विविध गुणदर्शन, कार्यक्रमातील संचालन हे विद्यार्थ्यांमध्ये चैतन्य निर्माण करण्याचे काम करीत. मुलांना एक बंधात बांधण्याचा प्रयत्न करीत. एवढा प्रतिभावंत प्राध्यापक त्याचप्रमाणे संयमी, शांत व नियोजनबद्धता हा गुण सरांमध्ये ओतप्रोत भरलेला. त्यांची ओघवती मराठी भाषा मनाला वेड लावी.

मला तीन वर्षात उत्कृष्ट कार्य केल्याबद्दल प्रमुख पाहुण्यांच्या हस्ते Best Student Award देऊन सन्मानित करताच जवळपास दोन ते तीन मिनिटे टाळ्यांचा कडकडाट पडत होता. तो कडकडाट आजही मला उत्तुंग भरारी घेण्यासाठी तसेच जीवनात चांगले कर्म करण्याचे बळ देत असतो. हे मी आवर्जून सांगू इच्छितो. कवी संदीप खरे यांच्या कवितेच्या ओळी मनाला भुरळ घालतात.

कर्तृत्वाचे घडवी वेरूळ, कर्तव्याला मुकु नको
मातेसह मातीचे देणे, फेडायाला चुकु नको

नेतृत्व करून आपल्या मायला, तथा मायभूमीला सन्मान प्राप्त करून द्यायचा. स्वत:च स्वत:चा मार्गदर्शक होवून आपले कर्तृत्व सिद्ध करायचे. आपण ज्या मातीत जन्मलो त्या मातीला कधी विसरायचे नाही, असे यावेळी मनाने ठाम निर्धारले.

मी माझ्या बालपणाकडे मागे वळून कटाक्ष टाकला असता, खरोखरच हे काम माझ्यासाठी फार महत्तम होते. माझे बालपण हे नरक यातनांनी भरलेले आठवताना. केवळ शिक्षणामुळे माझ्या जीवनात झालेली प्रगती एखाद्या चित्रपटाप्रमाणे समोर दिसत होती. आणि त्या चित्रपटाचा नायक मीच असल्याचे मला माझे मन सांगत होते. जीवनात मी अनेक संकटांचा सामना केला. प्रसंगी मान-अपमान पचविले. हे सर्व करण्याचे बळ मला शिक्षणामुळेच प्राप्त झाले. 'शिक्षण हे वाघिणीचे दूध आहे, ते प्राशन करणारा गुरगुरल्याशिवाय राहणार नाही.' हे डॉ. बाबासाहेब आंबेडकरांचे विचार मी माझ्या पुढील आयुष्यात पदोपदी अनुभवले आहेत. कवी इक़्बाल असे म्हणतात–

'संकटाला घाबरुनी लोक हे पळतात का?
काय सांगा धावल्याने संकटे टळतात का?'

या ओळी मला जीवनात संकटाचा सामना करण्याचे सामर्थ्य तथा संकटात थोडेही न डगमगता त्याचा मुकाबला करण्यासाठी हत्तीचे बळ देऊन जातात.

माझ्या लग्नाची भन्नाट गोष्ट

बी.ए.ची परीक्षा संपली. तेच काही दिवसात घरच्यांनी लग्नाची बोलणी सुरू केली. म्हाळसा हिच्या सोबत माझा विवाह ठरला. पण बापू मात्र सावत्र मायचे ऐकून ''एक लाख रुपये हुंडा देला तरच हे लगन व्हईल'' असे म्हणून अचानक टिळ्याच्या दिवशी आडून बसला. म्हाळसा ही अतिशय लाजाळू, शांत, सुस्वभावी व माणसांची मने जपणारी मुलगी होती. याच काळात छाती दुखून, रक्ताच्या उलट्या होवून आत्याचे निधन झाले होते. आणि दरम्यान अनुकंपावर पल्लवीला नगरपालिकेत नोकरी लागली होती. पण मला नोकरी नसल्यामुळे आणि तिला लिपिकाची नोकरी लागल्यामुळे, मलाच हिला देतात की नाही याची काळजी वाटत होती. पण एक-दोनदा मी घरी आत्याला जाऊन स्पष्ट बोलल्यामुळे ती लग्नाला राजी झाली होती. आणि तिने होकार दिला होता. जणूकाही तिने मला वचनच दिले होते.

बापू मात्र एक लाख रुपये हुंडा घेण्याबात आडून बसला होता. मी मात्र 'मला हुंडा नको, मुलगी हवी आणि ती नात्यातलीच असल्यामुळे. आपली नाचक्की नको' म्हणून बापूला समजावत होतो. पण बापू व गिरजामाय काही ऐकायला तयार नव्हते. भाऊ नोकरीच्या ठिकाणी होता. तोही त्यांच्याकडूनच असल्यामुळे शेवटी हो नाही-हो नाही म्हणून पंधरा हजार रुपये वरदक्षिणा देण्याचे ठरले आणि रात्री बाराच्या जवळपास, माझा टिळा लागला. अशाप्रकारे माझे लग्न ठरले.

माझा बी.ए.चा निकाल येण्याची मी वाट पाहत होतो. पास होईल की नाही, किती टक्के गुण मिळतील. आणि आपल्याला बी.एड्.ला तरी ॲडमिशन मिळेल की नाही, याच विचारात असताना एकदाचा माझा निकाल लागुन ५५ टक्के गुण घेऊन मी उत्तीर्ण झालो होतो. महत्त्वाचे म्हणजे दहावी व बारावीच्या वेळी मी डी.एड्.ला लागावे म्हणून प्रयत्नरत होतो. दहावी पास झालो तेव्हा डी.एड्. हे बारावीवर गेले आणि बारावी पास झालो, तेव्हा एका टक्क्याने डी.एड्. हुकले आणि माझ्यासाठी गुडन्यूज म्हणजे या वेळी बी.एड्. हे केंद्रीय पद्धतीने करण्यात आले होते. विद्यापीठस्तरीय मेरिट लिस्ट लागली होती. चार जिल्ह्यांचे विद्यार्थी गुणांच्या श्रेणीनुसार त्यात निवडले गेले होते. या वेळी माझा पहिल्याच लिस्टमध्ये नंबर लागला होता.

भारताचे महान शास्त्रज्ञ तथा माजी राष्ट्रपती डॉ. ए.पी.जे. अब्दुल कलाम यांच्या 'अग्निपंख' या आत्मचरित्रात ते लिहितात, ते जेव्हा एका मुलाखतीत अनुत्तीर्ण झाल्यामुळे, निराश होऊन नदीवर अंघोळ करून एका हिंदू साधूकडे गेले. त्या वेळी त्या साधूंनी त्यांच्या मनाची निराश अवस्था ओळखून पुढील उपदेश केला. ''हृदयापासून, आत्म्यापासून एखादी इच्छा आपल्या मनात उत्पन्न झाली असेल, ती जर तीव्र आणि पवित्र असेल, तिचा मनाला ध्यास लागला असेल, तर तिच्यामध्ये एक प्रकारची चुंबकीय ऊर्जा असते. आपण जेव्हा निद्राधीन होतो, तेव्हा ती आसमंतात फेकली जाते. वैश्विक किरणांनी बलशाली बनून पुन्हा ती इच्छा आपल्या जागृत मनामध्ये सकाळी परत येते. ज्यापद्धतीने सूर्य उगवतो व ग्रीष्मानंतर वसंत अवतरतो हे जितके अटळ आहे. तसेच तुझी इच्छा पूर्ण होणे हेही अटळ आहे.''

जीवनात अशा गुरूचीच गरज असते जो आपणास कोणत्याही स्थितीत न डगमगता पाय रोवून उभे राहण्याची प्रेरणा देतो. या उपदेशाने डॉ. ए.पी.जे. अब्दुल कलाम यांनी अपयश विसरून आपल्या मनातील इच्छा पूर्ण केली.

माझ्या मनाची काहीशी अवस्था अशाच प्रकारची होती, मला शिकण्याची तीव्र इच्छा होती आणि मनात पवित्र भावना होती. अशा गर्तेतून बाहेर निघण्यासाठी

स्वत:लाच गुरू करणे आवश्यक होते. माझ्याच मनाने उचल खाल्ली होती की, आपण शिकले पाहिजे. आपला व आपल्या कुटुंबाचा विकास केला पाहिजे. आपण जगाच्या वेगळं काहीतरी केलं पाहिजे. आपल्या नावासमोर चांगली विशेषणे लागली पाहिजे. आपल्या हातून विधायक कार्य झाले पाहिजे. हा ध्यास अंर्तमनाच्या हिंदोळ्यांना स्पर्श करीत होता.

कदाचित मी काही बनलो नाही तरी चालेल. पण अनेकांना आपण घडवू शकतो. बालमनात अनेक चांगल्या गोष्टींचे स्फुलिंग पेटवू शकतो. असा मनात प्रचंड विश्वास ठेवून शिक्षक होण्याचे स्वप्न उराशी कवटाळून मार्गक्रमण करू लागलो. आणि दोन अपयशानंतर मला तिसऱ्यांदा टी.एड्.च्या वरची पायरी बी.एड्. गाठण्यात यश मिळाले. हा माझ्यासाठी परमोच्च आनंद होता.

बी.एड्.ला लागण्यापूर्वीच २१ मे १९९६ ला माझा विवाह म्हाळसा ऊर्फ पल्लवी हिच्याशी झाला. म्हाळसा हिचे नाव मी लग्नाच्या पत्रिकेमध्येच पल्लवी म्हणून टाकले होते. पल्लवीच नाव का ठेवले, हे माझे मला पण माहीत नाही. पण पल्लवी हे आधुनिक नाव वाटून मी ते ठेवले. यात इतिहास वगैरे काही नाही. कारण माझे मित्र मला "पल्लवी तुझी एखादी मैत्रीण होती का?" असे म्हणत व माझी मज्जा घेत.

माझ्या लग्नाची गोष्ट तर भारी भन्नाटच होती. बापू व सावत्रमाय यांच्या मनावरची मुलगी न केल्यामुळे माझा बापू, भाऊ, सावत्र माय, सर्व माझ्यावर नाराज होते. हे सर्वजण माझ्या लग्नाला जरूर आले, पण कोणीच मदत करायला तयार नव्हते. त्यामुळे माझे चुलते बाबाराव तारु, संभा तारु, आनंदा तारु, बळी तारु, किशनराव तारु, शंकर तारु, भाऊ भगवान तारु हे सर्वजण माझ्या पाठीशी खंबीरपणे उभे होते. लग्नातील सर्व कामे त्यांनीच जबाबदारीने पार पाडली. आजही आम्ही सर्वजण मिळून मिसळून राहतो. एकमेकांच्या सुख-दु:खात सहभागी होतो. आजही नाळ जशीच्या तशी जुळलेली आहे. सावत्रमाय, बापू, भाऊ हे सगळे यापासून दूरदूरच होते. यात माझी मायसुद्धा बिथरून गेली होती. ती पण नीट बोलत नव्हती.

सकाळी लग्नाची वेळ जवळ येत होती. माझे काही मित्र कुणी हार आणणे, अगरबत्ती, मेणबत्ती आणणे, ही कामे करून आम्ही तुझ्यासोबत आहोत हे दाखवत होते. माझा भाऊ पोलीसमध्ये कार्यरत होता. तोही या वेळी माझ्या विरोधात गेला होता. मी त्याच्या लग्नात बीमार पडेपर्यंत काम केले व त्याचे लग्न धामधुमीत पार पडले. परंतु माझ्या लग्नात हे सर्वजण दूरूनच पाहत होते, याचे मला वाईट वाटत होते.

आमच्या रीतिरिवाजाप्रमाणे सुरुवातीला आई-वडील पूजा करतात. नंतर

वधू-वर पूजा करून झाली की पूजापाठ सुरू होतो. भगवान गौतम बुद्ध व डॉ. बाबासाहेब आंबेडकर यांच्या प्रतिमेला पुष्पहार अर्पण केल्याशिवाय पुढे जाता येत नाही. त्यावेळी वधू-वरांवर गाथेच्या शेवटी पुष्पवृष्टी होते. ती फुले आणण्यासाठी मी कॉलेजमध्ये गेलो. तिथे संकासूराची (गुलमोहर) झाडे होती. मी झाडावर चढलो, थोडे वर गेलो आणि फुले तोडली. कारण बाजारातून फुले आणण्यासाठी पुरेसे पैसे नव्हते. अवघ्या एका तासात लग्नाची वेळ जवळ येत होती. गुलमोहराची फुले फुकट होती व मी आत्ताच कॉलेज सोडले होते. त्यामुळे माझा इथल्या सर्वांशी परिचय होता. म्हणून मला फुले घेऊन जाण्यासाठी कुठलीही अडचण आली नाही. एक पोते मी सोबत आणले होते. त्या पोत्यात मी सर्व फुले भरली. ही सर्व फुले लग्नात माझ्यावर पडणार होती. आता लवकरात लवकर घरी जाणे आवश्यक होते.

घरी जाऊन तोंड धुवून पावडर लावेपर्यंत साडेअकरा वाजले होते. लग्नाची वेळ झाली होती. स्वत:च्या पत्रिका ज्यांना ज्यांना वाटल्या होत्या ते सर्व नातेवाईक व मित्रमंडळी लग्नाला आली होती. माझ्या लग्नाला भीमघाट येथील मित्रमंडळीने खूप सहकार्य केले. माझे चुलते, चुलत्या, भाऊ हे माझ्या पाठीशी खंबीरपणे उभे राहून त्यांनी माझे लग्न लावून दिले. माझे लग्न हे अतिशय साधेपणाने व कमीत कमी खर्चात जेवणातील कमीत कमी पदार्थ बनवून होत होते.

एवढ्यात 'वधू-वरांच्या आई-वडिलांना पूजेसाठी बोलवा' म्हणून माईकमधून पुकारा झाला. वधूची आई म्हणजे माझी आत्या ही लग्नाआधीच काही महिन्यापूर्वी वारली होती. म्हणून वधूच्या मावशीने व वडिलांनी पूजा केली. पण माझी माय-बापू हे काही केल्या येईचनात.

लग्नाच्या मंडपात बापू, भाऊ, त्याची बायको व सावत्रमाय दिसतच नव्हते. ते शेजारच्या बळीआब्बा व विमलबाईच्या घरी पाय ताणून बसले होते. त्यांना कुणीतरी जाऊन विनंती करून बोलावून आणले. ते येता येत नव्हते. माझ्या भावाने सुद्धा या वेळी फुल्ल लावली होती. त्याला उठता येईना. बाकीच्यांना गिरजामाय उठू देईना. बापू कुठे आहे याचा पत्ताच लागेना. हे मंडपात आले तेव्हा माझी सख्खी मायसुद्धा जुनेच लुगडे घालून तोंडात काहीतरी टाकून चघळत एका बाजूला बसली होती. काय करावे काहीच समजत नव्हते.

कुणीतरी सांगितले 'कचरु बापू भुमय्याच्या अड्ड्यामध्ये आहे अन् दारू पिऊन हुल्ल आहे.' एक-दोन तरुण पायडल रिक्षा घेऊन गेले व त्याला रिक्षात टाकून आणले. आणि थेट पूजेलाच उभे केले. त्याला कुणाची पूजा करावी हेच कळत नव्हते. त्याचा तोल जात होता. काही मुले त्याचा तोल सांभाळत होती.

बापूच्या हस्ते एकदाची पूजा करून घेतली व मायलासुद्धा जसे काही जबरदस्तीने आणण्यात आले असावे अशा रीतीने. तिच्याकडूनही पूजा करवून घेतली.

लग्नाला आलेल्या अनेक नातेवाइकांच्या पोटात भुमय्या (दारू) गेला होता. माझ्या लग्नात बरेचजण बसल्याजागी, उभे राहून हलत डुलत होते. उपासकांनी आमच्या हस्ते सुद्धा पूजा करवून घेतली. आणि शेवटी मी कॉलेजमधून आणलेल्या फुलांचा वर्षाव आमच्यावर करण्यात आला. अशाप्रकारे आमचे लग्नही शांततेत, निर्विघ्न पार पडले. आता आम्ही दोघे एक झालो होतो. भक्कमपणे माझ्या पाठीशी उभे राहणारी, माझी सहचारणी मला मिळाली होती. यानंतर मी बरीच वर्षे माझ्या बापूला बोललोच नाही.

आमचे लग्न झाले आणि दुसऱ्याच दिवशी मला तार आली. पोस्टमन तार घेऊन माझे घर शोधत आला होता. मुंबईला पुरस्कार वितरण सोहळा होणार होता. त्याचे निमंत्रण मला आले होते. हा सोहळा अगदी परवाच होणार होता. लग्नामुळे माझ्याजवळ काहीच पैसे शिल्लक नव्हते. पल्लवीला नगरपालिकेत नोकरी असल्यामुळे दोन हजार पाचशे रुपये पगार होता. पण आता तिचा पगार होण्यास किमान दहा दिवस तरी शिल्लक होते. माझ्या खिशात सर्वांची बाकी देऊन फक्त पंचवीस रुपये शिल्लक होते. पण पंचवीस रुपयात मुंबईला कसे जाणार, हा विचार मनात घोळत असतानाच मी पुरस्काराला जाणार नसल्याचे पल्लवीजवळ बोलून दाखवले.

पल्लवी म्हणजे माझ्या जीवनात लक्ष्मीच्या रूपाने येऊन माझे जीवन व संसार फुलवणारी माझी सर्वात मोठी प्रेरणा आणि सल्लागार होती. आणि ती आजही आहे. तिने लगेच तार बघितली त्यात तीन हजार रुपये उल्लेख होताच. ती रक्कम काही दिवसांनी खात्यावर जमा होणार होती. तिने लगेच कानातून कर्णफुले काढले आणि माझ्या हातात दिले व मला म्हणाली "हा दागिना घेऊन जा, एखाद्या सोनाराला विका किंवा दहा दिवसासाठी गहाण ठेवा व पाचशे रुपये घेऊन या. त्या पैशात तुम्ही मुंबईला जाऊन पुरस्कार घ्या व पुरस्काराच्या रकमेतून दागिना परत आणा" मला तर विश्वासच बसेना. मी तिला म्हणालो, "अरे, कालच आपले लग्न झाले. आणि आज हे कानातले गहाण ठेवणे किंवा विकणे म्हणजे..." मला खूप अवघडल्यागत झाले होते. त्या वेळी ती म्हणाली, "तुम्हीच माझा खरा दागिना आहात. असे कित्येक दागिने आपण पुन्हा करूयात." मला तर एखाद्या चित्रपटासारखे वाटू लागले. पण हे माझ्यासोबत वास्तवात घडू लागले होते. तिने काहीच ऐकले नाही. कारण किमान पाचशे रुपये तरी मुंबईला जाण्या-येण्यासाठी लागणार होते व एवढे रुपये कुणी हातउसने आजच्या आज देणे शक्य नव्हते. म्हणून मी तिच्या पुढे हतबल होऊन ते कर्णफुले एका

सोनाराकडे नेऊन गहाण ठेवले व पाचशे रुपये आणले. दुसऱ्या दिवशी मी रेल्वेने थेट मुंबईला तारेमध्ये सांगितलेल्या ठिकाणी जाऊन पोहचलो. दुपारी किमान चार वाजता श्री. दत्ताजी राणे (तत्कालीन शिक्षणमंत्री), श्री अनिल देशमुख (तत्कालीन शिक्षण राज्यमंत्री) यांच्या हस्ते सामाजिक क्षेत्रात उल्लेखनीय कार्य केल्याबद्दल राज्यस्तरीय पुरस्कार मी स्वीकारला. या पुरस्काराने माझ्या जीवनाला व व्यक्तिमत्त्वाला वेगळ्या उंचीवर नेऊन बसवले. मी पहिल्यांदाच मुंबई पाहिली होती. इथे पल्लवीची खूप आठवण येत होती. आठवण काढावी अशी व्यक्ती तिच्याशिवाय कुणी दिसत नव्हती. माय-बापू, भाऊ, सावत्रमाय हे सर्वच स्वार्थापायी आपापला विचार करीत होते. पण पल्लवी हीच माझा श्वास अन् ध्यास बनली होती. आज लग्नात घातलेले छोटेसे दागिने उद्याच माझ्या हातात मोठ्या मनाने काढून देऊन "राज्यस्तरीय पुरस्कार घेऊन या व सोबत आठवण म्हणून फोटो काढून आणण्यास मात्र विसरू नका." अशी म्हणणारी पत्नी मिळवून मी निश्चितच भाग्यवान व श्रीमंत झालो होतो.

मित्रहो, आई ही आईच असते. पण माझी माय मात्र याला अपवाद आहे. मी लहानपणी गाड्यांवरून पैसे चोरून आणून तिला देत असताना, कधी तिने मला हटकले नाही. शिक्षण न शिकता बालवयात गवंडी कामावर जाऊन मी पैसे आणून दिले असता, मला कधी तिने टोकले नाही. बिड्या ओढताना तोंडावर मारून मला कधी समजावून सांगितले नाही. उलट माझ्यासाठी बिड्याचे कट्टे आणून दिले. परिस्थितीची जाणीव करून देऊन 'स्वत:चे अस्तित्व निर्माण करण्यासाठी धडपड कर' असे कधी ती मला म्हणाली नाही. माझ्यात प्रचंड प्रतिभा आहे, याची कधी तिने मला जाणीव करून दिली नाही. या सर्व गोष्टी करण्यापासून मला मायने जर रोखले असते, तर माझ्या बाबतीत आज चित्र वेगळे राहिले असते.

पण तिला फक्त खाणे आणि खाण्यावर पैसे उधळणे एवढेच कार्य माहीत होते. मायने तर दहा टक्के व्याजाने पैसे काढले होते, हे मला लग्नाच्या काही दिवसानंतर कळाले. मी नंतर ते सर्व पैसे फेडून टाकले. ती काही शांत बसत नव्हती. महिना-दोन महिन्याला कुणीतरी पैशासाठी घरी यायचेच. त्यामुळे घर पुढे जाण्याऐवजी मागे जात होते. पण कशी का असेना ती माझी माय आहे. तिनेच मला जन्म दिला आहे. तिनेच या जगात आणलं तिला मी कधीच दोष देणार नाही. तिने जे काही केलं ते माझ्यासाठीच. ती वेगळं राहून बापूला भांडत राहिली. तेही माझ्याचसाठी. तिच्या वागण्याचा मला कधीकधी राग येतो पण मी तिचा कधीही तिरस्कार केलेला नाही. आजही ती खूप आनंदात माझ्या सोबतच राहते. 'आजचा श्याम घडताना' या पुस्तकात साने गुरुजी आईबद्दल सांगताना

म्हणतात, 'माझ्यात जे काही चांगलं आहे ते माझ्या आईचे आहे. आई माझा गुरू, कल्पतरू. तिनेच मला प्रेमळ बोलावयास, प्रेमळपणे बघावयास शिकवले.' पुढे ते म्हणतात, 'पायाला घाण लागू नये म्हणून जसा जपतोस तसा मनाला घाण लागू नये म्हणून जप.' असे सांगणारी सानेगुरुजींची आई व अशा भयाण परिस्थितीत मला सांभाळणारी माझी माय; मला सारखीच वाटायला लागते. जशी परिस्थिती तशी ती वागली. यात तिचा दोष तो काय? असे मला वाटते.

मुलीचा जन्म

१३ फेब्रुवारी १९९७ या दिवशी मी विद्यापीठाच्या एका युवक महोत्सवानिमित्त मानवत, जि. परभणी येथे होतो. सकाळी पल्लवीला प्रसूतीच्या वेदना होत असताना दवाखान्यात दाखल केले. त्या वेळी मोबाइल वगैरे नव्हते. टेलिफोन असले तरी मानवत येथील कुणाचाही संपर्क क्रमांक घरच्यांना माहिती नव्हता. सुनील जोगदंड या माझ्या मित्राने मी असलेल्या कॉलेजशी संपर्क करून मला मुलगी झाल्याचा निरोप कळवला. मी उद्या सकाळी नांदेडला आलो. देशपांडे यांच्या दवाखान्यात पोहचलो व मुलीला जवळ घेतले. अतिशय गुटगुटीत, गोरीपान, गोंडस मुलगी पाहून माझे मन प्रफुल्लित झाले. या आनंदात मी मोहल्यामध्ये सर्वांना पेढे वाटले. लोक मला "मुलगी झाली म्हणून जिलेबी वाटतात, मुलगा झाला तर पेढे!" असे सांगू लागले. मी त्यांना "मुलगी आणि मुलगा माझ्यासाठी समान आहे" असे निक्षून सांगितले व पेढे वाटण्याचे मी समर्थनच केले. या मोहल्ल्यात मुलगी झाली म्हणून पेढे वाटणारा कदाचित मी एकटाच असेल. मी प्रतिगामी विचारांना फाटा देत हा निर्णय घेतला होता. नंतर माझ्या भावाने फुल्ल लावून येऊन संपूर्ण मोहल्ल्यात जिलेबी वाटली.

आता सर्वांचा राग निवळला होता. आता घरची परिस्थिती सुधारू लागली. यातच मी जे शिक्षक होण्याचं स्वप्नं पाहत होतो, तो क्षण आता आला होता आणि माझा नंबर बी.एड्.ला लागला. बी.एड्. झाल्याबरोबर चार-पाच महिन्यातच मी कारेगांव, ता. लोहा येथे शिक्षक म्हणून नोकरीला लागलो.

माध्यमिक शिक्षक म्हणून नियुक्ती

शाळेत नोकरी लागण्यापूर्वी मी विद्यापीठात NSS व विद्यार्थी कल्याण विभागात लिपिक म्हणून तात्पुरत्या स्वरूपात कार्यरत होतो. मी जेव्हा विद्यापीठातून किवळा येथे मुलाखतीसाठी पोहचलो, तेव्हा सर्व उमेदवारांची मुलाखत संपली होती. मुलाखत घेणारे चहा पिण्यासाठी मुख्य रोडवरील हॉटेलात गेले होते.

अर्थात सर्व मुलाखत प्रक्रिया गुंडाळली होती. एवढ्यात मी तिथे गेलो. सेवकाने सांगितले, ''मुलाखत संपली आहे. साहेब निघून गेले.'' मी खूप नाराज होवून परत निघत असतानाच संस्थाचालक, काही पदाधिकारी, शिक्षक सदस्य चहा घेऊन तिथे आले. ''मी पण मुलाखतीसाठी आलो आहे.'' असे मी त्यांना म्हणताच, 'संपली मुलाखत. तुम्ही उशीर केलात.' असे त्यातील एकजण म्हणाला. पण त्यांच्यातील एकाने उगीच घ्यावी मुलाखत टाइमपास म्हणून, माझी कागदपत्रे दाखवण्यास सांगितले. मी माझी फाइल त्यांच्यातील एका पदाधिकाऱ्याकडे दिली. ती त्यांनी पाहताच मध्ये बसलेल्या संस्थाचालकास दाखविली. पाच मिनिटांनी मला आतमध्ये बोलावण्यात आले.

येथील संस्थाचालक श्री गणेश घोरबांड यांनी माझी मुलाखत घेतली. मी बी.ए. प्रथम श्रेणीत उत्तीर्ण झालो होतो. राज्यस्तरीय पुरस्काराबरोबरच अनेक राष्ट्रीय कार्यक्रमातील माझा सहभाग, विविध राज्य, राष्ट्रीय पारितोषिके, मेडल्स, बघून त्यांनी लगेच माझी निवड केली. आणि 'उद्यापासून कारेगांवच्या शाळेवर या' असे सांगितले. ही मुलाखत किवळा येथील शाळेत झाली. ही शाळा त्या वेळी मठात भरत असे. कारेगावच्या शाळेत रुजू होण्यास मला सांगितले. मला वाटले आपणही कारेगावची शाळा आजच बघून घ्यावी व उद्या रुजू व्हावे. त्या वेळी मी विद्यापीठात होतो. पण कायम नव्हतो. विद्यापीठापासून कारेगाव हे अर्धा तास अंतरावर होते. मी संचालक डॉ. मोटे सरांना विचारून ती शाळा बघायला गेलो. अन् पाहतो तर काय? शाळा तट्ट्याची होती. तट्टे फाटलेल्या भागातून इकडून तिकडे फिरणाऱ्या कुत्र्यांचा व डुकरांचा मुक्तपणे वावर सुरू होता. त्यातच शिक्षकांनी मुलांना नुकतेच सोडून दिले होते. ते गप्पा मारत बसले होते. मी तेथील एका शिपायाला व शिक्षकांना विचारले. ''संत मोतीराम महाराज शाळा हीच आहे का?'' त्यांनी ''हो'' म्हटल्यावर ''शाळेला अनुदान आहे का?'' असे मी त्यांना पुन्हा एकदा विचारले असता ''शंभर टक्के आहे'' असे गायकवाड नावाचा चार फुटाचा सेवक डोळे फाडून म्हणाला.''ठीक आहे येतो मी, धन्यवाद!'' असे म्हणून मी थोडीफार चौकशी करून तिथून परत निघालो.

घरी आल्यावर मी पल्लवीला शाळेविषयी नाराजीच्या सुरात सांगितले. ''शाळेला ग्रँट आहे का?'' तिने विचारले. मी म्हणालो ''हो आहे'' ''पगार किती असतो? माध्यमिक शिक्षकाला'' असे लगेच तिने विचारले. ''भेटेल चार-एक हजार'' तिच्या विचारलेल्या प्रश्नावर मी म्हणालो. ''मग आपणास काय करायचे आहे? तट्टेबिट्टे काही नाही, तुम्ही ज्वॉइन व्हा'' असे ती आदेशात्मक म्हणाली. यावर मी ''एक लाख रुपये द्यावे लागतील आपणास'' असे मी चिंतातुर होऊन म्हणालो. ''हो देऊ, माझ्या पगारीवर काही लोन घेऊ व इकडून

तिकडून कसेतरी करून एक लाख रुपये देऊ. पण ही जागा सोडू नका.'' असे ती म्हणताच मी पुढील कामाला लागलो.

शाळा बांधकामासाठी म्हणून ही रक्कम संस्थाचालक घेणार होते. असे मला यापूर्वी त्यांनी सांगितले होते. पण ''माझ्याजवळ एवढे पैसे नगदी नाहीत. मी थोडे थोडे करून देईन, असे त्यांना सांगितल्यावर पतपेढीचे पैसे उचलून देण्याच्या अटीवर त्यांनी मला घेण्याचे ठरविले. त्यामुळे काही रक्कम देणे आवश्यक होते.''

दोन-तीन दिवसात भाग्यलक्ष्मी बँकेचे ३० हजार रुपयाचे पल्लवीचे पगारी लोन घेऊन ते संस्थाचालकांना दिले. त्यांनी ते घेतले व लगेच श्री. येवते सर यांना फोन केला. येवते सर हे पतपेढीचे चेअरमन होते. अप्रूव्हल काढण्यापासून ते तुकड्या आणेपर्यंत संस्थेचे सर्वच व्यवहार त्यांच्याकडे होते. ''श्री देविदास तारु यांना आपण सहसिक्षक म्हणून ज्वॉइन करून घेतले आहे. त्यांना तुमच्या पतपेढीचे लवकरात लवकर सभासद करून घ्या, आणि त्यांना पन्नास हजार रुपये लोन द्या.'' असे आदेश संस्थाचालकांनी श्री. येवते सरांना दिले व मला त्यांनी एक पत्र दिले. ते पत्र घेऊन मी कारेगावच्या शाळेवर रूजू होण्यासाठी गेलो. मन धजत नव्हते. आपल्यामधील प्रतिभेला व तळमळीला इथे न्याय मिळणार नाही असे वाटत होते. पण हे सर्व विचार बाजूला सारून मी तिथे पोचलो असता. श्री. अत्रीनंदन शिंदे हे मुख्याध्यापक माझी वाटच पाहत होते. कदाचित त्यांनाही संस्थाचालकांनी फोन केला असावा. मुख्याध्यापकांनी शब्द-सुमनांनी माझे स्वागत केले व मला रुजू करून घेतले. तसेच सर्वांचा परिचय करून दिला. श्री. डांगे सर, कदम सर, गायकवाड सर, सौ. देशपांडे मॅडम, कुलकर्णी सर इत्यादी शिक्षक मंडळीशी माझा परिचय झाला. दि. ०८ डिसेंबर १९९८ रोजी मी या शाळेत मराठी विषयासाठी माध्यमिक शिक्षक म्हणून रुजू झालो.

उद्या विद्यापीठात ही बातमी सांगण्यासाठी गेलो असता. मा. कुलगुरू डॉ. जनार्दन वाघमारे आणि डॉ. मोटे सर यांनी मला बोलावून ''तू लिपिक म्हणून कायम होशील, तुला इथे भविष्य आहे, विद्यापीठात राहिलास तर प्रगती करशील. शाळेत तू मर्यादित होऊन जाशील, तसेच संस्थेमध्ये टेन्शन असते.'' असे डॉ. मोटे सर व कुलगुरु म्हणाले. मी विद्यापीठातील कोणत्याही कार्यक्रमाचे संचालन करायचा. स्वागतगीत गायचा, सेवकापासून ते सर्व अधिकाऱ्यापर्यंत मला सर्वच ओळखायचे. कुलगुरू वाघमारे साहेबांना माझे संचालन, कार्यक्रमाचे नियोजन खूप आवडायचे. महामहीम राज्यपाल पी. सी. अलेक्झांडर हे विद्यापीठात आले असता, त्यांच्या कार्यक्रम प्रसंगी माझ्या स्वागतगीताने राज्यपाल व कुलगुरू

हे खूप प्रभावित झाले होते. म्हणून मी विद्यापीठातच राहावे असे त्यांना वाटत होते. परंतु मी आता कारेगावच्या संस्थेत पैसे भरले होते. मला चार ते पाच हजार पगार मिळणार होता. मी विद्यापीठात कायम झालो असतो तरी पंचविसशे रुपये पगार मिळाला असता. त्याचप्रमाणे विद्यापीठ नवीन असल्यामुळे अनेक कार्यक्रम विद्यापीठात व्हायचे. त्या निमित्ताने कधीकधी रात्र खूप व्हायची. विशेष म्हणजे माझे नुकतेच लग्न झाल्यामुळे आणि विद्यापीठसुद्धा बाळसं धरीत असल्याने कामाचा ताण खूप होता. तसेच सर्वात महत्त्वाचे या ठिकाणाहून रात्रीला एस.टी. किंवा इतर वाहतूक व्यवस्था नव्हती. त्यामुळे कधीकधी NSS विभागातच झोपावे लागत. असे अनेक वेळा व्हायचे आणि माझा पिंड भाषण करणे, नेतृत्व करणे, इतरांना काहीतरी देण्याचा किंवा समजावून सांगण्याचा असल्यामुळे फायलीमध्ये बंद होणे मला पसंत नव्हते. आणि माझे स्वतंत्र विचार होते. आता तर कुठे माझ्या विचारांना पालवी फुटत होती. आणि माझं स्वप्नं हे शिक्षक होणं हेच असल्यामुळे, मी त्या पदाला गवसणी घातली होती. माझ्या बरोबरीचे बरेच मित्र आज विद्यापीठात मोठमोठ्या पदावर आहेत. पण मी शिक्षक म्हणून आज समाधानी आहे.

असो, अखेर मी विद्यापीठ सोडले. आणि कारेगावच्या शाळेवर माझे नशीब आजमावण्यासाठी तयार झालो. मी शाळेवर गेलो आणि मुलांमध्ये मिसळलो. आठ दिवसात मी माझ्या अध्यापनामुळे विध्यार्थ्यांमध्ये प्रिय झालो. तास सुरू झाला की, मुले वाट पाहायची. मलाही त्यांना भेटण्याची आतुरता लागायची. माझे अप्रूव्हल तीन हजार रुपयामध्ये निघाले. जिल्हा परिषदेमध्ये पैसे दिल्याशिवाय कामच होत नाही. हे अनेकांना माहिती आहे आणि शिक्षण विभाग तर सायंकाळी सहानंतरच खराखुरा उघडायचा. सर्व अधिकारी दिवसभर नसले तरी सायंकाळी मात्र येथे हजर राहतात. ह्याला मी प्रत्यक्ष साक्षीदार होतो आणि आहे. मला रात्री आठच्या पुढेच अप्रूव्हल मिळाले. दुसऱ्या दिवशी प्रत घेऊन मी शाळेत पगार काढण्यासाठी दिले व अशाप्रकारे माझा शिक्षकाचा प्रवास सुरू झाला. इथूनच माझ्या जीवनाच्या उत्कर्षाला सुरुवात झाली.

शिक्षण व नोकरीमुळे मोहल्ल्यात वाढली प्रतिष्ठा

दारू, गांजा, बिडी, सिगारेट इत्यादी व्यसनांच्या आहारी माझे अर्धे बालपण गेले होते. ९९ टक्के लोकांना मी प्रगती करेन किंवा सुधारेन असे वाटलेच नव्हते. माझ्यात चांगले होण्याची केवळ एक टक्का शक्यता होती. तीच शक्यता माझ्या कामी आली. आज मी माध्यमिक शिक्षक झालो होतो. ज्यांनी

मला दहा-बारा वर्षांनी पाहिले होते. त्या लोकांचा तर त्यांच्या डोळ्यांवर विश्वासच बसत नव्हता की, 'हे असे कसे झाले?'

दारू पिताना, सुभाष कोल्हे सोबत गांजा ओढतांना व गुरुद्वाऱ्यामधून सरदारजींच्या खाईमधून गांजाच्या पुड्या आणत असताना, सरदारजींची मनामध्ये खूप भीती वाटायची. माय म्हणायची "शिखांची माणसं छोट्या लेकरांना पंजाबला नेऊन पुलामध्ये पुरतात." ती एक अनाहूत भीती पण मनामध्ये असायची. तसेच हातभट्टीची पहिल्या धारेची दारू पिताना व दररोज कुणालाही न भीता बिड्या ओढताना, एकही दिवस न जाऊ देता रोज भांडण करणे, कुणाला तरी मारणे, मार खाणे, हे करताना मला येथील लोकांनी नियमितपणे बघितले होते. त्यामुळे "हे पोरगं पूर्ण वाया गेलंय, वरचा देव जरी आला तरी याला सुधारायचा न्हाई" असे अनेक भाकीतं माझ्या बाबतीत लोकं करायचे. अशा लोकांना मी शिक्षक झाल्यामुळे सूर्य पश्चिमेकडून उगवल्यागत वाटत होते.

आज हा सर्व चमत्कार शिक्षणामुळे झाला होता. माणूस हा संगत गुणामुळे घडतो किंवा बिघडतो. म्हणून संगत करताना विचारपूर्वक करावी असे मला वाटते. मित्र हे आपल्या चुका सांगणारे असावेत. तरच आपण योग्य वाटेवरून चालतो. मित्र जर आपल्या चुकांवर पांघरूण घालून चुकांचे समर्थन करणारे असतील, तर आपण वाट चुकलो म्हणून समजावे. मित्र हे दीपस्तंभाप्रमाणे योग्य दिशा दाखवणारे असावेत आणि अशाच मित्रांची संगत करावी. मला तर वाटते की, आपल्यापेक्षा दोन-तीन टक्के जास्त गुण घेणाऱ्या विद्यार्थ्यांसोबत आपली मैत्री असावी. जेणेकरून त्याच्या सोबत स्पर्धा करता येईल. आपल्या जीवनाला आपण ठरवलेल्या ध्येयाप्रत नेता येईल. अन्यथा आपणास ध्येयहीन जीवन जगावे लागेल यात शंका नाही. ज्यांच्या वाट्याला संघर्ष नाही, स्पर्धा नाही त्यांच्या जीवनात कसलीच मज्जा वा चैतन्य नाही. मला मात्र सुरुवातीला असे ध्येयहीन जीवनाचा मार्ग दाखवणारे मित्र मिळाले. अन् माझे बालपण चार ते पाच वर्षे होरपळून निघाले. असले बालपण कुणाच्याही वाट्याला येऊ नये, असे मी माझ्या विद्यार्थ्यांना नेहमी सांगत असतो.

नोकरी लागली म्हणजे मी थांबलो नाही. उलट संघर्ष अजून कडक झाला होता. मी राज्यसेवा स्पर्धा परीक्षांची तयारी करू लागलो. कारेगांव नांदेड येथून ३० कि.मी. अंतरावर होते. रोज ६० कि.मी प्रवास करून श्रीवास्तव सरांकडे व नंतर संजय राऊत सरांकडे मी MPSCचा क्लास करायचो. सोबतच जिल्हाधिकारी कार्यालय, जिल्हा पोलीस अधीक्षक कार्यालय व जिल्हा परिषद कार्यालयातील विविध कार्यक्रमांचे नियोजन व संचालन करण्याचे काम मी करीत असे. त्यामुळे माझ्या उच्चपदस्थ अधिकाऱ्यांशी ओळखी झाल्या होत्या. ते मला मानसन्मान देत.

विश्वास नांगरे-पाटील व कॉम्प्रमाइज

भीमघाट, देगावचाळ, नल्लागुट्टाचाळ, गंगाचाळ, पत्थरचाळ, भैयासाहेब आंबेडकर नगर हा परिसर म्हणजे शहरापासून जवळ असला तरी, अतिशय मागास भाग होता. त्यात आजही फारसा फरक पडला नाही. कारण येथील जागा ही गुरुद्वारा बोर्डाच्या मालकीची असून येथे कुणालाही पक्के घर बांधता येत नाही. विटामातीची घरे बांधून लोक आज ७० ते ७५ वर्षांपासून इथे राहतात. लोकप्रतिनिधी येतात, मते मागतात, मतदानाच्या वेळी पैसे व दारू वाटतात व पैसे देऊन मते विकत घेऊन निवडून येतात. पण आजपर्यंत जागेचा प्रश्न सुटलेला नाही आणि इथल्या लोकांनाही त्याचे गांभीर्य नाही. अनेक पिढ्या आल्या-गेल्या आणि जातीलही जोपर्यंत प्रत्येकाला 'स्व'ची जाणीव होणार नाही. तोपर्यंत ही परिस्थिती आहे तशीच राहणार, यात कुठलीही शंका नाही.

मोहल्ल्या-मोहल्ल्यामध्ये तुंबळ हाणामारी, मारामारी करून येथील लोक आपलीच ताकत कमी करून घेतात. आपल्याच भावांवर तुटून पडतात. त्यांना आपसात लढवणे व वर्षानुवर्षे त्यांना याच स्थितीत ठेवणे राजकारण्यांना लीलया जमले आहे. म्हणून आजही इथल्या माणसांना या मुख्य मागणीचा विसर पडला आहे.

एकदा देगावचाळ व भीमघाटच्या तरुणांमध्ये लाठ्याकाठ्या व तलवारींने मारामारी झाली होती. दोन्हीकडील अनेक तरुण रक्तबंबाळ झाले होते. एकमेकांच्या मोहल्ल्यात शिरून हल्ला केला गेला होता. त्यामुळे काही शिकलेल्या तरुणांचे, पोलीस केस झाल्यामुळे जीवन उद्‌ध्वस्त झाले. त्यांचे पोलीस दरबारी रेकॉर्ड खराब झाले. वास्तविक पाहता त्यांचा या भांडणाशी काहीच संबंध नव्हता, अशा दोन्ही बाजूकडील तरुणांचा यात समावेश होता. भांडण कशासाठी झाले होते, हे अनेकांना माहितही नव्हते. पण एकाचे बघून एक त्यात सामील होत गेले. वाद चिघळून विकोपाला गेला होता. पोलिसांनी अश्रुधुराच्या नळकांड्या फोडून जमावाला पांगवले होते.

या वेळी साहाय्यक पोलीस अधीक्षक म्हणून विश्वास नांगरे पाटील हे नांदेड येथे परिवेक्षाधीन अधिकारी म्हणून कार्यरत होते. यांची पहिली पोस्टिंग नांदेड येथे झाली होती. श्री. विश्वास नांगरे-पाटील हे आजघडीला तरुणांचे आयडॉल आहेत. प्रत्येक तरुणांना त्यांच्या सारखा रुबाबदार अधिकारी व्हावे असे वाटते. यांच्या सोबत मला काम करण्याची संधी मिळाली, हे मी माझे भाग्य समजतो. माझ्या बाबतीत एक चांगला शिक्षक, चांगले भाषण करतो, व्यसनाधीनतेवर चांगले बोलतो, म्हणून माझा पोलीस खात्यामध्ये सुद्धा बराच

प्रसार झाला होता. पोलीस विभागाच्या विविध कार्यक्रमांचे मी संचालन करीत असे. त्यामुळे इथल्या बऱ्याच अधिकाऱ्यांशी माझा संपर्क होता. आणि मी या भागात राहतो हे समजल्यावर या दोन मोहल्ल्यातील वाद मिटवण्यासाठी मला एस.पी. ऑफिसला बोलावण्यात आले. सुनिता साळुंखे-ठाकरे मॅडम या सुद्धा परिवेक्षाधीन डीवायएसपी म्हणून नांदेड येथे रुजू झाल्या होत्या. आजघडीला साळुंखे मॅडम मुंबई येथे आयपीएस पदावर कार्यरत आहेत.

विश्वास नांगरे-पाटील यांनी गंगाचाळ येथे एक बैठक बसवली. येथील सामाजिक कार्यकर्ते कचरू थोरात, मामा येवले, मोहनराव गोडबोले, इत्यादीसह अनेक प्रतिष्ठित व छोटे मोठे नेते या बैठकीस उपस्थित होते. त्या वेळी विश्वास नांगरे पाटील यांनी या बैठकीला मार्गदर्शन केले व ''शांतता प्रस्थापित करण्यासाठी सर्वांनी सहकार्य करावे. मी त्यात मध्यस्थी करेन'' असे सांगून सर्वांना आश्वासित केले. या वेळी माझे भाषणही सर्वांना विचार करायला लावणारे ठरले.

दुसऱ्याच दिवशी मिल क्लबमध्ये ही, कॉम्प्रमाइजची बैठक बसली होती. मोठ्या प्रमाणात पोलिसांचा फौजफाटा तैनात करण्यात आला होता. हा क्लब गोदावरी नदीच्या काठावर होता आणि आजही तो बऱ्यापैकी स्थितीमध्ये आहे. म्हणजे काही झाले तरी, कुठेही पळता येईल किंवा नदीत उड्या टाकता येतील असा मोकळा भाग भरपूर प्रमाणात इकडे होता. कॉम्प्रमाइजच्या दृष्टीने आणि पोलिसांच्या दृष्टीने हा भाग योग्य नव्हता. पण भीमघाटचे तरुण देगावचाळीत येण्यास तयार नव्हते. तर देगावचाळीतील तरुण भीमघाट येथे येण्यास तयार नव्हते. त्या वेळी मधला मार्ग म्हणून ही बैठक क्लबमध्ये उघड्यावर घेण्याचे ठरले होते.

विश्वास नांगरे-पाटील हे स्वत: डीवायएसपी साळुंखे मॅडमसह व पोलीस बंदोबस्तात येथे आले होते. कारण इथे जर काही विपरीत झाले तर कुणीही कुणाला ऐकणारे नव्हते. दोन्हीकडून तरुण तयारीत होते. तलवारी दोन्ही कडूनही लावल्या होत्या. जर बैठकीतील चर्चा फिसकटली, तर कुठून व कसा हल्ला करायचा हे दोन्हीकडील तरुणांना माहिती होते.

चर्चा सुरू झाली. बरेच मोठे नेते या बैठकीला आले होते. पण अनेकांनी या बैठकीला नसती भानगड कशाला म्हणून मुद्दामहून दांडीसुद्धा मारली होती. सर्वांच्या मनात धाकधूक होती. काय होईल हे कुणालाच माहिती नव्हते. महिला, लहान मुले चिंतेत होती. अनेकजण आपल्या दारात बसूनच चर्चेत काय झाले, हे आल्या-गेलेल्यांना विचारत होते. काही तरुण बैठकीच्या जवळ येऊन थोडावेळ थांबत आणि मोहल्ल्यामध्ये जाऊन त्याची खबर देत. पण विश्वास नांगरे-पाटलांनी जणूकाही या दोन मोहल्ल्यातील तरुणांना एकत्र केल्याशिवाय आणि

त्यांच्यातील वाद मिटवून इथे शांतता प्रस्थापित केल्याशिवाय स्वस्थ बसणार नसल्याचे ठाणले होते.

दोन्हीकडील मंडळींना विशेषत: तरुणांना त्यांनी भावनिक आवाहन केले आणि काही प्रश्न विचारले. ''तुम्ही कशासाठी भांडण करीत आहात? या भांडणामुळे तुम्हाला कोणता फायदा झाला? येथील किती मुले पदवी-पदवीव्युत्तर आहेत? किती लोक इथून अधिकारी पदावर आहेत?'' असे प्रश्न विचारत असतानाच; काही तरुण गोंधळ करण्याच्या तयारीत होते. त्यांचा आवाज वाढत असतानाच पोलिसांनी वर्तुळ करून सर्वांना आपल्या लाइन रेषेत घेतले. नांगरे-पाटील पुढे बोलू लागले, ''डॉ. बाबासाहेब आंबेडकरांनी सांगितलेला विचार शिका, संघटित व्हा, संघर्ष करा. हा विचार मला इथे कुठेही दिसत नाही. तुम्हीच खरा बाबासाहेबांचा अपमान करीत आहात. भगवान गौतम बुद्धांच्या शांततेचा मार्ग व त्यांचा धम्म आपण स्वीकारला असून सुद्धा त्याचे आचरण इथे कोणाकडूनही होताना मला दिसत नाही.'' असे प्रत्येकाच्या मनाला भिडणारे विचार मांडून तेथील सर्वांनाच कॉम्प्रमाइज करायला त्यांनी भाग पाडले. व मोठ्या कौशल्याने त्यांनी या दोन वार्डांमध्ये समेट घडवून आणला. यानंतर बरेच वर्षतरी इथल्या मोहल्ल्या-मोहल्ल्यामध्ये भांडण झाले नाही.

माझी प्रगती पाहून आज माझ्या वार्डातील लोक आपल्या मुलांना माझा दाखला देतात. ''बघ तो दैदास्या, देविदास कसा व्हता अन् आज काय झालाय!'' असे सांगून माझा आदर्श घेण्यासाठी मुलांना प्रोत्साहित करीत असतात. त्यामुळे माझ्या वार्डातील तरुण मुले तर माझे ऐकत होतेच, पण देगावचाळ येथील तरुणांनीसुद्धा माझे बालपण व आताची प्रगती बघितली होती. त्यांच्या मनातही माझ्याबद्दल खूप आदर होता. शून्यातून विश्व निर्माण करणारा म्हणून माझी त्या वार्डातही ओळख होती. त्यामुळे मी या बैठकीत केलेली विनंती व माझे विचारही अनेकांना पटले.

विशेषत: विश्वास नांगरे-पाटील (IPS) व सुनीता साळुंखे मॅडम यांनी शांतता प्रस्थापित करून एकमेकांमधला 'विश्वास' कायम ठेवण्यास खूप मोठे सहकार्य केले. आज या घटनेला कित्येक वर्षे झाली, पण नांगरे पाटील व साळुंखे मॅडम या आधिकाऱ्यांचे नाव इथल्या लोकांना आजही पाठ आहेत.

शासकीय पातळीवर विविध कार्यक्रमांचे सूत्रसंचालन करीत असल्यामुळे मी या वार्डात जिल्हाधिकारी, पोलीस अधीक्षक, डीवायएसपी, मनपा आयुक्त, समाजकल्याण अधिकारी, इत्यादी मान्यवरांना वेगवेगळे कार्यक्रम घेऊन बोलवत असे. कवी संमेलन, मुलांची भाषणे, स्पर्धा, जयंती, पुण्यतिथीचे कार्यक्रम, महिलांच्या विविध स्पर्धा, शासकीय योजनांची माहिती इत्यादी कार्यक्रम ठेवून

इथल्या मागासल्या वातावरणात संस्काराचा दिवा लावण्याचा प्रयत्न करीत असे. त्यांचे विचार इथल्या तरुणांना ऐकवत असे. बरेच तरुण यामुळे प्रेरणा घेऊन चांगल्या पदावर गेले. बरेचजण बाया, मुले, मोठी माणसे, या कार्यक्रमात सहभागी होत असत. सर्वांची कामे झाली की, रात्रीच्या वेळेला हे कार्यक्रम मी ठेवत असत.

त्याचबरोबर निवडणुकीत पडलेले व जिंकलेले अशा दोन्ही उमेदवारांना एका व्यासपीठावर आणून व चर्चेची संधी उपलब्ध करून देण्यासाठी मी तन-मन-धनाने धडपडत असत. जे उमेदवार पराभूत झालेत ते जिंकणाऱ्यांना "हे काम असे करा, हे झाले पाहिजे, ते केले पाहिजे, जनतेने प्रश्न सोडवा." असा सल्ला व्यासपीठावरून देत असे. मीपण या संधीचा फायदा घेऊन थोड्या थोड्या वेळाने "रस्ते, पाणी, वीज, शाळा, जागेचा प्रश्न तसेच इतर मूलभूत प्रश्नांसाठी सर्वांनी मिळून काहीतरी केलं पाहिजे." हे सांगायचा. हा कार्यक्रम तब्बल चार-पाच तास तरी चालायचा. निवडून येणाऱ्या व्यक्तीवर यामुळे फार मोठा वचक बसायचा. पण मुळात ही जागाच इथल्या लोकांच्या नावाने नसल्याने रूट लेवलला जो बदल अपेक्षित होता, तो आजही झालेला नाही.

१०० बचतगटांची स्थापना

माझे शैक्षणिक, सांस्कृतिक व सामाजिक कार्य चालू होते. त्याचबरोबर MPSCचा अभ्यासही चालूच होता. २००३-०४ मध्ये शासनाने बचतगट स्थापन करण्याची चळवळ चालवली होती. दहा महिलांचा गट स्थापन करून प्रत्येकांनी त्यात किमान १०० रुपये भरायचे. ज्यांना कुणाला पैशांची गरज असेल त्यांनी ५ हजार ते १० हजारांपर्यंत पैसे लोन स्वरूपात घ्यायचे व त्याची परतफेड करायची. आपलेच पैसे आपणच वापरायचे. बँकेमध्ये किमान १० हजार रुपये घ्यायचे असतील तर, कित्येक दिवस बँकेत येरझाऱ्या माराव्या लागत. कागदपत्रांची पूर्तता करण्यात तारांबळ उडायची. त्यामुळे लोकांना हे अडचणीचे व गैरसोईचे झाले होते. पण बचतगटातून आठवड्याला किंवा महिन्याला सर्व बायका एकत्र बसायच्या व पैशाची देवाण-घेवाण करायच्या. ज्यांना पैशाची गरज आहे, त्याला एका मिनिटामध्ये पैसे मिळायचे.

मला या चळवळी विषयी वर्तमानपत्रातून बरीच माहिती मिळाली होती. पण लोकांमध्ये ही माहिती कशी द्यायची हे कळत नव्हते. नंतर एक युक्ती माझ्या लक्षात आली. मी अनेक अधिकाऱ्यांना मार्गदर्शनासाठी माझ्या वार्डासहित अनेक मोहल्ल्यांमध्ये आणू लागलो. लोकांमध्ये खूप जागृती होऊ लागली. मी

१० महिलांचा एक बचतगट याप्रमाणे अनेक बचतगट स्थापन्न करून दिले. बचतगटाचे ऑडिट कसे करायचे. पत्र व्यवहार कसा करायचा. कोणती कागदपत्रे जतन करून ठेवायची, लेखी पुरावे इत्यादी संदर्भात, मार्गदर्शनासाठी एखाद्या ऑडिट अधिकाऱ्यांना आणून दहा ते पंधरा बचतगटाच्या महिलांना एकत्र करून त्यांना मार्गदर्शनाचे कार्यक्रम ठेवू लागलो. मार्गदर्शन ठेवण्यासाठी मी माइक, सतरंजी, स्टेज, लाइट, हार, शाल, इत्यादी खर्च स्वत: करायचा. बरेच दिवस खूप अत्यल्प प्रतिसाद मिळत होता. पण सुरुवातीला किमान स्वत:च्या भांडवलावर त्यांचे त्यांनाच का होईना पण अडीअडचणीच्या वेळी मदत व्हावी म्हणून स्वत:चे पैसे देऊन काही बचतगट काढले. तीन-चार महिन्यानंतर त्यांना झालेला फायदा, सुटलेली अडचण, अत्यंत सोपी पद्धत असल्याबाबत गटातील महिला दुसऱ्या महिलांना सांगू लागल्या. एकाचे एक बघून बघता बघता दहाचे पंधरा, पंधराचे वीस, बचतगट तयार होऊन आजूबाजूच्या सर्वच मोहल्ल्यात ही चळवळ सुरू झाली होती. आजूबाजूच्या अनेक वार्डातील महिला सकाळीच माझ्या घरी यायच्या "आम्हाला पण बचतगट काढून द्या सर" अशी विनंती करायच्या. मी त्यांच्यातील एकीला अध्यक्ष, दुसरीला सचिव व तिसरीला कोषाध्यक्ष करून इतर सात सदस्य असे वहीवर लिहून तेवढ्याच तन्मयतेने त्यांचा बचतगट तयार करून द्यायचा. महिन्याला प्रत्येकाने १०० रुपये भरायचे असे त्यांना मी समजावनू सांगू लागलो. माझ्या या कार्याबद्दलची महिती जिल्हाधिकारी, मनपा आयुक्त, पोलीस अधीक्षक, समाजकल्याण अधिकारी, बचतगटाचे मनपाचे संबंधित अधिकारी इत्यादींना लागली होती. कारण या सर्वांना कोणत्या ना कोणत्या सार्वजनिक कार्यक्रमाच्या निमित्ताने मार्गदर्शनासाठी मोहल्ल्यामध्ये मी बोलवायचा.

जवळ-जवळ नांदेडच्या अनेक भागात या बचतगटाची चळवळ पसरली होती. पाहता-पाहता, जवळपास शंभर बचतगट तयार झाले होते. या बचतगटांना महानगरपालिकेकडून एका बचतगटासाठी एक ते दीड लाख रुपये आर्थिक अनुदान मिळू लागले. मी भीमघाट वार्ड सोडून तरोड्यामध्ये राहायला आलो असतानाही मला अनेक महिलांचे "आम्ही महानगरपालिकेकडून एक लाख रुपये उचलून आर्थिक बाबतीत स्वयंपूर्णता प्राप्त केली आहे" या संदर्भात फोन यायचे. मी तरोडा येथे राहायला गेलो. पण आजही या मोहल्ल्यातील लोकांपासून माझी नाळ तुटलेली नाही.

मी या ठिकाणी तरुणांचा गट, वयोवृद्ध लोकांचा गट, व महिला मंडळ बचतगट, असे विविध गट तयार करून एकतेची चळवळ निर्माण केली होती. याच एकीच्या बळावर मी या वार्डात अनेक विकासात्मक कामे करून घेतली.

चांगल्या कामासाठी सर्वच गट एकत्र यायचे. त्यामुळे लोकप्रतिनिधी आमचे काम तत्काळ पूर्ण करायचे. रस्ते-नाले, पाणी, यांचा प्रश्न तर जवळ जवळ सुटलेलाच होता. परंतु मी या भागात मनपाची शाळा, मनपाचा दवाखाना, एखादी सुंदर व्यायामशाळा, विद्यार्थ्यांसाठी प्रशस्त ग्रंथालय, इत्यादी सुरू करण्यासाठी प्रयत्नरत होतो. त्यासाठी मी एक चळवळही उभी करीत होतो, तोच आम्ही घर बदलेले आणि तरोड्यामध्ये नवीन घरी राहायला गेलो. आणि ही माझी चळवळ मागे पडली. आज १७ वर्षांनंतरही वरील बाबींची पूर्तता झालेली नाही, याची खंत मनात घर करून आहे.

संस्थाचालकांशी वाद

नोकरी लागली होती. पण जीवनातील संघर्ष काही संपता संपत नव्हता. माझे जीवनच संघर्षातून तावून सुलाखून निघत होते. नोकरीवर काही दिवसांनी संस्थाचालक व माझे जमेनासे झाले. पंचायत समिती, जिल्हा परिषद इत्यादी प्रत्येक निवडणुकीला ते काही ना काही पैशांची मागणी करत असत. त्यामुळे मी विरोध करायचा. सर्वजण पटापट पैसे देऊन टाकायचे. पण माझ्या विचाराला ते पटायचे नाही. मी पैसे देण्यास नकार द्यायचा. यामुळे संस्थाचालक व माझ्यात वाद होऊ लागले. त्यामुळे माझे मन येथे रमत नव्हते. अशा या वादावादीमुळे थोड्याफार फरकाने माझ्या एमपीएससीच्या अनेक पोस्ट मी गमावल्या.

इथे सांस्कृतिक कार्यक्रमांच्या माध्यमातून व माझ्या अध्यापन शैलीमुळे चार पाच वर्षांतच मी घराघरांमध्ये पोहोचलो होतो. शिक्षकाचे खरे प्रसारक हे त्याचे विद्यार्थीच असतात. तेच शिक्षकांचे खरे मूल्यमापन करीत असतात. किंबहुना मुले शिक्षकांचे अनुकरण करीत असतात आणि शिक्षकांचा आदर्श डोळ्यासमोर ठेवून वागत असतात. या शाळेतील माझे अनेक विद्यार्थी आजही मला भेटायला येतात. कुणी डॉक्टर, अभियंता, शिक्षक, प्राध्यापक, तर कुणी बँक अधिकारी, इत्यादी पदावर कार्यरत आहेत.

पूर्व शिक्षण संचालक डॉ. गोविंद नांदेडे साहेब व येथील संस्थाचालक हे जवळचे गुरुशिष्य होते. ते मलाही माहीत होते. ते नांदेड येथे शिक्षणाधिकारी असताना अनेक कार्यक्रमांच्या निमित्ताने आमची भेट होत असे. मी आणि नांदेडे साहेबांनी राज्यस्तरीय, जिल्हास्तरीय अशा अनेक कार्यक्रमांचे संयुक्तरीत्या संचालन केल्यामुळे त्यांचा व माझा परिचय अधिक दृढ झाला होता.

शारदा भवन शिक्षण संस्थेत रुजू

काही दिवसांनी या शाळेतील विद्यार्थी संख्या कमी झाल्यामुळे येथील एक तुकडी कमी झाली. मी या ठिकाणाहून सरप्लस झालो. तुकडी उडाली की, उडवली गेली हे त्यांचे त्यांनाच माहीत. पण शिक्षणाधिकारी गोविंद नांदेडे यांनी माझी शिफारस शारदा भवन शिक्षण संस्थेचे सचिव मा.डी. पी सावंत यांच्याकडे केली. माझ्याबद्दल ते त्यांना वैयक्तिक बोलले "या शिक्षकाला तुम्ही तुमच्या संस्थेमध्ये सामावून घ्या. सदरील शिक्षकाला सुवर्णपदके, महाराष्ट्र शासनाचा पुरस्कार, अनेक राष्ट्रीय-आंतरराष्ट्रीय पुरस्कार प्राप्त आहेत. नक्कीच तो तुमच्या शाळेचे नाव उज्ज्वल करील."

शारदा भवन शिक्षण संस्था ही महाराष्ट्रातील नामवंत शिक्षण संस्था आहे. कै. डॉ. शंकररावजी चव्हाण यांच्या पदस्पर्शाने पुनीत झालेली ही गोरगरीब, होतकरू बहुजनांच्या मुलांना शिक्षण देणारी एक अग्रगण्य शिक्षण संस्था आहे. या संस्थेत कुठलाही वशिला अथवा लग्गा लागत नाही. ज्यांच्याजवळ गुणवत्ता आहे; त्याच व्यक्तीची निवड ही अटळ असते. माजी मुख्यमंत्री अशोकरावजी चव्हाण हे या संस्थेचे विद्यमान अध्यक्ष असून माजी शिक्षण राज्यमंत्री डी. पी. सावंत हे सचिव आहेत. डी. पी सावंत यांनी मला अनेक कार्यक्रमांमध्ये संचालन करताना, कुठे भाषण करताना बघितले होते आणि विशेष म्हणजे मी विसावा गार्डनमध्ये सकाळी सावंत यांच्याबरोबर कधीकधी फिरायला येत असे. त्यामुळे साहेबांशी माझी चांगली ओळख होती. त्यांनी लगेच होकार दिला व शिक्षणाधिकारी गोविंद नांदेडे यांनी इंदिरा गांधी हायस्कूल सिडको येथे अतिरिक्त शिक्षक म्हणून सामावून घेण्याचा आदेश दिला. तो आदेश घेऊन मी सचिव डी. पी. सावंत यांच्याकडे गेलो असता, त्यांनी मला एक रीतसर पत्र देऊन इंदिरा गांधी हायस्कूल येथे रुजू करून घेण्याचे मुख्याध्यापकांना आदेश दिले. अशाप्रकारे मी इंदिरा गांधी हायस्कूल सिडको येथे रुजू झालो आणि माझ्या जीवनाचा तिसरा अध्याय सुरू झाला.

एक-दोन महिन्यातच मी माझ्या अध्यापनाची इथे छाप पाडली. अल्पावधीतच मी येथील विद्यार्थ्यांचा आवडीचा शिक्षक झालो. सोबतच इथला शिक्षक वर्ग चांगला, सहकार्य करणारा व दिशा देणारा होता. डॉ. गरड अण्णा, डॉ. राम वाघमारे, श्री. देशपांडे सर, श्री. भंडारे सर, श्री. बायस सर, श्री. राठौर सर यांच्या संपर्कात आलो. माझा स्वभाव खूप तापट होता. कदाचित मी राहतो त्या परिसरातील वातावरणाचा परिणाम असेल. खोट्याच्या सतत विरोधात ठाम भूमिका घेणारा माझा पिंड होता आणि तो तसाच आजही आहे. मी या संस्थेत

२००५ मध्ये रुजू झालो होतो. यादरम्यान जळगाव येथे शिक्षण विस्तार अधिकारी म्हणून माझी निवड झाली होती. परंतु पत्नी नांदेड मनपामध्ये नोकरीला असल्यामुळे मी ही पोस्ट सोडून दिली.

अध्यापनाबरोबरच मी एमपीएससीची तयारी सुरू केली. शिक्षणाधिकारी पदाची सरळ सेवेची जाहिरात आली होती. रात्रंदिवस अभ्यास केला आणि मी २००९ ला खेळाडू कोट्यातून शिक्षणाधिकारी पदाची परीक्षा देऊन लेखी चाळणी परीक्षेत प्रथम आलो. जवळपास महाराष्ट्रामध्ये मी एकटाच खेळाडू या संवर्गातून शिक्षणाधिकारी पदासाठी पात्र झालो होतो. इंटनेटवर शिक्षणाधिकारी पदासाठी पात्र उमेदवारांच्या यादीमधील माझे नाव पाहून मला आत्यानंद झाला होता. मी मुलाखतीची तयारी करू लागलो. बघता बघता मी शिक्षणाधिकारी पदासाठीची लेखी परीक्षा पास झालो आहे; अशी खबर मित्रपरिवार, नातेवाईक, मोहल्ला तसेच संस्थेतील अनेक शिक्षकांपर्यंत गेली होती. माझ्या सर्व मित्रांना वाटू लागले की, आपला मित्र आता शिक्षणाधिकारी होणार. मी चांगली तयारी केली होती. अनेक क्लासच्या शिक्षकांना भेटून त्यांचे मार्गदर्शन घेतले होते. आणि काही दिवसांनी अचानक एमपीएससीने मला एक पत्र पाठवले. 'आपण गुणांच्या सीमारेषेनुसार उत्तीर्ण झाला आहात, पण पदव्युत्तर नसल्यामुळे आपणास मुलाखतीस अपात्र करण्यात आले आहे.' एवढ्या मोठ्या वर्ग-१ च्या पदाला आपण गवसणी घातली होती. खेळाडू कोट्यातून शिक्षणाधिकारी पदासाठी महाराष्ट्रात प्रथम येण्याचा बहुमान मिळाला असताना मध्येच सर्व स्वप्नांवर पाणी फेरले गेले. मी एमपीएससीच्या या भूमिकेच्या विरोधात न्यायालयात गेलो, पण त्याचा काहीही फायदा झाला नाही.

यानंतर एमपीएससी ने २०११-१२ ला जम्बो जाहिरात काढली होती. त्यात उपजिल्हाधिकारी, डीवायएसपी अशा भरपूर जागा होत्या. PSI/STIच्या तर १८००च्या वर जागा होत्या आणि इतर पोस्ट मिळून अडीच हजारच्या आसपास जागा निघाल्या होत्या. आता ठरवले, 'करा किंवा मरा' मी जवळपास ११ महिने घरापासून थोडे दूर राहिलो. मेस लावली. सकाळी ७ ते रात्री ११ वाजेपर्यंत डिजिटल लॅबमध्ये अभ्यास करू लागलो. सोबतच शाळाही सुरू होतीच. जशी परीक्षा जवळ येईल तशी सुट्टी घ्यायची असे मी ठरवले होते. संसार, शाळा, अभ्यास, सामाजिक क्षेत्र या सगळ्या पातळीवर मी कार्य करीत होतो.

जर तुम्हाला ध्येय गाठायचे असेल तर एकच ध्येय ठरवून त्यामागे लागा. एकाच गोष्टीवर लक्ष केंद्रित केल्यास यश हमखास मिळते. पण माझे लक्ष चार ठिकाणी विभागले गेले होते. तरीही माझा अभ्यास हमखास उत्तीर्ण होण्याच्या

टप्प्यातील होता. डॉ. श्रीकर परदेशी हे जिल्हाधिकारी असताना त्यांनी नांदेड येथे डिजिटल लॅब सुरू केली होती. एमपीएससी व युपीएससी वर आधारित पन्नास गुणांची परीक्षा घेऊन गुणानुक्रमे येणाऱ्या पहिल्या २०० विद्यार्थ्यांची या लॅबसाठी निवड झाली होती. मी या लॅबचा पहिल्या बॅचला उत्तीर्ण झालेला विद्यार्थी होतो. श्रीकर परदेशी हे स्वत: एक-एक -दोन-दोन तास ग्रंथालयात बसायचे. आमच्याशी चर्चा करायचे. पुस्तकांची लिस्ट आमच्याकडून घ्यायचे व ग्रंथपालाला सांगून ती पुस्तके पुण्याहून मागवून घेऊन विद्यार्थ्यांना उपलब्ध करून द्यायचे. इंग्रजीमध्ये मुले पाठीमागे असल्यामुळे त्यांनी प्रफुल्ल कुलकर्णी या शिक्षकास विद्यार्थ्यांना मार्गदर्शन करण्यासाठी लॅबमध्ये बोलावले होते. लॅबच्या बाजूला एक डिस्कशन रूम होती. त्यात ते इंग्रजी व्याकरणाचा क्लास घ्यायचे. मी व अनेक विद्यार्थ्यांनी या क्लासचा लाभ घेतला. इथे डायनिंग रूम, डिस्कशन रूम, एकदम शिस्तबद्ध अभ्यासाची लॅब निर्माण करून जिल्हाधिकारी श्रीकर परदेशी यांनी नांदेडच्या मुलांचे अधिकारी होण्याचे स्वप्नं पूर्ण करण्यासाठी मोलाचे योगदान दिले आहे. जी लॅब आजही अविरत चालू आहे. या लॅबमधील अनेक विद्यार्थी उच्चपदावर विराजमान झाले आहेत. हे सर्व श्रेय आदरणीय श्रीकर परदेशी साहेबांना जाते. येथील ग्रंथपाल आरती कोकुलवार मॅडम यांनी या लॅबमध्ये अतिशय शिस्तबद्धता निर्माण केली आहे.

माझा अभ्यास चालू होता. पुस्तकांची कमी नव्हती. दोनशे ते तीनशे पुस्तके लॅबमध्ये होती. माझ्याजवळ पण हजारो रुपयांची पुस्तके होती. माझी अभ्यासाची जवळपास ९० टक्के तयारी झाली होती. आता काहीही विचारले तर त्याचे उत्तर मी आत्मविश्वासाने देऊ लागलो. या वेळी एमपीएससीमध्ये भरपूर जागा असल्यामुळे मी नक्की एक पोस्ट काढणार याचा मला प्रचंड आत्मविश्वास होता. पण परीक्षेच्या काही महिने अगोदरच अचानक अभ्यासक्रम बदलून लोकसेवा अयोगाने विद्यार्थ्यांना खूप मोठा धक्का दिला. पूर्वीपेक्षा हा अभ्यासक्रम, प्रश्नांचे स्वरूप, एकदम भिन्न होते. यापूर्वी काहीही झाले तर चारच पर्याय असायचे. पण आता तर पाच किंवा सहा पर्याय दिलेले होते. उदा: पाचवा व सहावा पर्याय देतांना. ए व डी बरोबर, सी व बी बरोबर, असे पर्याय देऊन विद्यार्थ्यांना गोंधळात टाकले होते. तद्वतच सी-सॅट हा एक नवीन विषय एमपीएससीने अभ्यासक्रमात टाकला होता. अजून बराचसा बदल या पॅटर्नमध्ये झाला होता. तो कळण्याच्या आतच ती परीक्षा होऊन गेली. तरीही मी जिवापाड अभ्यास केला व प्रिलीम पास झालो. व मुख्य परीक्षेच्या तयारीला लागलो. मराठी व्याकरण, इंग्रजी व्याकरण, पत्रलेखन इत्यादीचा भरपूर सराव केला. असंख्य जुन्याच प्रश्नपत्रिका सोडवल्या. पण नवीन सिलॅबस असल्यामुळे गोंधळातच

मुलांनी परीक्षा दिली. मुख्य परीक्षेला केवळ १.५ गुणांनी कट ऑफ लिस्टच्या मी मागे राहिलो व ही संधीसुद्धा माझ्या हातून निसटली. मला खूप दुःख झाले. एवढ्या भयानक वातावरणात राहूनसुद्धा मनाने ठरविले तर एखादा विद्यार्थी काय करू शकतो, हे मला जगाला दाखवून द्यायचे होते. पण त्यात मला अपयश आले. मी अधिकारी होवू शकलो नाही. पण माझे अनेक विद्यार्थी डॉक्टर, अभियंता, बँक अधिकारी, कर्मचारी, PSI/STI पोलीस, शिक्षक, लिपिक, अशा अनेक मोठमोठ्या पदावर विराजमान आहेत. हे माझे मी यशच मानतो.

यानंतर मी काही वर्ष MPSCचा नाद सोडला व आपल्या अध्यापनावर, अध्ययनावर लक्ष केंद्रित केले. मुक्त विद्यापीठाकडून एम.ए मराठी विषय घेऊन प्रथम श्रेणीत उत्तीर्ण झालो. कारण पदव्युत्तर नसल्यामुळे शिक्षणाधिकारी वर्ग-१ चे पद माझ्या हातून निसटले होते. यानंतर स्वा रां. ती. मराठवाडा विद्यापीठ नांदेडची पेट परीक्षा उत्तीर्ण झालो व संस्थेची, शाळेची परवानगी घेऊन पीएच.डी.ची सुरुवात केली.

जळत्या घराचा प्रसंग

माणुसकी सोडून जगणं म्हणजे पशूसमान जगणं होय. माणसाने माणसाशी माणसाप्रमाणे वागलं पाहिजे, हाच माणुसकीचा दृष्टिकोन मी माझ्या पुढील आयुष्यामध्ये इतरांना मदत करण्यासाठी अंगीकारला. एकदा मी भीमघाट सोडून नवीन ठिकाणी तरोडा भागातील जेतवन नगर येथे राहायला आलो होतो. बाजूचा एक शेजारी जर सोडला तर या ठिकाणी मला कुणाचीही ओळख नव्हती. मी नवीनच घर या ठिकाणी बांधले होते. मुले रस्त्याने खेळत होती. तरुण मुले एका झाडाखाली सावली बघून घोळक्याने बसली होती. त्यांच्यात कसलीतरी चर्चा होऊन मुले जोरजोरात त्वेषाने बोलत होती. एकदम आवाज मोठा, तर एकदमच आवाज बंद होई. एकंदरीत सर्वकाही शांततेत चालू होते. एवढ्यात माझ्या घरापासून सहा ते सात घरे सोडून एका घरामध्ये गॅसने पेट घेतल्यामुळे ओरडण्याचा आवाज यायला लागला. सावलीत बसलेली मुले अचानक उठून पुढे पळत सुटली. तिकडून काही बाया, मुले पळत येताना दिसत होती. बघता बघता आगीच्या ज्वाळा संपूर्ण घरभर पसरल्या. बाजूच्या घरालाही या आगीचा धोका वाढला. झाडाखालची सर्वच मुले उठून आता त्या घराच्या समोर जाऊन हे सर्व पाहत होती. लहान लहान मुले त्या आगीच्या थोडे दूर आपल्या आई-वडिलांच्या हाताला धरून उभी होती आणि आगीच्या ज्वाळा

पाहत होती. पण कुणीच आग विझवण्यासाठी पुढे येत नव्हते. मी अचानक बाहेरून आलेलो. हा सगळा प्रकार मी बघितला. आगीच्या उंचच उंच ज्वाळा आकाशामध्ये धुरांबरोबर भडकत होत्या. मी प्रथम अग्निशमन दलाला फोन लावला. शेकडो माणसे हा आगडोंब पाहण्यासाठी जमा झाली होती. घराची घरमालकीण कांताबाई गच्चे ही जोर जोरात घराच्या बाहेर थांबून रडत होती. जोरात ओरडत होती आणि ती ''गॅसला आग लागली गॅस फुटतो की काय?'' असे म्हणून जमलेल्या लोकांना रडत रडतच सांगत होती. पण कुणीही तो गॅस काढण्यासाठी घरात जात नव्हता. पण 'गॅस फुटतो की काय' असे म्हणताच जमलेली सर्व माणसे तितर-बितर झाली. मी गच्चेबाईंना विचारले, ''गॅस कोणत्या खोलीत आहे?'' ''समोरच्या किचनमध्ये आहे'' असे गच्चेबाई म्हणाली. रस्त्याच्या बाजूनेच किचन होते. मी त्या घरात सावधपणे मध्ये शिरलो; पण मला आगीचा डोंब मध्ये जाऊ देत नव्हता. गेटच्या आतमध्ये सावलीसाठी सरूच्या लाकडांचा मांडव उभा केला होता. त्या मांडवानेही पेट घेतला होता. मी आत जाण्याच्या अगोदरच जळत असलेल्या मांडवाचे एक लाकूड बरोबर माझ्या समोरच खाली पडले. मी थोडे मागे सरकलो; अन्यथा ते लाकूड माझ्या अंगावरच पडले असते. मी पुन्हा मध्ये जाण्याचा प्रयत्न केला. सिलिंडरवर आग चालू होती व मधल्या सर्व वस्तूंनी पेट घेतला होता. काही वेळांनी सिलिंडर फुटणार हे आता आम्हाला वाटू लागले. काय करावे कळत नव्हते? सिलिंडरजवळ जाणे व ते बाहेर आणणे फार महत्त्वाचे होते आणि तेवढेच धोक्याचेही होते. म्हणून कुणीही आपला जीव धोक्यात घालण्यास तयार नव्हते. सिलिंडर फुटले तर आजूबाजूच्या घरांनाही त्याची झळ पोहचणार होती. मी अग्निशमन दलाच्या बंबची वाट पाहत होतो. बंब यायला उशीर लागत होता. पण मी कसलाही विचार न करता अचानक घरामध्ये घुसलो. तोपर्यंत अग्निशमन दलाची गाडी आली. कुणीतरी म्हणाले ''ते सर मध्ये गेलेत'' त्यांनी मी गेलेल्या भागाकडे पाण्याचा फवारा मारायला सुरुवात केली. माझ्या मागेच अग्निशमन दलाचा एक कर्मचारी धावत आला. त्यांच्या डोक्यात हेल्मेट होते. त्यांच्या अंगामध्ये आगीपासून बचाव करणारा ड्रेस होता. ते सर्व सुरक्षितपणे माझ्या मागे घरात घुसले. माझ्या मात्र डोक्यावर काही होते ना अंगावर. घराच्या अंगणामध्ये पडलेली एक सुती चादर घेऊन मी घरामध्ये घुसलो होतो. ती जळत्या सिलिंडरवर टाकली व तो सिलिंडर बाहेर काढला. तोपर्यंत दुसऱ्या कर्मचाऱ्याने पाण्याच्या फवाऱ्याने इतरत्र लागलेली आग विझवली. त्या वेळी माझ्या हाताला थोडे चटके बसले होते. कुठे कुठे हाताला भाजले होते. पण अग्निबंबाने आग नियंत्रणात आणली होती.

ज्या बाईची किंबहुना त्या घरातल्या माणसांची मला अजून ओळखही झाली

नव्हती. मी इथे नवीनच राहायला आलो होतो. पण मी न राहवून त्या संकटात उडी घेतली होती. त्या प्रसंगाला सामोरे जाऊन तो प्रसंग निभावला होता. मी जिंकलो होतो. त्या वेळी जमलेल्या लोकांनी मला अक्षरश: डोक्यावर घेतले व माझे या ठिकाणी वजन वाढले. लोक माझा आदर करू लागले. सर्व कार्यक्रमात मला बोलावू लागले. एकंदरीत मी या ठिकाणी नवखा असूनही सर्वांचा आवडता झालो. जणूकाही मी त्यांच्या कुटुंबातलाच एक सदस्य आहे, असे माझ्यासोबत येथील लोक वागू लागले. येथील सर्व महिला मला दादा, तर त्यांचे पती सर असे म्हणायचे. अगदी लग्नकार्यात मी पुढे होऊन त्यांचे नियोजन करायचा. जणूकाही हा माझ्याच घरचा कार्यक्रम आहे, अशाच आविर्भावात मी असायचा.

काही दिवसांनी येथील लोकांना एकत्र करून व खूप संघर्ष करून, मोर्चे काढून, घेराव घालून, रस्ते, नाल्या, पाणी या ठिकाणी आणले. यानंतर मी इथल्या नगराच्या प्रत्येक कार्यात मुख्य भूमिकेतच होतो. आजही येथील लोक माझ्याविषयी चांगली चर्चा करतात, आदर करतात. मी कधीकधी तिकडे गेलो तर, मला अप्रुप करतात, आवभगत करतात, जवळपास मी या ठिकाणी तेरा वर्षे राहायला होतो. आणि मी आता दुसरीकडे नवीन घर बांधल्यामुळे तिथे राहायला गेलो आहे. मी माझे तिसरे घर छत्रपती चौकात बांधलेले आहे. पण या जेतवन नगराच्या अनेक आठवणी माझ्या हृदयात आहेत. मी हे नगर सोडून जात असताना. माझ्या सामानाच्या टेम्पोंच्या समोर थांबून ''आमच्यावरून तुमचा टेम्पो घाला पण आम्ही तुम्हाला इथून जाऊ देणार नाही.'' अशी इथल्या लोकांनी भावनिक घातलेली साद ही माझ्या हृदयाच्या कुपीमध्ये मी जपून ठेवली आहे.

विजेचा झटका-मामाचा पुनर्जन्म

असाच एक दुसरा प्रसंग माझ्यासहित व संपूर्ण जेतवन नगराला हादरवून सोडणारा होता. सायंकाळी पाच ते सहाची वेळ असेल, मी शाळेतून येत होतो. अगदी घराजवळ आलो होतो. गाडीवरून उतरून गेट काढून आत आलो. आमच्या घराच्या बाजूनेच एका कोपऱ्यातून ३३ केव्हीची विद्युत लाइन गेलेली होती. कुठेही त्या लाइनवर माणूस चिटकला तर आमच्या इथे मोठा आवाज होत असे. माझे घर सोडून बाराशे चौ.फुटामध्ये एका कोपऱ्यातून ही तार गेलेली होती. ''ही तार सात ते आठ फुटांवरून माणसाला ओढून घेते'' असे अनेकजण म्हणायचे. अनेकांनी हे प्रत्यक्ष पाहिलेही होते. 'याच लाइनवर थोडे पुढे वैशाली नगरमध्ये घरावर कपडे वाळू घालण्यासाठी गेलेल्या बाईला या ताराने ओढून

घेतले अन् अक्षरश: त्या बाईचा कोळसा झाला होता.' असे प्रत्यक्ष पाहिलेले लोक सांगायचे.

एक मुलगा घरावर पतंग उडवत होता. त्याच्या पतंगाला मांजा होता. तो पतंग त्या तारेला अडकला व मुलाच्या हातात विद्युतप्रवाह उतरून तो चक्कर येऊन खाली कोसळला. मुलाचा हात भाजून काळानिळा पडला होता. असेही कुणी सांगायचे.

आमच्या प्लॉटमध्ये या तारेचे खांब होते व त्याला टेकण म्हणून एक सपोर्टिंग तार होती. जी खांबाचे बॅलेन्स करायची. पावसाळ्यात तर इथे विस्तवाचे मोठमोठे थिलंगे पडायचे. माझा छोटा मुलगा हा नाजूक असल्यामुळे हे पाहून तो घाबरायचा. त्याचे हृदय धडधडायचे. काही दिवसांनी या ठिकाणी आम्ही कम्पाउंड घेऊन फुलांचा बगिचा फुलवला होता. त्यात विविध रंगाची फुले, सोबतच अंजीरचे, जांभळीचे, आंब्याचे रोपटेही लावली होती. ती झाडे आज मोठी झाली होती. साधारण पाच ते सहा फूट उंच वाढलेली असतील. जवळपास पन्नास एक गुलाबाचे रोपटे होते. त्यात, लाल, गुलाबी, पिवळा इत्यादी रंग असलेले गुलाब बागेची शोभा वाढवत असत. आणि खांबाचा तार भेडवत पण असत. याच बागेत एक लोखंडी झुला बांधला होता. त्यात एक पंखा आणि लाईट लावला होता. आम्ही रात्री उशिरापर्यंत येथे झुल्यावर बसायचो. कधीकधी जेवणपण इथेच करायचो. पण थोडे ऐचन (गवत वाढलेले) झाल्यामुळे तसेच एकदा साप निघाल्यामुळे मुले घाबरायला लागली. त्यामुळे मी झुल्याच्या काही भागात फरशी करून घेतली होती. तेव्हापासून तिथे खूप करमायचे. (मन रमायचे).

तारेच्या बाजूने मी एक तात्पुरते जाळीचे कम्पाउंड केले होते. त्या कम्पाउंडला लागून एक शेवग्याचे झाड, त्या उंच विद्युत तारांना स्पर्श करण्यासाठी जात होते. शेवग्याच्या झाडात जास्तीत जास्त पाणी असते, असे मला कुणीतरी सांगितले होते. त्यामुळे हे वाढलेले झाड तोडण्यासाठी साधारण पंचावन्न ते छप्पन वर्षाचा एक माणूस हातात कुऱ्हाड घेऊन झाडे तोडत होता. शेवग्याचे बुड खूप मोठे झाले होते. शेजारी असलेल्या माणसाला ते झाड तोडण्यासाठी मी सकाळीच बोलावले होते. पण तो सायंकाळी आला होता. कारण शेवग्याचे झाड हे त्या विद्युत तारेला लागून अनेकवेळा आगीच्या ठिणग्या पडत होत्या. म्हणून ते झाड तोडण्याचे नियोजन होते. त्या दिवशी थोडा पाऊस पडून उघडला होता. जमीन थोडी नम होती. अशात हा माणूस पायात चप्पल घालून काम करीत होता. त्याने शेवग्याचे बरेचसे झाड तोडले होते. ज्या फांद्या उंच होत्या त्याच तोडणे अजून बाकी होते. फांद्या तोडलेल्या बुडावर अनवाणी उभे राहून तो बाकीच्या फांद्या तोडत होता. त्याला वाटले एवढी फांदी तोडली की संपले.

असा विचार करून तो झाडाची फांदी तोडण्यात गुंग झाला होता.

फांदी तोडताना ती इकडे-तिकडे हलत होती. आणि वरच्या विद्युत तारेच्या अगदी जवळून जात होती. पण त्या व्यक्तीला ती फांदी तारांना लागेल असे वाटत नव्हते. किंबहुना ती खालून त्याला दिसत नव्हती. एवढ्यात मी गेट उघडून गाडी आत घेतली. त्या फांदी तोडणाऱ्या माणसाकडे एक कटाक्ष टाकला. तो फांदी तोडण्यात खूपच दंग होऊन गेला होता. एवढी फांदी तोडली की, कामच संपले, अशा विचारात असेल कदाचित. माझा छोटा मुलगा, मुलगी, पत्नी, माझी माय हे सर्वजण झाड तोडत असलेल्या व्यक्तिकडे पाहत अंगणात थांबले होते.

मी गाडी स्टँडवर लावली आणि बघतो तर काय? माणूस जी फांदी तोडत होता, ती फांदी वरच्या विद्युत तारेला लागून तड्ऽ तड्ऽ तड्ऽ असा आवाज करून जळत होती व फांदी तोडणारा माणूस तसाच हात वर करून उभा होता. त्याचा हातही जळत होता. त्याच्या शरीरात विद्युतप्रवाह जाऊन तो एकदम, न हलता-डुलता एका खोडावर स्तब्ध उभा होता. मी जोरात ओरडलो, "मामा ऽऽ खाली उडी मारा" पण विद्युत प्रवाह शरीरात गेल्यामुळे व वरची फांदी खाली जळत येत असल्यामुळे त्याची कोणतीच हालचाल होत नव्हती. माझा मुलगा, माझी पत्नी जोरजोरात रडत होती. रडण्याचा आवाज ऐकून सर्व शेजारीपाजारी घराजवळ जमा झाले. हा माणूस पुतळा उभा रहावा तसा उभा होता.

मला काहीच सुधरत नव्हते. काय करावे काही कळत नव्हते. एवढ्यात त्याने पूर्वी तोडलेल्या फांद्या व त्याची केलेली लाकडे आजूबाजूला पडली होती. त्यातील एक लाकूड मी उचलले, ते लाकूडही ओलेच होते. मला हेसुद्धा माहीत नव्हते, की त्याला या लाकडाने ढकलले तर आपण पण त्याच्यासोबत चिकटले जाऊ. पण मी लाकडाने त्याच्या हातावर मारले तोच माझा पाय घसरून मी खाली पडलो. व मारलेल्या लाकडाने त्याचा फांदीचा हात सुटला व तो सरळ खाली पुतळा पडावा तसा कोसळू लागला. पिक्चरमध्ये एखाद्याला गोळी लागल्यानंतर जसा तो स्लो मोशनमध्ये खाली पडतो; तसाच हा सीन होता. मुले, घरातील लोक जोरजोरात रडत होते. पाहणारे भयभीत होऊन ओरडत होते. पण कुणीही त्याच्याकडे जाण्याची हिंमत करीत नव्हते. 'माझ्या पायात बूट नसता, तर मी पण चिकटलो असतो.' असे बरेचजण मला नंतर सांगत होते.

त्याच्या शरीरातून जीव निघून गेला व त्याचे शरीर खाली पडत आहे. असे मला क्षणभर वाटले. मनुष्य खाली पडत होता. मी पाय घसरून खाली पडलो होतो. स्वत:ला सावरलो व एकदम विजेच्या वेगाने पडत असलेल्या माणसाला अलगद हातावर झेलले. अन् मी खाली व तो मनुष्य माझ्या अंगावर धाड्कन

पडला. एखादा मृतदेह अंगावर पडावा असे मला वाटले. पण क्षणाचाही विलंब न करता मी त्याच्या खालून निघालो व त्याच्या छातीवर हाताने जोरजोरात दाबू लागलो, ''मामा उठा... तुम्हाला काहीच झाले नाही'' असे म्हणून त्यांच्या छातीवर जोर जोराने दाबत होतो. पण त्या माणसाची काहीच हालचाल होत नव्हती. मला वाटले संपले सगळे. पण मी प्रयत्न सोडला नव्हता. त्याचा हात मनगटापर्यंत जळाला होता. माणसांची गर्दीच गर्दी जमली होती. सगळीकडे आलोंडा उठला होता. मी पुन्हा पुन्हा ''मामा उठा... मामा उठा.. तुम्हाला काहीच झाले नाही. एकदाचा श्वास घ्या ऽऽ, घाबरू नका. श्वास घ्या मामा, श्वास घ्या ऽऽ'' असे म्हणून मी त्याच्या छातीच्या मधोमध दोन्ही हाताच्या तळव्याने दाबले असता, एखाद्या पिक्चरमध्ये शोभेल असे दृश्य मला पाहायला मिळाले. मामाने थोडा श्वास घेतला. 'अंहं..' लगेच शेजारी एक ऑटो उभा होता. सुदैवाने तो गौतम घरीच होता. गौतमने ताबडतोब रिक्षा गेटमध्ये लावली, मी आणि त्याने त्या माणसाला उचलून रिक्षात ठेवले. पाहणाऱ्या लोकांची गर्दी वाढत होती. या माणसाचा जीव मात्र गुदमरत होता. ऑटोमध्ये माझ्या मांडीवर मामा थोडा थोडा श्वास घेत होता. आमच्या आशा पल्लवित झाल्या होत्या. माणूस काही झाले तरी वाचला पाहिजे. रोज मजुरी करून खाणारा हा माणूस होता. तो आणि त्याची बायको मिळेल ते काम करून आपला उदरनिर्वाह करीत होते. त्याला एक मुलगा होता. पण तो आपल्या बायकोबरोबर दुसऱ्या ठिकाणी राहत होता. त्या वेळी त्याची बायको किंवा मुलगा कुणीही आमच्या सोबत नव्हते. मी आणि दुसरा एक तरुण मुलगा व रिक्षावाला एवढेच जण रिक्षात होतो. त्याचा जीव वाचावा म्हणून मी प्रार्थना करीत होतो. हात लटपटत असले, अंगात थरथरी वाटत असली तरी मी एकदम त्याच्या पाठीशी खंबीर उभा आहे, असे त्याला सांगत होतो. मी मनातून एकदम हादरून गेलो होतो. पण मनाला स्थिर करण्याचा प्रयत्न करीत होतो. साई मंदिराच्या समोर एका दवाखान्यात त्याला नेण्यात आले. तोपर्यंत अनेकजण गाड्या घेऊन आमच्या ऑटोच्या पाठीमागे आले होते. त्याच्यावर तिथे उपचार सुरू झाला. हात जळाला होता. त्यावर मलमपट्टी केली. ईसीजी काढले. सर्व रिपोर्ट नॉर्मल होते. आता तो यातून बाहेर पडला होता. तो बोलू लागला. माणसे ओळखू लागला. पूर्णपणे तो शुद्धीवर आला होता.

दवाखान्याचा खर्च डॉक्टरांना दिला व त्याला स्वस्थ वाटेपर्यंत आम्ही तेथेच थांबलो. त्याच्या बायको-मुलांना निरोप पाठविण्यात आला. ते आल्यानंतर मी त्यांना पूर्ण कहाणी सांगितली, ''आणि मामाची काळजी घ्या'' म्हणून काही पैसे त्याच्या बायकोच्या हातात दिले. तो मामा व त्याची बायको. जाताना

माझ्याकडे कृतज्ञतेने पाहत होते आणि मला धन्यवाद देत होते. मी त्यांना "काही गरज पडली तर मला फोन करा." असे म्हणून घराकडे निघालो. अशाप्रकारे माझ्याकडून आज एक जीव वाचला होता. काहीतरी खूप मोठे काम आपल्या हातून झाले आहे असे वाटून, मी मनात समाधानाने चिंब चिंब झालो होतो.

जेतवननगर आणि मी

या नगरात मी जेव्हा राहायला आलो तेव्हा इथे पाण्याचे टँकर यायचे, लोक हातात पाइप घेऊन, भांडे, टाक्या घेऊन, पळायचे व त्या टँकरवर चढायचे. कधीकधी पाण्यावरून तुंबळ हाणामारी व्हायची. मला हे अजब वाटायचे. कारण मी इथे आल्याबरोबर ५०० फुटांवरून पाण्याचा नळ घेतला होता. आम्हाला पाण्याचा काहीच प्रश्न नव्हता. पण लोकांची दशा बघून माझ्यातील नेतृत्वाने उचल खाल्ली. मी तिथल्या लोकांना एकत्र करून जिल्हा परिषदेवर मोर्चा काढला. जिल्हा परिषदेची सर्वसाधारण सभा बंद पाडली. जि. प. मु. कार्यकारी अधिकारी यांना, आम्ही पाणी व रस्त्याच्या संदर्भात प्रत्यक्ष पाहणी करावी म्हणून विनंती केली होती. आमचा मोर्चा बघून सीईओ साहेबांनी जिल्हा परिषद अध्यक्षांच्या सांगण्यावरून आमच्या नगराला भेट देण्याचे मान्य केले. त्या वेळी आमचे हे नगर ग्रामपंचायतमध्ये होते. त्या रात्री रात्रभर मोठा पाऊस पडला होता. सगळीकडे चिखलच चिखल झाला होता. दुसऱ्या दिवशी ठरल्याप्रमाणे सीईओ साहेब आमच्या नगराला भेट द्यायला आले व आमची परिस्थिती पाहून त्यांनी संबंधितांना पाण्याची तात्पुरती पियूसी पाइपलाइन टाकण्याची सूचना केली. काही दिवसातच संपूर्ण नगरामध्ये २.५ इंची पाण्याची पाइपलाइन टाकण्यात आली. यामुळे नगरात पाणीच पाणी झाले. आमचा पाण्याचा प्रश्न सुटला होता. आम्ही सर्वांनी मिळून ही पहिली लढाई जिंकली होती. यानंतर रस्त्याचा प्रश्न हातात घेतला. ग्रामपंचायत सदस्य, सरपंच, या सगळ्यांना निवेदन दिले गेले. पंधरा ते वीस दिवसात जर रस्ते झाले नाहीत, तर सामूहिक टॅक्स भरणे बंद. लोकप्रतिनिधींना नगरात प्रवेश बंद, असे निवेदनात नमूद करण्यात आले होते. याचा आम्हाला सकारात्मक परिणाम दिसून यायला लागला आणि हे करूनसुद्धा जर प्रशासन ऐकत नसेल तर, मुलांबाळांसहित, महिला, माणसे, तरुण एकत्र जमून मोर्चा काढायचा आणि रीतसर निवेदन द्यायचे. यामुळे आमच्या नगरातील प्रत्येक समस्या सुटायला लागल्या होत्या. जेतवननगराची कहाणी आजूबाजूच्या नगरामध्ये पसरू लागली. प्रकर्षाने इतर नगरातील लोक मला भेटायला येऊ लागले. ते

त्यांच्या वार्डातील समस्या घेऊन यायचे. कुणी कुणी तर व्यक्तिगत अडचणी पण घेऊन यायचे. मी प्रत्येकाला समजून सांगत. त्यांच्या प्रश्नाचे निरसन करीत. आर्थिक मदतीची गरज लागली तर तेसुद्धा मी देत असत.

३० जून २००९ मध्ये हद्दवाढ होऊन आमचा तरोडा हा भाग नांदेड महानगरपालिकेत गेला. यामुळे आमचा टॅक्स वाढला. पण सुविधा काहींच नाहीत. मी पुन्हा लोकांना एकत्र करून त्यांच्याशी आपल्या मागण्या संदर्भात चर्चा करून आपल्या मागण्यांची जाणीव करून दिली. या ठिकाणी निवृत्त उपजिल्हाधिकारी जे. डी. गोणारकर राहत होते. त्यांना मी नगराला प्रगतीच्या मार्गावर कसे नेता येईल यासंदर्भात माहिती द्यायचा. या सर्व कार्यात मला त्यांनी खूप सपोर्ट केला. "तारु सर आपल्या वार्डात राहण्यासाठी आले आहेत. कोणत्याही योजना आपल्या नगरात आणण्यासाठी आपण त्यांच्या पाठीशी खंबीरपणे उभे राहिले पाहिजे." असे ते लोकांना आवाहन करत. मी हे नगर टँकरमुक्त केल्यामुळे माझ्यावर त्यांचा विश्वास वाढू लागला. नगरात जे विहार बंद पडले होते, त्या विहाराला सुव्यवस्थित करून प्रार्थना सुरू केली. प्रार्थनेच्या निमित्ताने माणसे जमू लागली. लहान मुले, तरुण, महिला इथे गोळा होऊ लागली. मी त्यांना वार्डाच्या विकासाच्या योजना सांगत. 'पण त्यासाठी आपली एकी महत्त्वाची आहे.' यावर मी भर देत. तरुणांची वेगळी फळी तयार केली. वृद्ध माणसांची समिती तयार केली व महिला मंडळ बचतगट तयार करून; तरुण, मोठी माणसे व महिला यांना एका सूत्रात बांधून विधायक काम करण्यासाठी त्याचा वापर करू लागलो.

बघता बघता आजूबाजूच्या वार्डात कुजबुज सुरू झाली. 'जेतवन नगरात एक शिक्षक राहायला आले आहेत. त्यांनी संपूर्ण नगराचा चेहरामोहराच बदलून टाकला आहे.' अशी माझी ओळख निर्माण झाली. राजकीय नेते मंडळी, छोटे-मोठे कार्यकर्ते निवडणुकीच्या निमित्तानेच का होईना मला भेटायला येऊ लागले. माझ्याशी हितगुज करू लागले. माझे संबंध सर्व राजकीय पक्षांच्या पदाधिकाऱ्यांसोबत स्नेहाचे असायचे.

मी याचदरम्यान, जिल्हाधिकारी कार्यालय, एसपी ऑफिस व जिल्हा परिषद कार्यालय तथा मनपा नांदेड कार्यालयातील अनेक कार्यक्रमांचे नियोजन करून द्यायचा, त्या कार्यक्रमाचे सूत्रसंचालन करून कार्यक्रम व्यवस्थित पार पाडण्यास सहकार्य करायचा. त्यामुळे मला या सर्वच कार्यालयातून सहकार्य मिळायचे.

मी छोटे छोटे कार्यक्रम ठेवून पोलीस निरीक्षकांपासून ते जिल्हाधिकारी यांच्यापर्यंत सर्व अधिकाऱ्यांना विविध कार्यक्रमांच्या निमित्ताने प्रमुख अतिथी म्हणून बोलवायचा. यामुळे इथे खूप सकारात्मक बदल दिसून येऊ लागले.

नगरातील कोणतेही काम असले, की एका झटक्यातच होत असे. त्यामुळे माझ्या नावाची आजूबाजूच्या नगरात खूप चांगली चर्चा व्हायची. अल्पावधीतच या वार्डामध्ये मनपाच्यावतीने सिमेंटचे रस्ते, बीडची मोठी पाइपलाइन, स्ट्रीट लाइट, ड्रेनेज इत्यादी सुविधा आम्ही एकीच्या बळावर करून घेतल्या. विशेष म्हणजे यापूर्वी या नगरातील माणसे २० ते २५ वर्षांपासून एकमेकांत कधीच मिसळले नव्हते. आपले घर, आपली नोकरी, यातच गुंग राहायचे. सामाजिक दृष्टिकोन न ठेवता वैयक्तिक विचार करायचे. आपण समाजाचे काहीतरी देणे लागतो हा विचार येथे पार लयास गेला होता. अशा परिस्थितीमध्ये मी त्यांच्या मनात एकतेचे स्फूलिंग पेटवले. एकीच्या बळावर आपण काम करू शकतो हे दाखवून दिले. माणसाने माणसाशी माणसासारखे वागले पाहिजे. एकमेकांना अडचणीच्या वेळी मदत केली पाहिजे. शेजाऱ्याचे दुःख ते आपले दुःख मानले पाहिजे. कोणत्याही परिस्थितीत खोट्यास खोटे व खऱ्यास खरे म्हणण्याचे धाडस आपल्यामध्ये आले पाहिजे, हा विचार त्यांच्या मनात पेरण्यास मी यशस्वी झालो. आज हे नगर सर्व सोईंनी युक्त आहे. परिवर्तनवादी सप्तखंजिरी वादक सत्यपाल महाराज यांचा या वार्डाच्या वतीने नगराच्या बाजूच्या मैदानावर नियोजनपूर्वक कार्यक्रम ठेवून पहिल्यांदाच २५ हजार श्रोत्यांना जमवण्याचे रेकॉर्ड केले. ही या नगरासाठी भूषणावह गोष्ट ठरली.

मला जिथे अन्याय दिसतो तिथे मी बोलतो. माझ्या विद्यार्थ्यांना पण हीच शिकवण देतो. हा माझा स्थायिभाव होता आणि तो आजही आहे. दुसऱ्यासाठी भांडण घेणे हे मला अनेकवेळी अंगलट येत असे. त्यामुळे माझे अनेक ठिकाणी नुकसानसुद्धा झालेले आहे.

एकदा एम.ए.च्या शेवटच्या वर्गात परीक्षा देत असताना. वर्गावर असलेला पर्यवेक्षक खिशात चिठ्ठ्या आणून एका मुलीला देत असताना मी त्याला हटकले. "शिक्षक असून, ही तुमची कृती योग्य नाही सर, तुम्ही जर एका मुलीस चिठ्ठ्या देत असाल तर तो वर्गातील सर्व मुलांवर अन्याय आहे. त्यामुळे सर्व वर्गालाच चिठ्ठ्या मारू द्या ना!" असे मी त्यांना ठणकावले. लगेच त्यांनी प्राचार्यांना सांगितले. प्राचार्यांनी त्यांच्या जवळची मुलगी असल्यामुळे माझे काहीच न ऐकता मलाच दम दिला. पण त्या वेळी वर्गातील कोणीही 'त्या प्राध्यापकाची कृती चुकीची आहे.' असे सांगितले नाही. ज्या वेळी निकाल जाहीर झाला. त्या वेळी माझ्या प्रमाणपत्रावर WPC असे लिहून आले होते. (WPC-होल परफॉरमन्स कॅन्सल्ड)

आणखी एक प्रसंग असाच होता. मी शिक्षणाधिकारी परीक्षा पास झालो खरा; पण मला मुलाखतीसाठी अपात्र करण्यात आले. तेव्हा मी माहितीच्या आधारे काही कागदपत्रे मागवून घेतले व त्याआधारे अर्ज अपिलात टाकल्यामुळे

एमपीएससी कार्यालयातील अनेक अधिकाऱ्यांचे धाबे दणाणून गेले होते. मला सचिवांनी मुंबई येथे बोलावून खूप समजावून सांगण्याचा प्रयत्न केला होता आणि त्यांनी एमपीएससीचीच बाजू घेतली. त्यामुळे माझ्यावर झालेल्या अन्यायाविरुद्ध नंतर मी कोर्टात गेलो. पण ती केस माझ्या विरोधात गेली. माझे शिक्षणाधिकारी होण्याचे स्वप्न भंगले. कारण या केसमुळे अनेक अधिकारी अडचणीत येणार होते. जाहिरातीमध्ये काही चुका असल्याचे मी त्यांच्या निदर्शनास आणून दिले होते. पण माझ्या विरोधात संपूर्ण एमपीएससीने काम केल्यामुळे मी कोर्टातून सहज ही केस गमावली. यानंतर अनेक परीक्षेत मी पास झालो. पण कोणत्या ना कोणत्या कारणाने मला डावलण्यात आले. एम्प्लॉयमेंट अधिकारी वर्ग-२, उपशिक्षणाधिकारी वर्ग-२, डायट अधिव्याख्याता वर्ग-२ इत्यादी सरळ सेवा परीक्षेत मी उत्तीर्ण होऊनही या पदांपासून वंचित राहिलो. शेवटी डायट अधिव्याख्याता पदासाठी माझी औरंगाबाद येथे मुलाखत घेऊन मला नंतर एमपीएससीने कळवले की, आपण गुणांच्या सीमारेषेनुसार उत्तीर्ण झाले आहात, पण वयाधिक झाल्यामुळे आपण अपात्र आहात. वास्तविक पाहता, डायट प्राचार्य पदासाठी मी पात्र असताना, पात्र नसलेल्या अधिव्याख्याता पदासाठी माझी मुलाखत घेण्यात आली, हे विशेष. मी एमपीएससीच्या निदर्शनास ही बाब आणून दिली असता, यावर त्यांनी बोलण्याचे टाळले.

अशाप्रकारे माझे स्पष्ट व खरे बोलण्यामुळे अनेक ठिकाणी नुकसान झालेले आहे. त्यामुळे मी अनेक वेळा तोलून मोलून बोलण्याचा प्रयत्न करीत असतो.

डिजिटल क्लासरूमची निर्मिती

अनेक वर्षापासून मला डिजिटल क्लासरूम तयार करण्याची इच्छा होती. पण योग जुळून येत नव्हता. मी कविता गळ्यावर शिकवायचो. धडा हा कथा रूपाने शिकवायचो. हे विद्यार्थ्यांना खूप आवडायचे. त्यामुळे माझा वर्ग चालू झाला म्हणजे, बाजूच्या वर्गातील काही मुले माझ्या वर्गात येऊन बसायचे. मी त्यांना काहीही न म्हणता बसू देत. माझ्या वर्गात हस्याचा कल्लोळ, संस्काराचा पाठ, आईवडील व देशाबद्दल अभिमान आणि गेय कवितांचा मिलाफ असायचा.

२०१३-१४ मध्ये महाराष्ट्रात शैक्षणिक क्षेत्रात डिजिटलचे वारे वाहू लागले होते. २०१४-१५ मध्ये मी शारदा भवन हायस्कूलमध्ये असताना व्ही. सी. देशमुख मॅडम या मुख्याध्यापिका होत्या. त्यांना मी विश्वासात घेऊन शाळेत डिजिटल क्लासरूम तयार केली. स्वत: मी आणि पर्यवेक्षक माणिक कोंडामंगल सरांनी मिळून एक बोर्ड व प्रोजेक्टर बसवला, खाली मॅट अंथरली, बोर्डला

संगणक जोडले व आमचा किमान नांदेडमध्ये तरी जबरदस्त डिजिटल वर्ग सुरू झाला. इयत्ता पाचवी ते दहावी गणित, विज्ञान, मराठी जवळपास सर्वच विषय आम्ही डिजिटल क्लासरूममध्ये शिकवण्याला सुरुवात केली. डिजिटल क्लास म्हणजे अध्ययन-अध्यापनात सुलभता, नावीन्यता, कार्यक्षमता, जिज्ञासा, कल्पकता, कलात्मकता वाढविण्याचा आधुनिक वर्ग होय, असे मला वाटते.

या शाळेत बहुभाषिक विद्यार्थी असल्यामुळे आम्हाला मराठी हा विषय हिंदीमध्ये शिकवावा लागत. या ठिकाणी शीख, राजपूत, शिकलकरी, भंगी, मुस्लीम इ.समाजाची हिंदी बोलणारी, काही तेलुगु बोलणारी, पंजाबी बोलणारी बहुसंख्य मुले होती. पण इथला प्रत्येक शिक्षक निष्णात होता. तो प्रामाणिकपणे अध्यापनाचे काम करी. परंतु एखाद्या मुलाला शिक्षकाने मारले किंवा शिक्षा केली, तर लगेच पालक शाळेत येऊन "कौन हे रे वो मास्टर"असे म्हणून शाळेत गलका माजवत. तो शिक्षक त्या पालकांना सांगायचा "हा वर्गात गोंधळ करीत होता आणि संपूर्ण वर्ग डिस्टर्ब करीत होता" "करने दे तुझे क्या करने का है?" असे तो पालक उलटेच बोलायचा. कधीकधी मुलांमध्ये चाकू, तलवारीने शाळेच्या बाहेर गेटमध्येच मारामारी व्हायची. जवळच इतवारा पोलीस स्टेशन असल्यामुळे आम्ही त्यांना फोन केला की, लगेच पोलीस यायचे व वातावरण निवळायचे. इथे शिक्षण कमी व भांडणे जास्त असा प्रकार पाहायला मिळायचा. इथे नोकरी करणे म्हणजे तारेवरची कसरत असायची. जवळपास ९ ते १० वर्षे इथे मी सेवा दिली.

अशा या परिस्थितीतही मी मुख्याध्यापिका यांना विश्वासात घेऊन व श्री. कोलेवाड सर, श्री. तुप्पेकर सर आणि काही शिक्षकांना सोबतीला घेऊन तसेच स्थानिक नेत्यांना शाळेत बोलावून त्यांचा सन्मान करून त्यांच्यासमोर शाळेची परिस्थिती विषद करायचा. स्थानिक पदाधिकाऱ्यांनी ज्यामध्ये दीपकसिंह रावत, पुनित रावत, भानुसिंह रावत, रवी बुंगई, पोलीस अधिकारी, कर्मचारी इत्यादींनी आम्हाला खूप सहकार्य केले व शाळेला एका उंचीवर नेण्यास शिक्षकांना प्रोत्साहित केले.

शाळासिद्धीच्या माध्यमातून संस्थेची परवानगी घेऊन आम्ही तीन लाखाच्यावर निधी जमवला. शाळेची रंगरंगोटी केली. डिजिटल लॅब तयार करणे, शैक्षणिक साहित्य खरेदी करणे, साउंड सिस्टिम घेणे, माजी विद्यार्थ्यांकडून पेव्हर्स बसविणे इत्यादी कामे लोकवाट्यातून करण्यात आली. माजी मुख्यमंत्री अशोकरावजी चव्हाण हे या संस्थेचे अध्यक्ष आणि माजी शिक्षण राज्यमंत्री डी. पी. सावंत हे सचिव असून संस्थेने या शाळेला अनेक गोष्टींमध्ये स्वयंपूर्ण केले आहे. परंतु शाळासिद्धीनुसार लोकवाटा घेऊन शाळेची प्रगती केल्यास त्याला विशिष्ट

ठरावीक गुण दिले जातात. हे ७ जानेवारी २०१७ च्या शासनाच्या जीआरमध्ये नमूद केले असल्यामुळे आम्ही लोकवाटा स्वीकारून शाळेला एका उंचीवर घेऊन जाण्यासाठी सज्ज झालो होतो. याकामी आम्हाला कार्यकारिणी सदस्य डॉ. रावसाहेब शेंदारकर (सध्या कोषाध्यक्ष-प्रस्तुत संस्था) कार्यकारिणी सदस्य, नरेंद्र चव्हाण, पांडुरंगजी पावडे यांनी खूप सहकार्य केले.

या शाळेने मला महाराष्ट्र राज्य पाठ्यपुस्तक मंडळ तथा बालभारती सदस्य, शाळासिद्धी राज्य प्रशिक्षक (७ जानेवारी २०१७ च्या जीआरमध्ये माझे व शाळेचे नाव नमूद), महाराष्ट्र शासनाच्या दीक्षा ॲप मराठी विषयाचा मार्गदर्शक, तथा स्वच्छ विद्यालय पुरस्कार समिती सदस्य (महाराष्ट्र राज्य) म्हणून बहुमान मिळवून दिला. तसेच महाराष्ट्र शासनाच्या राज्य आदर्श शिक्षक पुरस्काराने सन २०१५-१६ मध्ये मला व माझ्या शाळेला मुख्यमंत्री देवेंद्र फडणवीस यांच्या हस्ते गौरविण्यात आले. हा माझ्या जीवनातील शिक्षक म्हणून परमोच्च व सर्वोच्च सन्मान आहे, असे मला वाटते. कर्मवीर भाऊराव पाटील यांनी गरीब मुलांच्या शिक्षणासाठी जिवाचे रान केले. त्यांच्या अंतर्मनाच्या तळमळीतून त्यांनी अनेकांना ज्ञानवंत केले. ते म्हणत,

'साऱ्या कोवळ्या जीवांना अक्षरांचा स्पर्श व्हावा ।
उजेडाचं दान देण्या झोपडीत सूर्य यावा ।।
नको असा एक हात जो पाटीला पारखा ।
पुस्तकाला स्पर्श व्हावा त्याच्या आई सारखा ।।'

कर्मवीर भाऊराव पाटलांच्या या ओळी शिक्षक म्हणून शिकवताना स्वत:ला आत्मिक बळ देतात. गरिबांच्या झोपडीत ज्ञानाच्या सूर्याचा उजेड नेण्यासाठी प्रेरित करतात. याच आत्मिक तळमळीने श्रीमंत असो वा गरीब अशा मुलांना शिकवावं, त्यांना शहाणं करावं, त्यांच्या जवळ वह्या-पुस्तके नसतील तर ती त्यांना द्यावी, काही विद्यार्थ्यांना ड्रेस द्यावे, क्रीडाक्षेत्र व खेळाडूंना मदत करावी, तसेच शाळा ही डिजिटल व शिक्षक तंत्रस्नेही झाले पाहिजेत, आपल्या शाळेचे नाव वर्तमानपत्रात चांगल्या कामासाठी छापून आले पाहिजेत व आपल्या शाळेचा आदर्श इतर शाळांनी घेतला पाहिजे. असे आकाशाला गवसणी घालण्याचे स्वप्नं रोज पाहत असतो. बऱ्याच अंशी ती पूर्ण होताना मी पाहत असतो. हे करीत असताना स्वत:ला स्वत:च प्रेरणा देत असतो.

अशा या डिजिटल लॅबला पाहण्यासाठी अनेक शाळांचे शिक्षक, मुख्याध्यापक, अधिकारी शारदा भवन हायस्कूल येथे भेट देतात व उत्कृष्ट कार्याचा शेरा मारून जातात, तेव्हा मनाला समाधानाचे भरते येते.

मी डॉक्टर झालो

पदव्युत्तर नसल्यामुळे मी शिक्षणाधिकारी पद गमावले होते. शिक्षणच हे माणसाला प्रत्येक ठिकाणी प्रगतीचा मार्ग दाखवत असते. प्रगतीच्या उंच शिखरावर घेऊन जात असते. जीवनामध्ये शिक्षण कधीही वाया जात नाही. पण जर एखादी डीग्री नसेल तर एखाद्या मोठ्या पदापासून व्यक्ती दूर राहू शकते, हे मला २००९-१० मध्ये कळले.

एमपीएससीने दिलेल्या जाहिरातीमध्ये उच्च शैक्षणिक पात्रता असल्यास वय आणि अनुभवातून सवलत दिली जाईल, असे नमूद केले होते. मी जर त्या वेळी एम.ए. किंवा पीएच.डी.धारक असतो तर मी नक्कीच शिक्षणाधिकारी झालो असतो. हा विचार करून मी शाळा व संस्थेकडून परवानगी घेऊन पीएच.डी. करण्याचा निर्धार केला. आणि २०१४-१५ मध्ये मी पेट परीक्षा उत्तीर्ण झालो.

पीएच.डी. करीत असताना माझे गाइड डॉ. चद्रकांत बाविस्कर यांच्या मार्गदर्शनाखाली खूपकाही शिकायला मिळाले. पीएच.डी. करीत असतानाच आविष्कार मध्ये मला दोन वेळेस प्रथम क्रमांकाचे पारितोषिक मिळाले. आणि माझी पुण्यात शॉर्ट लिस्टमध्ये राज्यस्तरावर निवड झाली. हा बहुमान माझ्यासाठी खूप मोठा होता. माझी पीएच.डी. ही गेय कवितेवर आहे. मी लहानपणी भजनी मंडळात गायचा. त्यामुळे मला चांगला आवाज होता. त्याचा फायदा घेऊन डॉ. बाविस्कर यांनी मला हा गेय कवितेवरचा विषय दिला होता. पण विषय देण्यापूर्वी विषयामध्ये अडकून पडलो होतो. डॉ. बाविस्कर हे विषय देत नव्हते. कदाचित, त्यांनाही कोणता विषय द्यावा हे लक्षात येत नसावे. माझ्या जीवनात संघर्ष केल्याशिवाय मला काहीच मिळाले नाही. मग ते बालपण असो की, तरुणपण असो. आयते व सहजासहजी भेटणे, हे मला पण पसंत नव्हते. विषय देण्यावरून डॉ. बाविस्कर सर व माझ्यात सुरुवातीलाच वाद झाला. मी पीएच.डी. करणेच सोडून द्यावे, या विचारात होतो. परंतु हा वाद विद्यापीठाचे परीक्षा नियंत्रक डॉ. रवी सरोदे सरांनी मिटवला. माझ्या सामाजिक, सांस्कृतिक, शैक्षणिक कार्याबद्दल डॉ. सरोदे सरांना कल्पना होती. पण डॉ. बाविस्कर यांची व माझी पहिलीच भेट होती. परंतु गाइड म्हणून समितीमध्ये मी त्यांच्या नावाला पसंती दिली होती. दोघांनाही डॉ. सरोदे यांनी एकत्र बसवले व ते डॉ. बाविस्कर यांना एकच वाक्य बोलून गेले, ''तारु हे प्रत्येक क्षेत्रात हिरो आहेत. पण पीएच.डी.मध्ये झीरो आहेत. इथेही त्यांना हिरो करण्याचे काम तुम्ही करा.'' असे ते आनंदी मुद्रेने म्हणाले. सरोदे यांचे एवढेच वाक्य ऐकून डॉ. बाविस्कर उठले, मीही त्यांच्यासोबत उठलो आणि आम्ही दोघे थेट त्यांच्या डिपार्टमेंटला गेलो. थोड्या

वेळाने ते मला म्हणाले. ''तुम्हाला कविता गाता येते का?'' असे विचारले असता, मुलांना रोज कवितेला चाल लावून शिकवीत असल्यामुळे मला कविता तोंडपाठ होत्या. मी लगेच एकामागून एक कविता चालीवर म्हणून दाखवल्या व त्यांनी ''याच विषयावर पीएच.डी. करू'' असे सांगितले. अशाप्रकारे मला पीएच.डी.साठीचा एकदाचा विषय मिळाला.

नोकरीला लागल्याच्या नंतर मराठी कवितांचा पुस्तकांच्या माध्यमातून संबंध यायला लागला होता. इ.स.२००० पासून मला एक छंद जडला होता. तो म्हणजे कवितेला चाल लावून ती विद्यार्थ्यांना स्वत:च्या आवाजात म्हणून दाखावायची. अगदी अभंग, संतवाणी जरी असली तरी मी ते वेगळ्या पद्धतीने, वेगळ्या ढंगाने मुलांना शिकवीत असे. माझी शिकविण्याची पद्धत मुलांना फार आवडायची. आणि कविता म्हटले की मुले जाम खूश व्हायची. एखाद्या कवितेला जर चाल लागलीच नाही. तर त्या कवितेला मी कथेमध्ये शिकवायचो. ही पद्धतसुद्धा मुलांना आकर्षित करायची. एखाद्या कवितेला चाल लागायची नाही असे कधीकधीच व्हायचे. आणि एखादी पाठ्यपुस्तकात कथा असेल तर तिला पाच-दहा ओळीमध्ये कवितेत रूपांतर सुद्धा करायचे. ही कला मला अवगत झाली होती. याचा मला पीएच.डी करताना खूपच फायदा झाला. जीवनात शिक्षणाचा व आपल्यातील कलेचा फायदा कुठे ना कुठे होतो, म्हणतात ना ते असे!

बालभारती सदस्य म्हणून निवड

याचदरम्यान बालभारती सदस्यांसाठी महाराष्ट्र शासनाने एक लिंक दिली होती. यापूर्वी एखाद्या आमदार, खासदार किंवा नामवंत साहित्यिकाचे शिफारसपत्र मिळाले की, या पदावर वर्णी लागत असे. पण तत्कालीन सरकारने या वेळी पहिल्यांदाच लिंक दिली होती. आणि या लिंकद्वारे परीक्षा घेऊन उत्तीर्ण होणाऱ्या सदस्यांचीच त्यांनी महाराष्ट्र राज्य पाठ्यपुस्तक निर्मिती व संशोधन मंडळ (बालभारती) सदस्य म्हणून निवड केली होती. जवळपास तीन ते साडेतीन हजार शिक्षकांमधून प्रत्येक विषयासाठी किमान बारा ते पंधरा सदस्यांची निवड करायची होती. अंतिम बारा सदस्यांमध्ये मराठी विषयासाठी माझी निवड झाली.

बालभारती सदस्य म्हणजे, खूप मानाचे व तेवढेच जबाबदारीचे पद आहे. महाराष्ट्रातील सर्व भागांतील विद्यार्थ्यांसाठी सर्वसमावेशक अभ्यासक्रम तयार करण्याचे काम ही समिती करते. अनेकवेळा या समितीवर पाठ्यपुस्तकांतील चुकांसाठी टीकाटिप्पणी होते. म्हणून इथे जबाबदारीने काम करणे आवश्यक असते. इयत्ता सहावी ते दहावीपर्यंतची मराठी विषयाची विद्यमान पाठ्यपुस्तके

तयार करण्यामध्ये माझा सहभाग आहे. ही माझ्यासाठी अभिमानाची बाब आहे. कारण लाखो विद्यार्थ्यांमध्ये तथा शिक्षकांमध्ये पाठ्यपुस्तकांच्या माध्यमातून तुमचे नाव तिथे असते. पुर्वी पुस्तकात नाव आहे म्हटल्यावर त्यांच्याकडे बघण्याचा दृष्टिकोन आदरयुक्त असायचा. तो आजही आहेच.

पहिल्यांदा सहावीच्या पाठ्यपुस्तकाची निर्मिती झाल्याबरोबर त्यातील कवितांना स्वरबद्ध करून घेतले व त्या कवितांचे राज्यस्तरांवरून थेट प्रक्षेपण करण्यात आले. भंडाऱ्याच्या स्मितताई गालफाडे यांची व माझी कवितांच्या संदर्भात लागलेली जुगलबंदी महाराष्ट्रातील शिक्षकांना खूप भावली. पहिल्यांदा त्या विद्यार्थ्यांपर्यंत थेट पोहचल्या आणि महाराष्ट्रातील विद्यार्थी व शिक्षक यांना त्या खूप आवडल्या. मला महाराष्ट्रातून अनेक शिक्षकांचे अभिनंदनाचे फोन आले. मराठी विषयाच्या विशेषाधिकारी सविता वायाळ यांनी अभिनंदन केले तथा महाराष्ट्र शासनाच्या विशेष कार्यासन अधिकारी, मंत्रालय मुंबई, प्राचीताई साठे यांचा पण मंत्रालयातून अभिनंदनाचा फोन आला. हा क्षण माझ्यासाठी खूप मोलाचा होता.

माझा पीएच.डी.चा विषय 'उच्च प्राथमिक स्तरावरील मराठी कवितांसाठी गेयतातत्त्वावर आधारित स्वयंअध्ययन संचाचे विकसन व परिणामकारता-एक अभ्यास' हा कवितेतील गेयता शोधण्याचा असल्यामुळे मला बालभारतीच्या पाठ्यपुस्तकात जास्तीत जास्त गेय कविता टाकण्याची व त्या सादर करण्याची संधी मिळाली होती.

राष्ट्रसंत तुकडोजी महाराज यांनी आपल्या अमोघ वाणीने ग्रामगीतेच्या माध्यमातून जनतेचे प्रबोधन केले. लयबद्ध व ताल, सूर यांचा मिलाफ होऊन ते कीर्तनातून समाज प्रबोधन करायचे. समतेचा सहज उद्घोष करणाऱ्या त्यांच्या गीतातून लोकजागृती होत असे. लोक त्यांच्या भजनात, कीर्तनात, तल्लीन व्हायचे. ठेका धरायचे. त्यांचे भजन हे अनेक दिवसांपर्यंत लोकांच्या ओठांवर राहायचे. कारण तुकडोजी महाराजांच्या शब्दात गेयता होती. तुकडोजी महाराजांनी गीतांमधून समतेचे महत्त्व लोकांना पटवून दिले होते.

तसेच लोक गाडगे महाराजांच्या कीर्तनाला गर्दी करून जमायचे, त्यांचे अनुकरण करायचे. त्यांनी आपल्या भारूड व कीर्तनातून 'माणसांची पूजा करा. माणसांतच खरा देव आहे.' हा संदेश देऊन लोकांमध्ये विचारांची क्रांती घडवली. एवढे सामर्थ्य त्यांच्या गेय कीर्तनात व भारूडात होते. म्हणून पाठ्यपुस्तकातील कवितांना गेय स्वरूप प्राप्त झाल्यास विद्यार्थ्यास त्या कवितेतील भाव, मूल्य, जीवनानुभव इत्यादींची माहिती होईल व कवितेतून आनंदनिर्मिती होऊन कवितेचे अध्ययन अध्यापन सुलभ होईल. यासाठी पाठ्यपुस्तकांत गेय कवितांचा समावेश

करावा, अशी मी समितीकडे प्रामाणिक विनंती केली होती.

“कविता ही लहानांपासून प्रौढांपर्यंत सर्वांना एकत्र बांधते. एखाद्या काव्यातून नवीन मार्ग शोधण्यासाठी मदत करते. कविता ही बोलण्यासाठी व ऐकण्यासाठी मोठा आधार देते. बरेच शिक्षक हे गळ्यावर कविता शिकविणे नापसंत करतात. त्यामुळे विद्यार्थी अशा सृजनशीलतेपासून दूर जाऊ शकतात. कविता शिकविणे ही एक कला आहे. शिक्षकांमुळे विद्यार्थी ती कला सहज आत्मसात करू शकतात.” असे बटलर ईस्टने म्हटले आहे. म्हणून कविता ही गळ्यावर शिकविली पाहिजे.

विद्यार्थ्यांना पिक्चरची गाणी लवकर पाठ होतात, मग कविता का नाही? यासाठी ‘एका तासात कविता आशयासह पाठ व्हावी’ म्हणून मी पीएच.डी च्या माध्यमातून कविता अध्ययनासाठी ‘स्वयंअध्ययन संच’ बनवला. जवळपास दोन लाख रुपये खर्च करून हा संच तयार करण्यात आला. या संचाच्या सीडी तयार करण्यात आल्या व सहावी ते आठवीच्या महाराष्ट्रातील हजारो नव्हे तर लाखो विद्यार्थ्यांना तो संच मोफत दिला गेला. आज या संचाचा मराठी विषयाचे शिक्षक व विद्यार्थी मोठ्या प्रमाणात लाभ घेत आहेत.

पाठ्यपुस्तकातील कवितांना चाली लावून, त्या स्टुडिओमध्ये रेकॉर्ड करून, कवितेच्या आशयानुसार त्याला चित्रित करून, व्हिडीओ एडिटिंग करून आणि त्याचा Q Track तयार करण्यात आला. या सीडीचे विमोचन मुंबई येथे तत्कालीन प्रधान सचिव (शिक्षण) श्री. नंदकुमार साहेब, खरात मॅडम, ओ.एस.डी. प्राचीताई साठे यांच्या हस्ते करण्यात आले. तसेच विद्यार्थी व शिक्षकांपर्यंत पहिल्यांदा २०१४-१५ मध्ये शिक्षणाच्या पहिल्या वारीमध्ये या उपक्रमाचे प्रात्यक्षिक दाखविण्यात आले. आज मी स्वरबद्ध करून गायलेल्या मराठी विषयाच्या इयत्ता ६ वी, ते ८ वीच्या सात कवितांचा समावेश महाराष्ट्र शासनाच्या दीक्षा ॲपमध्ये झाला आहे. ही शिक्षक म्हणून माझ्यासाठी, माझ्या शाळेसाठी अभिमानाची बाब आहे.

संपूर्ण महाराष्ट्रभर हा माझा नावीन्यपूर्ण उपक्रम म्हणून प्रसिद्ध झाला. अनेक आघाडीच्या वर्तमानपत्रांनी याची दखल घेऊन आपल्या वर्तमानपत्रात प्रसिद्धी दिली. महाराष्ट्र शासनानेही या संदर्भात दखल घेतली. मुंबई येथे तत्कालीन मुख्यमंत्री देवेंद्र फडणवीस यांच्या हस्ते २०१५-१६ चा महाराष्ट्र शासनाचा १ लाख १० हजार रुपये रोख व सन्मानचिन्ह असं स्वरूप असणारा राज्य आदर्श शिक्षक पुरस्कार देऊन मला, माझ्या कुटुंबासह गौरविण्यात आले. शिक्षक म्हणून हा माझ्या जीवनातील परमोच्च आनंद होता.

शाळा सोडून अनेक वर्षं उनाड मुलांसोबत फिरणाऱ्या व विदारक बालपण

भोगलेल्या मुलाला आज मुख्यमंत्र्यांच्या हस्ते राज्य पुरस्कार मिळावा आणि तोही विद्यार्थ्यांसाठी नाविण्यपूर्ण शैक्षणिक साहित्य निर्माण केल्या प्रकरणी. हे सर्व माझ्यासाठी, तसेच मी जिथे राहत होतो तेथील लोकांसाठी स्वप्नवत बाब होती. खरेच, आज जिथे मी उभा आहे. तेथून मागे वळून पाहिले असता. मला एखाद्या स्वप्नासारखे दिसायला लागते. पण एक गोष्ट माझ्या जीवनाला प्रगतीच्या शिखरावर नेणारी जर कोणती असेल तर, ती माझ्यातील जिद्द होय.

जिद्दीनेच माणूस ध्येय गाठू शकतो. माझ्यासारखा ध्येयहीन झालेला मुलगा आज शिक्षक म्हणून महाराष्ट्रातील लाखो विद्यार्थी व हजारो शिक्षकांच्या ओठांवर कवितेच्या माध्यमातून आहे. जर आपण एखादे ध्येय निश्चित केले, तर ते गाठणे अशक्य नाही. पण ते प्रमाणिकपणे व स्वत:ला धोका न देता करणे आवश्यक आहे. माणूस दुसऱ्याला फसवू शकतो; पण स्वत:ला नाही. ज्याने स्वत:ला फसविले, तो जीवनाच्या शर्यतीत मागे पडतो. पण ज्याने स्वत:ला जिंकले, तो अजिंक्य ठरतो. हे वेगळे सांगणे नको. मला नाव गमावणारा नाही तर नाव कमावणारा शिक्षक व्हायचे होते. आणि मला वाटते मी योग्य वाटेनेच जात आहे. याचे मनात आत्मिक समाधान आहे.

शाळासिद्धी राज्य प्रशिक्षक-निर्धारक म्हणून कार्य

माझ्या जीवनातील अजून एक बहुमान म्हणजे शाळासिद्धी राज्य प्रशिक्षक म्हणून महाराष्ट्र शासनाच्या ७ जानेवारी २०१७ च्या जीआरमध्ये पहिल्यांदाच माझे नाव आले होते. या नावास मा. राज्यपालांची मान्यता लागते. तो बहुमान मला महाराष्ट्र शासनाने दिला. या गोष्टीमुळे महाराष्ट्रातील शिक्षक, मुख्याध्यापक, केंद्रप्रमुख, विस्तार अधिकारी, गट शिक्षणाधिकारी, इत्यादी पाच ते सहा हजार लोकांना प्रशिक्षण देण्याची खूप मोठी संधी मला मिळाली. राज्याचे शाळासिद्धी समन्वयक आसिफ शेख सर यांचे पण या प्रशिक्षणामध्ये मोलाचे सहकार्य मिळाले.

पत्नीचे सहकार्य

माझ्या जीवनात मला समजून घेणारी पत्नी लाभली. माणूस जेव्हा काम करतो. तेव्हा चुका होत असतात. माझी निर्णय घेण्याची क्षमता ही प्रचंड आहे. मी एका क्षणात कोणताही निर्णय घेत असे. हे पुस्तक लिहिण्याचा निर्णयसुद्धा क्षणात घेतला गेलेला आहे. या संदर्भात मी पूर्वी सांगितले आहे. त्याचप्रमाणे माझा तापट स्वभाव असल्यामुळे, कधीकधी माझे निर्णय चुकायचे. त्या वेळी पल्लवी ही माझ्या चुकांवर पांघरूण घालायची. ती माझ्यासोबत खंबीरपणे उभी राहायची.

आणि आजही राहते.

माझी मुलगी ऋतुजा नामांकित यशवंत महाविद्यालयातून एम.ए. इंग्रजी विषयामध्ये प्रावीण्यासह उत्तीर्ण झाली. तर माझे जावई माणिक हे बँक ऑफ महाराष्ट्रामध्ये बँक मॅनेजर आहेत. मोठा मुलगा मीत, सिव्हिल इंजिनिअर आहे. तर लहान मुलगा मन, हा ग्राफिक्स डिझायनर व आंतरराष्ट्रीय स्तरावर लोगो बनवून देण्याचे काम करतो. आता माझ्या जीवनात सर्वकाही शिस्तबद्ध आहे. पण भगवंत कुठेना कुठेतरी एखादी कमतरता ठेवतोच. त्याचप्रमाणे माझा लहान मुलगा चि. मन हा म्हणजे आज जगाला न उलगडलेलं एक कोडं आहे. त्याच्या हृदयातील असंबंद्ध रचनेमुळे अनेक डॉक्टरांना आश्चर्य वाटत असतं. देशातीलच नव्हे तर, विदेशातील डॉक्टरांनीसुद्धा त्याची शस्त्रक्रिया करण्यास नकार दिला आहे. जन्मापासून सुरुवातीची आठ वर्षे आम्ही भारतातील अगदी 'पद्मश्री' पर्यंतच्या नामवंत डॉक्टरांना दाखवले. आम्ही जवळपास सात ते आठ वर्षे मन याच्या उपचारासाठी देशभर फिरत राहिलो. अन्यथा या पुस्तकाची निर्मिती होऊन हे पुस्तक आपणापर्यंत केव्हाच पोचले असते. अशी हृदयाची जटिल रचना घेऊन जन्माला आलेला 'मन' हा आपल्या कलेने सर्वांची मने जिंकतो. मध्य प्रदेशातील एका राष्ट्रीय कार्यक्रमात, महाभारतात 'पितामह' भीष्माची व लहान मुलांच्या आवडीचे 'शक्तिमान' म्हणून भूमिका साकारणारे मुकेश खन्ना यांच्या हस्ते मन याचा विषेश सत्कार करण्यात आला. बासरी वादन, पियानो वादन, गिटार वादन, गायन, संगणक क्षेत्रात निष्णात, ग्राफिक्स डिझायनर, व्हिडीओ एडिटर, संभाषण कौशल्य असे अष्टपैलु व्यक्तिमत्त्व त्याच्यात ओतप्रोत भरलेले आहे. आणि विशेष म्हणजे. यापैकी कोणतीही गोष्ट त्याने कोणत्याही क्लासमध्ये जाऊन शिकलेली नाही. त्याला ही जन्मजात देणगी लाभलेली आहे. त्याचप्रमाणे तो एकही दिवस शाळेत न जाता त्याला मराठी, हिंदी, इंग्रजी या भाषा अवगत असून या सर्व भाषा तो बोलतो, वाचतो, लिहितो. वरील सर्व गोष्टी त्याने स्वत: आत्मसात केल्या आहेत हे विशेष!

सुरुवातीचे जवळपास सात वर्षे त्याने जेवण केलेले मला आठवत नाही. तो केवळ चहा आणि बिस्कीट खात असे. हेच त्याचे अन्न होते. अमेरिकेच्या डॉक्टरांनी तर 'तो चालूच शकत नाही' असे सांगितले होते. आज तो सोळा वर्षांचा आहे. हृदयाची एवढी क्लिष्ट रचना असूनसुद्धा त्याला एकही गोळी अथवा औषध नाही. डॉक्टरांनी त्याला शाळेत जाण्यास मनाई केली आहे. नाजूक असल्यामुळे व त्याचा ऑक्सीजन ६५% असल्यामुळे त्याला लवकर दम लागतो. पण कोणतीही गोष्ट शिकण्याची त्याची प्रचंड इच्छाशक्ती ही त्याला अडवू शकत नाही. असा हा 'मन' आज घरातील सर्वांचा जीव की प्राण आहे.

माझा बापू

जीवनाच्या प्रत्येक टप्प्यावर मला आज बापूची आठवण येते. मला वादीने मारताना त्याचा एकच उद्देश असावा. की, मी शिकावं. चांगल्या मार्गावर जावं. काहीतरी चांगलं करून दाखवावं. कोणत्याही बापाला वाटत नाही की, आपलं पोरगं वाईट मार्गाला लागावं. त्याला बेमुर्वतीने मारावं, त्याच्या अंगाचे चामडे काढावे. उलट प्रत्येक बापाला वाटतं की, आपला मुलगा शिकून मोठा व्हावा, आपलं व समाजाचं नाव काढावं. जीवनात काही झाला नाही तरी हरकत नाही. पण त्यानं एक चांगला माणूस बनावं. हे सगळ्या आईवडिलांचं स्वप्न असतं.

माझ्या लग्नात घडलेल्या प्रसंगाने मी व्यथित झालो होतो. त्यामुळे माझा बापूवर, भावावर, व सावत्र मायंवर खूप राग होता. मी त्यांच्यापासून थोडे दूरच राहू लागलो. त्यांना बोलणे, वादविवाद टाळू लागलो. पण ऐन वेळेला पल्लवीला दुसऱ्यांदा दिवस गेलेले असता, अशा परिस्थितीत सावत्र मायच्या सांगण्यावरून आम्हाला घरातून निघून जाण्यास बापूने सांगितले. त्या वेळी पल्लवीला नोकरी होती आणि माझी नोकरी नवीन असल्यामुळे घेतलेल्या कर्जाचे हप्ते फेडण्यासाठी पतपेढीला व बँकेला मोठा हप्ता जात होता. पण तेवढ्या नोकरीतही आम्ही किरायाने जावे म्हटले तर ते जमणारे नव्हते. आणि जागा घेऊन घर बांधणे शक्यच नव्हते.

ज्या घरासाठी मी लग्नाच्या आधी नदीवरून पोते भरभरून रेती आणून, चिखल कालवून, रेतीचा गिलाव्यासाठी माल कालवून, गाढव मेहनत करून, घर बांधण्यासाठी जिवाचे रान केले होते. त्याच घरातून बापूने मला जाण्यास सांगितले होते. पण मी त्यांना एका महिन्याची सवलत मागितली.

"फक्त एक महिना मला राहू द्या कारण पल्लवीचा बाळंतपणाचा महिना जवळ आला होता. बाळंतपणानंतर आम्ही निघून जातो" असे म्हटल्यावर आम्हाला त्या घरात तात्पुरते राहू दिले.

एका महिन्यात मी काही पैसे जमवून, खांडाच्या विटांची गाडी आणली बाजूच्या टेकडीवरून माती आणली व दोन रूमचे टिनशेडचे घर, काटेरी परडा तोडून परड्यामध्ये बांधायचे होते. बापूच्या घरामागेच ही झाडी होती. तिथलीं काटेरी झाडी-झुडपे तोडून घर बांधायला सुरुवात केली. केवळ एकाच महिन्यात मी घर बांधून तिथे राहायला गेलो आणि अखेर बापूचे घर आम्ही सोडले.

विटा-मातीने बांधलेल्या नवीन घरात मी, माय, पल्लवी व माझी मुलगी ऋतुजा राहायला गेलो. आज आम्ही आमचा स्वतंत्र संसार थाटला होता. या

घटनेनंतर मी बापूशी अबोला धरला. मिलमधून एक-दोन वर्षापूर्वीच त्याने व्हालंटरी रिटायरमेंट घेतली होती. रिटायरमेंटचे आलेले पैसे सुद्धा आम्हाला न देता भाऊ व सावत्र माय यांना दिले. पण मी कधीच त्यांना त्या पैशाबद्दल बोललो नाही. चाणक्याने एका ठिकाणी लिहून ठेवले आहे. 'पिता की दौलत पर क्या घमंड करना, मजा तो तब है, जब दौलत अपनी हो, और पिता घमंड करें'

परंतु माझ्या बाबतीत असे घडताना दिसत नव्हते. मी आत्ताच तर भयाण स्थितीतून बाहेर येऊन, पंखांना ताजंतवानं करीत होतो. आकाशात उंच झेप घेण्यासाठी पंखात बळ जमा करीत होतो. मलाही असेच वाटायचे की, माझा बापू बैठकीत मिशीवर ताव देऊन बसावां व माझ्या काळात तो समाधानाने जगावां, माझ्यावर त्याला नाज असावां, पण हे नियतीला मान्य नसावे.

आज माझे तात्पुरतेच का होईना पण स्वकष्टाचे, हक्काचे घर झाले होते. शून्यातून मी माझे विश्व साकारले होते. प्रगतीची एक एक पायरी गाठत होतो. खरेतर बापूने आम्हाला घरातून बाहेर काढणे हीच आमच्या प्रगतीची पहिली पायरी होती. नवीन घरी आल्यानंतर काही महिन्यातच आम्हाला दुसरे पुत्ररत्न प्राप्त झाले. आता आमचा आनंद द्विगुणीत झाला होता. आमच्या आनंदाला पारावार उरला नव्हता.

दिवसामागून दिवस जात होते. बापू माझी होत असलेली प्रगती पाहत होता. मनातून तोही खूश होता. त्याच्या चेहऱ्यावरचा आनंद दुरूनही स्पष्ट दिसत होता. मी शिक्षक म्हणून नोकरीला लागलो तेव्हा त्याच्या चेहऱ्यावरचा आनंद तो लपवू शकला नव्हता. आज मी प्रगतीच्या शिखरावरून आरूढ होऊन चालत असता, अनेक लोक माझ्याकडे माझे घर विचारत यायचे. माझा सल्ला घ्यायचे. तेव्हा वरच्या दारात बसून माझ्याकडे बापू अपराधीपणाने पाहत असे. एवढे लोक माझ्यासाठी येतात हे पाहून त्याचा ऊर भरून येत असे. कधीकधी दारू पिऊन येऊन तो सावत्र मायला, मोठमोठ्याने भांडायचा. हाच बापू सावत्र मायचे ऐकून आयुष्यभर मला व माझ्या मायला भांडत होता. आज वारे उलटे वाहत होते.

माझा मोठा भाऊ बापूच्या पावलावर पाऊल टाकून चालत होता. तो पुरता दारूच्या आहारी गेला होता. लहानपणी त्याचा आदर्श घेण्यासारखा तो शिकला, वागला पण पोलीस खात्यात जाऊन तो स्वत:ला दारूपासून वाचवू शकला नव्हता. भावाकडे बघून बाप रोज थोडे थोडे खचत होता. त्याला सांगून सांगून जीव त्याचा दमला होता. कुणी सांगावे अशी त्याची स्थिती नव्हती. आणि मला "त्याला काही समजून सांग" असे म्हणायची बापूची

हिंमत होत नव्हती. तो पुरता खजील झाल्यागत वागायचा. कदाचित आपण त्यांच्या बाबतीत चुकीचे वागलो असे त्याला वाटत असेल. तो मनातल्या मनात झुरायचा. पण बोलण्यास धजत नसे. एक कटाक्ष माझ्याकडे, माझ्या मुलांकडे टाकत व दुरूनच आनंद मानून घ्यायचा.

भाऊ दारूपायी खूप खंगून गेला होता आणि त्याचे वागणे पाहून बापूही मनाने पार खचून गेला होता. अशातच दम्याने जोर धरला व २००२ मध्ये बापू आम्हाला सोडून गेला. मी मात्र त्या दिवशी आठवण काढून फार रडत होतो. त्याच्या मारामुळेच मी सुधारलो असे म्हणत होतो. बाप जरी माझ्यापासून दूर असला तरी त्याचे काही वाटत नव्हते. परंतु आज तो नसल्यामुळे जीवनात खूप मोठी पोकळी निर्माण झाल्यागत वाटत होते. बापाने आम्हाला दिलेल्या त्रासाचा बदला घ्यावा, असे लहानपणी वाटायचे. पण आज त्याचा कसा बदला घ्यावा हेच कळत नव्हते.

माणूस असताना त्याची किंमत कळत नाही. पण त्याच्या नसल्याने काय वेदना होतात, हे मला त्याच दिवशी कळले. कसा का असेना अखेर तो माझा बाप होता. माझ्यावर सदैव त्याचा धाक होता. त्याचा तो स्पष्टपणा, माझ्या हातून काही वाईट घडले तर त्याचा रागीटपणा, याची मला आज तीव्रतेने आठवण होत होती. एका कवीने खूप छान लिहिले आहे.

ओ फुल दे के हाथ में रुखसत तो हो गये ।
लेकिन तमाम उम्र में काटों चुभो गये ।

काही वर्षांनी माझा भाऊसुद्धा याच वाटेने दारूपायी निघून गेला. त्याने पण कुणाचेही ऐकले नाही. लहानपणी मलाच असे करू नकोस म्हणून तो सांगायचा. पण तोच पुढे तरुणपणात दारूच्या आहारी गेला. मी मात्र त्याचे सर्व ऐकून वाईट मार्ग सोडून दिले. त्याने मात्र सांगता सांगता कधी दारूला कवटाळले हे कळलेच नाही आणि चालता बोलता जो दवाखान्यात गेला. तो कायमचाच. घरी आलाच नाही. माझ्या भावाची बायको म्हणजे माझी वहिनी तिच्या दोन मुली व भावाच्या जागेवर अनुकंपावर लागलेला माझा पुतण्या यांना मी त्यांना घर बांधकाम करण्यासाठी प्रेरित केल्यामुळे एक छानसे घर बांधले व तिथे ते राहायला गेले. मी खूप वर्ष भावाला जागा घे. घर बांध म्हणून मागे लागलो होतो. पण दारूपायी माझे त्याने ऐकले नाही. पण पुतण्याने ऐकले. आज तो पोलीस खात्यात सेवा बजावत आहे.

आणि सावत्रमाय माझ्या बहिणी, त्यांची मुले, नातवंडे, हे सर्वजण मला हाकलून दिलेल्या घरात व मी बांधलेल्या परड्यातील घरात आनंदाने राहतात.

मी मात्र इथले घर, सामान इत्यादी सावत्रमायच्या हवाली करून माझी माय, पत्नी पल्लवी, मुलगी ऋतुजा, मुलगा मीत व मन यांना घेऊन जे घर आम्ही फार कष्टानं, श्रमानं व जिद्दीनं बांधलं त्या छानशा घरात राहायला गेलो आणि आम्ही आमचं शून्यातून विश्व निर्माण केलं.

◆